பாரதப் பொருளாதாரம்

அன்றும் இன்றும்

பேராசிரியர் ப. கனகசபாபதி

கிழக்கு

பாரதப் பொருளாதாரம்
Bharatha Porulatharam
P. Kanagasabhapathi ©

First Edition: July 2009
216 Pages
Printed at Repro Knowledgecast Limited, Thane.

ISBN 978-81-8493-213-3
Kizhakku - 404

Kizhakku Pathippagam
177/103, First Floor,
Ambal's Building, Lloyds Road,
Royapettah, Chennai 600 014.
Ph: +91-44-4200-9603

Email : support@nhm.in
Website : www.nhm.in

Kizhakku Pathippagam is an imprint of New Horizon Media Private Limited

பாரதப் பொருளாதாரம்

அன்றும் இன்றும்

பேராசிரியர் ப. கனகசபாபதி

ப.கனகசபாபதி பல்கலைக்கழக மானியக் குழுவின் ஆய்வாளராகத் தேர்ந்தெடுக்கப்பட்டு நிதித்துறையில் முனைவர் பட்டம் பெற்றவர். மேலாண்மை இயல் பேராசிரியராகப் பணியாற்றி வருகிறார். இந்தியாவின் பொருளாதார, வியாபார மற்றும் மேலாண்மை முறைகள் குறித்து நாட்டின் பல பாகங்களுக்கும் சென்று ஆய்வுகளை மேற்கொண்டு வருகிறார், தமிழிலும் ஆங்கிலத்திலும் எழுதி வருகிறார். பிரபல மான மேலாண்மை கல்லூரிகளிலும் பல்கலைக்கழகங் களிலும் இவரது புத்தகம் பாடப்புத்தகமாக பரிந் துரைக்கப்பட்டுள்ளது.

சமர்ப்பணம்

பழனி முருகனின் பக்தர்களுக்கு

பொருளடக்கம்

முன்னுரை

கல்லூரி மற்றும் பல்கலைக்கழகப் புத்தகங்கள் மேற்கத்திய அளவுகோல்களை அடிப்படையாக வைத்தே நமது நாட்டைப் பற்றிப் பேசுகின்றன. நாட்டின் பொருளாதார, வர்த்தக மற்றும் மேலாண்மை முறைகள் தொடர்பாக சரியான அணுகுமுறைகள் நமது மக்களிடத்தில் இல்லை எனவும் அதே நேரத்தில் மேற்கத்திய நாடுகளின் வழிமுறைகள் உயர்தரமானவை எனவும் அவை கூறுகின்றன. அதனால்தான் அந்த நாடுகள் முன்னேறிய நிலையில் உள்ளன எனவும் அதே நேரம் நமது நாட்டில் முன்னேற்றம் குறைவாக உள்ளது எனவும் அவை போதிக் கின்றன.

அதனால் பொருளாதாரப் பாடப்புத்தகங்கள் அனைத்திலும் மேற்கத்திய கோட்பாடுகளும் வழிமுறைகளுமே நிரம்பி யுள்ளன. எனவே அவர்களது முறைகளுக்கு மாற்றாக நிலவும் சிந்தனைகள் மற்றும் செயல்பாடுகள் அனைத்துமே தாழ் வானவை என்ற கருத்து பரவலாக நிலவுகிறது. ஆகையால் மேற்கத்திய சித்தாந்தங்களுக்குப் பொருந்துகின்ற மாதிரியே நமது நாட்டின் பலவிதமான செயல்பாடுகளையும் அமைத்துக் கொள்ளவேண்டும் என்ற எண்ணம் பொதுவாக, படித்தவர்கள் மற்றும் மேல் நிலையில் உள்ளவர்களிடம் ஆழமாகப் பதிந் துள்ளது.

உதாரணமாக, சேமிப்பது என்பது தேவையில்லாத பழக்கம் என்றும், கடன் வாங்கியாவது செலவு செய்வதுதான் சரியான முறை என்றும் மேற்கத்திய நிபுணர்களும் அரசுகளும் சொல்லி

வந்தனர். அதனால் இயற்கையாகவே சேமிக்கின்ற பழக்கத்தைக் கொண்ட மக்கள் சரியான முறையில் வாழத்தெரியாதவர்கள், மற்றும் எதிர்காலத்தைப் பற்றிய நம்பிக்கை இல்லாதவர்கள் என்றெல்லாம் பேசப்பட்டது. அதே கருத்தை நம் நாட்டைச் சேர்ந்த சில அறிவுஜீவிகள் கூட வழிமொழியத் தொடங்கி யிருந்தனர். சென்ற வருடம் அமெரிக்காவில் தொடங்கிய நிதி நெருக்கடி, பொருளாதார நெருக்கடியாக மாறி, மேற்கத்திய நாடுகள் கடுமையான சிரமங்களுக்கு உள்ளானதால் அந்தப் பேச்சு அப்படியே நின்றுவிட்டது.

கடந்த இருபது வருடங்களில் உலக அளவில் ஏற்பட்டுள்ள மாற்றங்கள், மேற்கத்திய சிந்தனைகளும் கோட்பாடுகளும் தொடர்ந்து தோற்றுப்போய் வருவதைத் தெளிவாக எடுத்துக் காட்டுகின்றன. அதே சமயம் இந்தியா, சீனா போன்ற நாடுகளில் ஏற்பட்டுவரும் பொருளாதார வளர்ச்சிகள், மாறுபட்ட பொருளாதார அமைப்பு முறைகள் செயல்பாட்டில் இருப்பதை எடுத்துக்காட்டுகின்றன. மேலும், உலக அரங்கில் பல வருடங் களாக ஒதுக்கி வைக்கப்பட்டிருந்த இந்தியாவின் தொடர்ந்த முன்னேற்றம் பல நாடுகளுக்கும் ஆச்சரியத்தையே எற்படுத்தி யுள்ளது. நம்மவர்களிலேகூடப் பெரும்பான்மையோருக்கு அதனுடைய உண்மையான காரணம் புரியவில்லை. எனவே ஒவ்வொருவரும் அவரவர் பங்குக்குக் கருத்துக்களைக் கூறிவருகின்றனர்.

ஆனால் உண்மை நிலவரம் என்ன? இந்தியப் பொருளாதார அணுகுமுறைகளின் அடிப்படைத் தன்மைகள் எவையெவை? இவற்றைப் பற்றித் தெரிந்துகொள்ள, கடந்த பத்து ஆண்டு களுக்கும் மேலாக நாட்டின் பல இடங்களில் நேரடியாக ஆய்வுகள் மற்றும் கலந்துரையாடல்கள் நடத்தப்பட்டன. அவற்றின் மூலம் நமது நாட்டுக்கே உரித்தான தனித்துவம் வாய்ந்த வழிமுறைகள் நமது பொருளாதாரத்தை வழிநடத்திச் செல்வது தெரிய வந்தது. மேலும் அந்த வழிமுறைகள் மக்களின் சிந்தனையில் ஊறி அவர்களது வாழ்க்கையில் பழக்க வழக்கங்களாக தொடர்ந்து இருந்து வருவதும் தெரிந்தது.

நமது நாடு தொன்மையானது. எனவே பழைய காலங்களில் நிலவி வந்த நமது பொருளாதார முறைகளின் தன்மைகளைப் பற்றி அறிந்து கொள்ளும் நோக்கில் விவரங்களைச் சேகரித்த

போது, பல முக்கியமான தகவல்கள் தெரியவந்தன. பல ஆயிரம் ஆண்டுகளாகவே நமது நாடு வலுவான பொருளாதார மற்றும் வர்த்தக அமைப்பு முறைகளைப் பெற்றிருந்ததும், ஆங்கி லேயர்கள் நம்மை அடிமைப்படுத்தி நமது முறைகளைச் சீரழிக்கும்வரை உலகின் அசைக்க முடியாத பெரிய பொருளா தார சக்தியாக நாம் விளங்கி வந்ததும் தெளிவாகத் தெரிந்தது.

சுதந்திரம் பெற்ற போது இந்தியா வளர்ச்சியற்ற ஓர் ஏழை நாடாக இருந்தது. ஆனால் ஒரு அறுபது வருட காலத்தில் உலகின் முன்னணிப் பொருளாதாரமாக உருவாகி இன்று பலரும் வியக்கும் வண்ணம் வளர்ந்து வருகிறது. மேற்கத்திய நாடு களைப் புரட்டிப்போட்ட பொருளாதார நெருக்கடிகளால்கூட இந்தியாவை அதிகமாக ஒன்றும் செய்ய முடியவில்லை. எனவே சிறிதுகாலம் முன்னர்வரை நம்மை ஏளனம் செய்தவர்களும், நாம் எப்படியெல்லாம் செயல்படவேண்டும் என்று ஆலோ சனை சொன்னவர்களும் இன்று வாயடைத்து நிற்கிறார்கள். இதற்கான அடிப்படைக் காரணம் தனித்தன்மை வாய்ந்த நமது சிந்தனை மற்றும் வாழ்க்கை முறைகளாகும். இவையெல்லாம் நமது மண்ணுக்கே உரிய மகத்தான சிறப்புகள். தமது நீண்ட நெடிய அனுபவத்தைக் கொண்டு நமது முன்னோர்கள் இந்த மண்ணின் மக்களது வாழ்க்கை சிறப்புற்று விளங்கும் வகையில் சமைத்துக் கொடுத்த செயல்பாட்டு முறைகள் ஆகும்.

அவை எல்லாம், காலங்காலமாக நமது உயரிய கலாசாரத்தினால் ஊட்டி வளர்க்கப்பட்டு, பலவிதமான அன்னியத் தாக்குதல் களுக்கிடையேயும் இன்றும் நமது வளர்ச்சிக்கு அடிப்படையாக இருந்துகொண்டு வருகின்றன. 21-ம் நூற்றாண்டின் இந்த நவீன காலத்திலும் நமது முன்னேற்றம் அனைத்துக்கும் அவைதான் அஸ்திவாரமாக இருந்து வருகின்றன. அதே சமயம் எல்லாத் துறைகளிலும் போதுமான அளவுக்கு நாம் சாதிக்க முடியாமல் இருப்பதற்குக் காரணம், நாட்டுக்குப் பொருத்தமான அணுகு முறைகளைக் கண்டறிந்து அவற்றைக் கடைப்பிடிக்காமல், மேற்கத்திய முறைகளை மட்டுமே கெட்டியாகப் பிடித்துக் கொண்டிருப்பதுதான் எனவும் தோன்றுகிறது.

அதற்கு முதற்படியாக நமது பொருளாதார முறைகளைப் பற்றி நாம் சரியான முறையில் அறிந்துகொள்ளவேண்டும் என்ற நோக்கிலேயே இந்தப் புத்தகம் எழுதப்பட்டுள்ளது. மேற்கத்திய

முறைகளைப் பற்றிய அடிப்படை விவரங்களும் இதில் தரப் பட்டுள்ளன. அதன் மூலம் நமது பொருளாதாரத்தின் தன்மையை மேற்கத்திய முறைகளுடன் ஒப்பிட்டுப் பார்த்து உண்மை நிலைமையை நாம் அறிந்துகொள்ள முடியும். மேலும் பொருளாதார அரங்கில் வேகமாக வளர்ந்து வரும் நமது நாடு, மக்கள் அனைவரும் பயன்பெறும் வகையில் ஒரு முழுமையான வளர்ச்சியை அடைவதற்கு எந்த மாதிரியான செயல்பாடுகளை அமைத்துக்கொள்ள வேண்டும் என்பதும் நமக்கு விளங்கும்.

இந்தப் புத்தகம் பலருடைய ஒத்துழைப்பினால் உருவானது. இதை எழுதுவதற்குத் தேவையான பல புள்ளிவிவரங்கள் மற்றும் அனுபவங்கள், நாட்டின் பல்வேறு இடங்களில் மேற் கொள்ளப்பட்ட நேரடி ஆய்வுகள் மற்றும் கலந்துரையாடல்கள் மூலம் கிடைத்தன. ஆய்வுகளை நடத்துவதற்கும் விவரங்களைச் சேகரிப்பதற்கும் வெவ்வேறு இடங்களில் பயணங்கள் மேற்கொள்ளப்பட்டன. ஒவ்வொரு ஊரிலும், தொழில் மற்றும் வர்த்தக மையங்களிலும், தொழில் அதிபர்கள், தொழில் முனை வோர்கள், தொழில், வர்த்தக மற்றும் சமூக அமைப்புகளின் பொறுப்பாளர்கள், கல்வியாளர்கள், பெரியவர்கள், வரலாறு தெரிந்தவர்கள் எனப் பலர் தங்களது அனுபவங்களையும் கருத்து களையும் அளித்தனர். ஆய்வுகள், கணக்கெடுப்புகள் மற்றும் பேட்டிகளுக்கு மாணவர்கள், நண்பர்கள் மற்றும் பேராசிரியர்கள் உதவினர். பிரபல கம்பெனி ஆலோசகரான திரு எஸ். குருமூர்த்தி பொருளாதார முறைகள் பற்றி விளக்கங்கள் கூறி, கள ஆய்வு களுக்கான ஆர்வத்தை ஊக்குவித்து ஆலோசனைகளை அளித்து உதவி புரிந்தார்.

இரண்டு வருடங்களுக்கு முன்பு சென்னையில் நடைபெற்ற ஒரு நிகழ்ச்சியில் இந்தியப் பொருளாதார மற்றும் வர்த்தக முறைகள் குறித்துப் பேசினேன். கூட்டம் முடிந்ததும் கிழக்குப் பதிப்பகத் தின் பதிப்பாளர் பத்ரி சேஷாத்ரி, 'உங்களின் பேச்சை புத்தக வடிவில் விரிவாக எழுதித் தர முடியுமா?' என்று கேட்டார். 'முயற்சிக்கிறேன்' என்று கூறினேன். பின்னர் தொழில் மையங்களைச் சேர்ந்த தொழில் முனைவோர்களும் நண்பர் களும் பொருளாதார முறைகளைப் பற்றி உள்ளபடியே விளக்கும் வகையில் ஒரு புத்தகம் எழுத வேண்டுமெனக் கேட்டுக் கொண்டிருந்தனர். அவர்களின் அன்புக் கட்டளைதான் இந்தப் புத்தகம் எழுதுமாறு என்னைத் தூண்டியது.

எடுத்துக்கொண்ட பொருள் தொடர்பான பல விஷயங்களையும் முடிந்தவரை சுருக்கமாகத் தந்திருக்கிறேன். பொருளாதாரம் குறித்த நமது வரலாற்றையும், தற்போது நடைமுறையில் உள்ள செயல்பாடுகள் பற்றிய சரியான விளக்கங்களையும் தமிழ் கூறும் நல்லுலகம் தெரிந்துகொண்டு பயனுறவேண்டும் என்பதே இந்தப் புத்தகத்தின் நோக்கமாகும்.

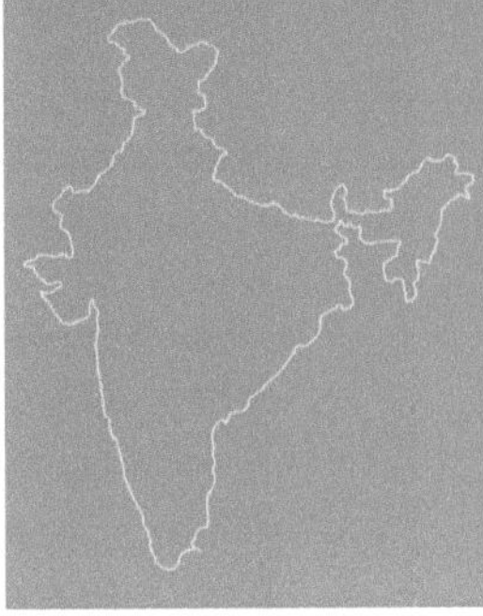

1

இந்தியா தொன்மையான நாடு

நமது நாடு மிகத் தொன்மையானது. எப்போது உருவானது என்று கணிக்க முடியாத அளவு காலம் கடந்தது. அதனால்தான் பாரதியார்

தொன்று நிகழ்ந்தனைத்து முணர்ந்திடு
சூழ்கலை வாணர்களும் இவள்
என்று பிறந்தவள் என்றுணராத
இயல்பினளாம் எங்கள் தாய்

என்று பாடினார்.

பழங்காலத்தில் நம் நாடு பாரதம் என்ற பெயருடன் விளங்கி வந்துள்ளது. தற்போது உபயோகத்தில் இருக்கும் இந்தியா என்னும் பெயர் ஆரம்பத்தில் வெளிநாட்டவர்கள் நம்மைக் குறிக்க உபயோகப்படுத்திய பெயராகும்.

உலகில் தொன்மையாக நிலவிவந்த கலாசாரங்களில் இந்தியா, சீனாவைத் தவிர மற்றவையெல்லாம் ஏற்கெனவே அழிந்து போய்விட்டன. இந்தியக் கலாசாரம் மட்டும் பல்வேறு சிதைவுகளுக்கும் சிரமங்களுக்கும் இடையிலும் இன்றுவரை தொடர்ந்து தனித்

தன்மையுடன் விளங்கிவருவதாக வரலாற்று ஆசிரியர்கள் தெரிவிக்கின்றனர்.

நமது நாட்டின் தொன்மை காரணமாக, ஆரம்ப காலச் சமூக, பொருளாதார, வாழ்க்கை முறைகள் பற்றிச் சரியாகக் கணித்துச் சொல்வது கடினமான காரியமாக உள்ளது. மேலும், அந்தக் காலகட்டங்கள் பற்றிய ஆய்வுகள் இன்னமும் போதிய அளவில் மேற்கொள்ளப்படவில்லை. இதுவரை நடைபெற்றுள்ள சில அகழ்வாராய்ச்சிகள் மூலம் நமது நாடு 9,000 ஆண்டுகளுக்கான வரலாற்றை உடையது என்று தெரிய வந்துள்ளது.

சுமார் 4,500 வருடங்களுக்கு முன்னரே இந்திய நாகரிகம் மேம்பட்ட முறைகளில் செயல்பட்டு வந்ததை சிந்து-சரஸ்வதி நாகரிகம் குறித்த ஆய்வுகள் வெளிப்படுத்தியுள்ளன. நகர முன்னேற்றம், உலோகவியல் உள்ளிட்ட தொழில்நுட்பங்களில் தேர்ச்சி, எடை மற்றும் அளவுகளைக் கண்டறிய சீரான முறைகள், எழுத்து முறை, பரவலான விவசாயம், பலவகையான உற்பத்திகள், வெளிநாட்டு வர்த்தகம், கலாசார ஒருங்கிணைப்பு, மொஹஞ்சதாரோ, ஹாரப்பா, காலிபங்கன், லோதல், தோலவிரா போன்ற பெருநகரங்கள் இருந்த முறை ஆகியவை மக்களின் அப்போதைய மேம்பட்ட வாழ்க்கை முறைகளை உணர்த்துகின்றன.

எந்த ஒரு நாகரிகமும் திடீரென உயர்ந்த நிலையை அடைந்துவிட முடியாது. எனவே குறிப்பிட்ட காலத்துக்குப் பல வருடங்கள் முன்னரே வளர்ச்சிக்கான அஸ்திவாரங்கள் போடப்பட்டிருக்க வேண்டும். அதனால்தான் மொஹஞ்சதாரோ அகழ்வாராய்ச்சிகளுக்குப் பொறுப்பு வகித்த பிரிட்டிஷ் நிபுணர் ஜான் மார்ஷல், ஹாரப்பா, மொஹஞ்சதாரோ நாகரிகம் ஓர் ஆரம்பகால நாகரிகம் அல்ல என்றும் அது பல்லாயிரம் ஆண்டுகால மனித முயற்சிகளால் உருவான பழமை வாய்ந்த நாகரிகம் என்றும் குறிப்பிட்டுள்ளார். சிந்து சமவெளி நாகரிகம் பற்றி அவர் மேலும் குறிப்பிடும்போது, அங்கிருந்த கட்டுமான வசதிகள் எல்லாம் சாதாரண மனிதர்களுக்குப் பயன்படும் விதத்தில் ஏற்படுத்தப் பட்டிருந்தன என்று ஆச்சரியத்துடன் சொல்லியுள்ளார்.

பின்னர் தொடர்ந்து வந்த காலங்கள் தொடர்பான விவரங்களை சரித்திரச் சான்றுகள், அரசுக் குறிப்புகள், ஆவணங்கள், புத்தகங்கள், இலக்கியங்கள், கணக்கெடுப்புகள், மற்றும்

வெளிநாட்டவரின் பயணக் குறிப்புகள் உள்ளிட்ட பல்வேறு ஆதாரங்கள் மூலம் அறிய முடிகிறது. அவற்றில் பொருளாதாரம் உள்ளிட்ட பல துறைகள் பற்றிய விவரங்கள் எல்லாக் காலங் களுக்கும் போதுமானவையாக இல்லை. எனவே கிடைத்துள்ள விவரங்களை மட்டும் வைத்து சம்பந்தப்பட்ட காலங்களில் இருந்த நிலைகளை ஓரளவுக்கு அறிந்துகொள்ள முடிகிறது.

கடந்த 2,000 வருடங்களில் உலகின் பிற நாடுகளில் ஏற்பட்டு வந்த பொருளாதார மாற்றங்கள் பற்றிய பல விவரங்கள் இப்போது நமக்குக் கிடைத்து வருகின்றன. தற்போது உலகில் உள்ள நாடுகள் கடந்த சில நூற்றாண்டுகளில் உருவானவையே. எனவே அவை ஒவ்வொன்றுக்கும் தனியான விவரங்கள் ஆரம்பம் முதல் இல்லை. ஆனால் ஐரோப்பா, ஆப்பிரிக்கா என பகுதிகள் வாரி யான விவரங்கள் உள்ளன. அந்த விவரங்களை ஒப்பிடுவதன் மூலம் கடந்த 2,000 வருடங்களாக நமது நாடும் பிற நாடுகளும் எவ்வாறு இருந்துவந்துள்ளன என்று நம்மால் பெருமளவு அறிந்துகொள்ள முடியும்.

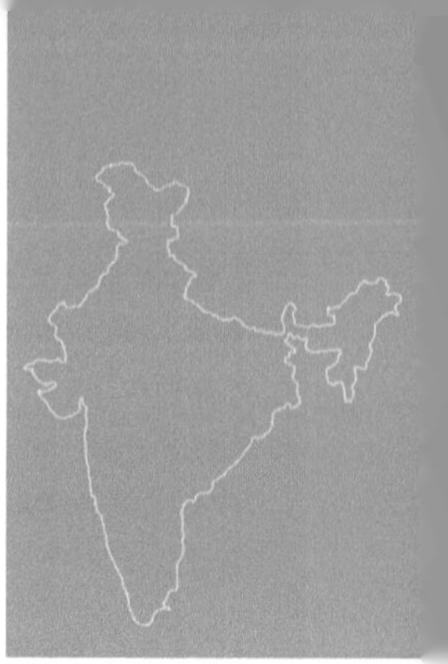

2

பண்டைய பொருளாதாரம்

பொதுயுகம் தொடங்கியது முதல் கடந்த 2,000 வருடங்களுக்குச் சற்று மேலாக, உலக நாடுகளின் பொருளாதார நிலைமைகள் எப்படி இருந்து வந்துள்ளன என்பது குறித்து பல முக்கியமான விவரங்களை ஆங்கஸ் மாடிசன் என்னும் ஐரோப்பியப் பொருளாதார வரலாற்று நிபுணர் தொகுத்துக் கொடுத்துள்ளார். அவற்றின்மூலம் இந்தியா உள்ளிட்ட உலகின் பல நாடுகளின் பொருளாதார உற்பத்திகள் மற்றும் பங்களிப்புகள் முதன்முறையாக நமக்குக் கிடைத்துள்ளன.

பொதுயுகம் தொடக்க காலத்தில் பொருளாதார நிலையில் உலகின் முன்னணியில் இருந்த தேசம் எதுவாக இருக்கும் என்று நினைக்கிறீர்கள்? ஊகிக்க முடிகிறதா? ஆம் நமது தேசம் தான்.[1] அப்போது உலகின் மொத்தப் பொருளாதார உற்பத்தி 102.5 பில்லியன் டாலராக இருந்தது.[2] அதில் நமது தேசத்தின் உற்பத்தி

---

1. இந்தியா என நாம் இப்போது குறிப்பிடும் நாடு, முந்தைய காலங்களில் இப்போது இருக்கும் நிலப்பரப்பை விட அதிகப் பகுதிகளை உள்ளடக்கியிருந்தது.

2. 1990 அமெரிக்க டாலர் மதிப்பில் கொடுக்கப்பட்டுள்ளது. ஒரு பில்லியன் டாலர் என்பது 100 கோடி டாலர். ஒரு டாலர், மே 2009 நிலவரப்படி சுமார் ரூ. 50க்கு சமம். ஒரு மில்லியன் டாலர் என்பது பத்து லட்சம் டாலர்.

மட்டும் 33.75 பில்லியன் டாலர். நமக்கு அடுத்து பொருளாதார உற்பத்தியில் முன்னணியில் இருந்த நாடு எது தெரியுமா? சீனா. அவர்களுடைய அப்போதைய பொருளாதார உற்பத்தி 26.82 பில்லியன் டாலர். ஆக இந்தியாவும் சீனாவும் உலகின் பொருளாதார உற்பத்தியில் முதல் இரண்டு இடங்களை வகித்தன. அப்போது மேற்கு ஐரோப்பாவின் மொத்தப் பங்களிப்பு 11.11 பில்லியன் டாலர் மட்டுமே. கீழ்க்காணும் அட்டவணையை கவனியுங்கள்.

அட்டவணை 2.1

உலகப் பொருளாதார உற்பத்தி (World GDP)

(1990 சர்வதேச டாலர்களில் - பொதுயுகம் 0)

நாடுகள் / பகுதிகள்	மில்லியன் டாலர்கள்
மொத்த மேற்கு ஐரோப்பா	11,115
கிழக்கு ஐரோப்பா	1,900
முன்னாள் சோவியத் ரஷ்யா	1,560
மொத்த மேற்கத்திய கிளை நாடுகள்	468
மொத்த லத்தீன் அமெரிக்கா	2,240
ஜப்பான்	1,200
சீனா	26,820
இந்தியா	33,750
பிற ஆசிய நாடுகள்	16,470
(ஜப்பான் தவிர்த்த) மொத்த ஆசியா	77,040
ஆப்பிரிக்கா	7,013
உலகம்	1,02,536

ஆதாரம் : மாடிசன் (2003), பக். 261

உலகில் இப்போது முன்னணியில் இருக்கும் அமெரிக்க, ஐரோப்பிய நாடுகள் பொதுயுகம் ஆரம்பத்தில் எந்த அளவு பொருளாதார உற்பத்தி உடையவையாக இருந்தன என்பது

பற்றிய விவரங்கள் தனித்தனியாக நமக்குக் கிடைக்கவில்லை. அந்த நாடுகள் அக்காலகட்டத்தில் இப்போது உள்ளதுபோல் உருவாகி இருக்கவே இல்லை.

நாடுகளின் பொருளாதார உற்பத்தி பற்றிய முக்கியத்துவத்தைப் புரிந்துகொள்ள அவற்றின் பங்களிப்பு சதவிகிதத்தைப் பார்ப்பது பொருத்தமாக இருக்கும். அவற்றைக் கீழ்க்காணும் அட்டவணையில் பார்க்கலாம்.

அட்டவணை 2.2

உலகப் பொருளாதாரத்தில் நாடுகளின் / பகுதிகளின் பங்களிப்பு பொதுயுகம் 0 (சதவிகிதம்)

நாடுகள் / பகுதிகள்	சதவிகிதம்
மொத்த மேற்கு ஐரோப்பா	10.8
கிழக்கு ஐரோப்பா	1.9
முன்னாள் சோவியத் ரஷ்யா	1.5
மொத்த மேற்கத்திய கிளை நாடுகள்	0.5
மொத்த லத்தீன் அமெரிக்கா	2.2
ஜப்பான்	1.2
சீனா	26.2
இந்தியா	32.9
பிற ஆசிய நாடுகள்	16.1
(ஜப்பான் தவிர்த்த) மொத்த ஆசியா	75.1
ஆப்பிரிக்கா	6.8
உலகம்	100.0

ஆதாரம் : மாடிசன் (2003), பக். 263

மேற்கண்ட அட்டவணை மூலம் உலகப் பொருளாதாரத்தில் நமது நாடு வகித்து வந்த மிக முக்கியமான நிலையை நாம் அறியலாம். 2000 வருடங்களுக்கு முன்பு உலகப் பொருளாதாரத்

துக்கு 32.9 சதவிகிதப் பங்கை நமது நாடு அளித்துக்கொண்டிருந்தது. இதையே வேறு வகையில் சொல்லவேண்டுமானால், அப்போது உலகப் பொருளாதாரத்தில் மூன்றில் ஒரு பங்கு இந்தியாவின் கையில் இருந்தது. இது ஓர் அசாத்தியமான சாதனையாகும். அப்போது உலகில் வேறு எந்த நாட்டாலும் இந்த அளவுக்கு அதிகப் பங்களிப்பை தர இயலவில்லை என்பதை நினைவில் கொள்ளவேண்டும்.

இந்தியாவுக்கு அடுத்த நிலையில் சீனா 26.2 சதவிகிதப் பங்கை அளித்துக்கொண்டிருந்தது. இந்தியாவும் சீனாவுமாகச் சேர்ந்து உலகப் பொருளாதார உற்பத்தியில் 59.1 சதவிகிதத்தைத் தம் வசம் வைத்திருந்தன. அவற்றுடன் ஜப்பான் மற்றும் பிற ஆசிய நாடுகளின் பொருளாதார உற்பத்தியையும் எடுத்துக் கொண்டால், ஆசிய நாடுகள் அனைத்தும் சேர்ந்து உலக உற்பத்தியில் 76.3 சதவிகிதம் அளவுக்குப் பங்களித்துக் கொண்டிருந்தன என்பது புலனாகும்.

ஆக, அந்தக் காலகட்டத்தில் உலகப் பொருளாதாரத்தில் நான்கில் மூன்று பங்கு ஆசியாவில்தான் இருந்தது. அதற்குத் தலைமை வகித்த நாடு இந்தியா! மொத்த மேற்கு ஐரோப்பாவும் சேர்ந்து வெறும் 10.8 சதவிகிதமும், ஆப்பிரிக்கா வெறும் 6.8 சதவிகிதமும் மட்டுமே பங்களித்தன. இந்தியப் பொருளாதாரம், மொத்த மேற்கு ஐரோப்பிய நாடுகளின் பொருளாதாரத்தைவிட மூன்று மடங்குக்கு மேல் இருந்தது. ஆக, அந்தக் காலகட்டத்தில், எந்த நாடும் நெருங்கவே முடியாத இடத்தில், மிக அதிக உற்பத்தியை இந்தியா அளித்துக்கொண்டிருந்தது.

ஒரு குறிப்பிட்ட காலத்தில் ஒரு நாட்டில் நிலவும் பொருளாதார நிலை, அதற்கு முந்தைய பல ஆண்டுகளின் பொருளாதாரச் செயல்பாடுகளைப் பொருத்தே அமையும். இந்தியா, 2,000 வருடங்களுக்குமுன் உலகப் பொருளாதாரத்தில் சுமார் 33 சதவிகிதத்தைப் பெற்றிருந்தது என்றால், அந்த நிலையை அடைய அதற்குப் பல ஆண்டுகள் முந்தியிருந்தே பொருளாதாரம் வளர்ச்சி பெற்ற நிலையில் இருந்திருக்கவேண்டும். உலகின் முதல் நிலையை அடைய, அதுவும் மூன்றில் ஒரு பங்கு பொருளாதாரத்தைத் தன் வசம் வைத்திருக்கவேண்டும் என்றால், இந்தியாவில் உயர்தரமான பொருளாதார அமைப்பு முறை இருந்திருக்க வேண்டும். உயர்தரமான பொருளாதார அமைப்பு முறை அமையவேண்டும் என்றால், அதற்கேற்ற சமூக, தொழில்

அமைப்புகளும், தேவையான கட்டமைப்புகளும் நன்றாக இருந்திருக்கவேண்டும்.

ஆனால் பொதுயுகத்துக்கு முந்தைய காலகட்டத்தின் பொருளா தார நிலை மற்றும் வளர்ச்சி குறித்து தேவையான புள்ளி விவரங்கள் இன்று நம்மிடையே இல்லை. அவை பற்றிய கணக்கெடுப்புகளை இதுவரை யாரும் மேற்கொண்டதாகவும் தெரியவில்லை. கடந்த 2,000 வருடங்களின் பொருளாதாரப் புள்ளிவிவரங்கள்கூட மேற்கத்திய நிபுணர் ஆங்கஸ் மாடிசன் கணக்கிட்டுக் கொடுத்துள்ளவையே ஆகும். அதற்கு முந்தைய காலம் குறித்து மேற்கத்திய நிபுணர்கள் போதுமான ஆர்வமும் அக்கறையும் காட்டவேண்டிய அவசியம் இல்லாமல் இருக்கக் கூடும். ஏனெனில் அந்தக் காலகட்டத்தில் அவர்களது நாடுகள் பொருளாதார நிலையில் தலைசிறந்து இருக்கவில்லை. சொல்லப்போனால் அவர்களது நாடுகள் பல, உருவாகியே இருக்கவில்லை. எனவே இது தொடர்பான ஆராய்ச்சிகளை இந்தியப் பொருளாதார நிபுணர்கள்தாம் மேற்கொள்ள வேண்டி யிருக்கும். அப்போதுதான் நம் நாட்டின் பண்டையப் பொருளா தாரம் குறித்து நிறைய உண்மைகள் வெளியில் வரும்.

பொதுயுகத்துக்கு முந்தைய பொருளாதார நிலைமை பற்றித் தேவையான புள்ளிவிவரங்கள் இல்லாததால், விவசாயம், தொழில்கள், வியாபாரம், சர்வதேச வர்த்தகம், கல்வி, அறிவியல் மற்றும் தொழில்நுட்பம் குறித்து நம்மிடையே உள்ள விவரங் களிலிருந்து அக்காலகட்டங்களின் பொருளாதார மற்றும் சமூக நிலைமையை நாம் கணிக்க வேண்டியுள்ளது.

அகழ்வாராய்ச்சிக் கண்டுபிடிப்புகள், அறிஞர்கள் மற்றும் வரலாற்று ஆசிரியர்களின் எழுத்துகள், இலக்கியச் சான்றுகள், மேலைநாட்டு அறிஞர்கள், பயணக் கட்டுரையாளர்கள், ஆட்சியாளர்கள் மற்றும் அதிகாரிகளின் குறிப்புகள் ஆகியவை மூலமாகவும் இந்தியாவின் பண்டைய சமூக, பொருளாதார நிலையை நாம் ஊகித்து அறியலாம். இந்தக் கணிப்புகளும் ஊகங்களும் துல்லியமாக அமையாமல் போகலாம். ஆனாலும் அப்போதிருந்த நிலையை மேற்கூறிய ஆதாரங்கள் கண்டிப்பாக நமக்கு உணர்த்தும் என நம்பலாம்.

இப்போது மேற்கொள்ளப்படும் பொருளாதாரக் கணக்கீடு களிலும் நிறையக் குறைபாடுகள் உள்ளன. ஒரு நாட்டின்

பொருளாதார நிலைமை பற்றி மிகத் துல்லியமாகக் கணிப்பது என்பது எப்போதுமே இயலாத காரியம்தான். அதுவும் பரந்து விரிந்த இந்தியாவின் பொருளாதார நிலை பற்றி மேற்கத்திய அளவுகோல்களை வைத்துச் சரியாகக் கணிப்பது என்பது முற்றிலும் இயலாத காரியம். எனவே, கிடைக்கும் தகவல் களைக் கொண்டு இந்தியாவின் பண்டைய பொருளாதாரத்தை, முடிந்தவரை அளவிடும் முயற்சியில் நாம் இறங்குவோம்.

ஒரு நாட்டின் பொருளாதாரத்துக்கு அடிப்படையாக மூன்று துறைகள் உள்ளதாக நிபுணர்கள் வகுத்துள்ளனர். அவை விவசாயம், தொழில் மற்றும் சேவைத் துறைகள். சேவைத் துறை என்பதில் கடந்த சில ஆண்டுகளில் பெரும் மாற்றங்கள் ஏற்பட்டுள்ளன. எனவே அதை விடுத்து, விவசாயம், தொழில் மற்றும் வியாபாரம் ஆகியவற்றைப் பற்றி மட்டுமே இங்கு பார்ப்போம். அடுத்து, ஒரு நாட்டின் பொருளாதார வளர்ச்சிக்கு அவசியமான கல்வி, அறிவியல் மற்றும் தொழில்நுட்பம் பற்றிய சில விவரங்களையும் பார்க்கலாம்.

விவசாயம்

பிரெஞ்சு தொல்லியல் நிபுணரான ழான்-ஃப்ரான்சுவா ஜாரீஜ் (Jean - François Jarrige), இந்தியாவின் தொன்மையான குடியிருப்புகளின் ஒன்றான மெஹ்ர்கார் (Mehrgarh) பகுதியில் 8,000 வருடங்களுக்கு முன்பே விவசாயப் பொருளாதாரம் செயல்பட்டு வந்தது எனக் குறிப்பிட்டுள்ளார். 4,500 வருடங் களுக்கு முன்பே கோதுமை, பார்லி, பட்டாணி, பேரீச்சை போன்ற உணவுப்பொருட்கள் இந்தியாவில் பயிர் செய்யப்பட்டு வந்ததாக விவசாய அறிஞர்கள் கூறுகின்றனர். 5,000 வருடங் களுக்கு முந்தைய ஹாரப்பா அழிவுகளிலிருந்து பருத்தித் துணி யின் அடையாளங்கள் கண்டுபிடிக்கப்பட்டுள்ளன. 4,300 வருடங் களுக்கு முன்பே அரிசி விளைவிக்கப்பட்டதற்கான ஆதாரங்கள் கிடைத்துள்ளன. எனவே நம் நாட்டில் பலவித உணவு தானியங் களும், பருத்தியும், இன்னபிற பொருட்களும் குறைந்தது 4,000 வருடங்களுக்கு முன்னரே பயிர் செய்யப்பட்டு வந்துள்ளது தெரிய வருகிறது.

2,300 வருடங்களுக்கு முன்னர் இந்தியாவுக்கு வந்திருந்த கிரேக்க வரலாற்று ஆசிரியர் மெகஸ்தனீஸ், இந்தியாவைப் பற்றி எழுதும் போது, இந்தியாவின் பெரும்பான்மை நிலங்கள் பாசன வசதி

பெற்றிருந்ததாகவும், அதனால் வருடத்துக்கு இரண்டு போகம் விளைச்சல் இருந்ததாகவும் குறிப்பிட்டுள்ளார். பொது யுகத்துக்கு முதல் நூற்றாண்டில் இந்தியாவுக்கு வந்த கிரேக்க வரலாற்றாசிரியர் டியோடரஸ் சிகுலஸ் (Diodorous Siculus), இந்தியாவின் செழிப்பான மண்வளத்தையும், மண்ணுக்கு உயிர் கொடுக்கும் ஆறுகள் நிறைந்திருந்ததையும் பெருமை யாகக் குறிப்பிட்டுள்ளார். மேலும் உணவுக்குத் தேவையான பலவகைப் பயிர்களும் அப்போதே இங்கு இருந்ததாகவும் குறிப்பிட்டுள்ளார்.

பல நூறு வருடங்களாக நம் முன்னோர்கள் பெற்றிருந்த அனுபவம் மூலம், விளைச்சலைப் பெருக்க உயர்தரமான வசதி களையும், அவற்றுக்குத் தேவையான கருவிகளையும் அவர்கள் பயன்படுத்தி வந்தது தெரியவருகிறது. கிழக்கிந்தியக் கம்பெனி யில் அதிகாரியாகப் பணிபுரிந்த மேஜர் ஜெனரல் அலெக்சாண்டர் வாக்கர் (Alexander Walker) இந்திய விவசாயத்தைப் பற்றி 1820 வாக்கில் எழுதும்போது, இந்துக்கள் பன்னெடுங்காலமாக ஒரு மிக உபயோகமான கண்டுபிடிப்பைப் பயன்படுத்தி வந்தார்கள் எனக் குறிப்பிடுகிறார். அது என்ன தெரியுமா? நம் விவசாயிகள் வருடந்தோறும் சாதாரணமாக உபயோகப்படுத்தும் கலப்பை தான்! இந்தக் கருவி இந்தியாவில் தொன்றுதொட்டே இருந்து வந்ததாக அவர் கூறுகிறார்.

ஆனால் இந்தக் கருவி ஐரோப்பாவில் 1662-ல்தான் முதன் முதலாகப் பயன்படுத்தப்பட்டதாகத் தெரிய வருகிறது. அதுவும் இங்கிலாந்தில் 1730-ல்தான் அறிமுகப்படுத்தப்பட்டது! ஓரளவு பரவலாக அந்த நாட்டு மக்கள் இதைப் பயன்படுத்துவதற்கு மேலும் ஐம்பது ஆண்டுகள் பிடித்தன.

இருபதாம் நூற்றாண்டைச் சேர்ந்த முக்கியமான மேற்கத்திய விஞ்ஞானிகள் பலரும், எப்படி இந்திய விவசாயிகள் இயற்கை உரத்தைப் பயன்படுத்தி விளைச்சல் குறையாமல் 2,000 வருடங்களுக்கு மேலாக விவசாயம் செய்து வந்துள்ளனர் என ஆச்சரியப்பட்டு எழுதியுள்ளனர். ஆல்பர்ட் ஹாவர்ட் (Albert Howard) என்ற விஞ்ஞானி, இந்திய விவசாயிகளை 'பேராசிரியர் கள்' என்று தான் கருதுவதாகவும், அவர்களது செயல்களைக் கவனிப்பதைத் தவிர தான் ஆய்வு செய்வதற்கு இந்தியாவில் வேறு ஒன்றும் இல்லை என்றும் குறிப்பிட்டுள்ளார்.

மேலும், செயற்கை உரங்கள், பூச்சிக்கொல்லி மருந்துகள் போன்றவற்றைப் பயன்படுத்தாமல், நோய் தாக்குதல் இன்றி நல்லமுறையில் விவசாயம் செய்யும் முறையை இந்திய விவசாயிகளிடமிருந்தே தான் கற்றுக்கொண்டதாக அவர் எழுதியுள்ளார். இதன்மூலம் நம் முன்னோர்களின் விவசாய அறிவு எப்படி உயர் நிலையில் இருந்தது என்பதை நாம் அறிந்துகொள்ளலாம்.

பண்டைய சமூகம், அதிகபட்சமான உணவு உற்பத்தி செய்வதை தன்னுடைய தலையாயக் கடமையாகக் கொண்டிருந்தது என்பதை பழம் இலக்கியங்கள் மூலம் நாம் அறியலாம். திருவள்ளுவர், நாடு என்ற அதிகாரத்தில், ஒரு நாடு என்பது மிகுதியான விளைபொருள் தருவதாக அமையவேண்டும் என்கிறார். விவசாயத்தை அடிப்படையான தொழிலாக மதித்து, அதிக அளவு உணவு உற்பத்தியை வாழ்க்கை முறையாகக் கொண்டிருந்த காரணத்தால், அன்றைய காலகட்டத்தில் பஞ்சமும் பட்டினியும் பெரிய அளவு இருக்கவில்லை. அந்தக் காலகட்டங்களில் இந்தியாவில் உணவுப் பற்றாக்குறை என்பது பரவலாக ஏற்பட்டதில்லை என்று சிகுலஸ் குறிப்பிட்டுள்ளார். பொதுயுகம் பதினான்காம் நூற்றாண்டில் இந்தியாவுக்கு வந்த அரபு அறிஞர் இபின் பதூதா (Ibn Battutah), இந்தியாவில் அரிசி மூன்று போகம் விளைந்தது என்று குறிப்பிட்டுள்ளார்.

பத்தொன்பதாம் நூற்றாண்டின் தொடக்க காலம் வரையில் நாட்டில் அதிக அளவு விவசாய உற்பத்தியும் உற்பத்தித் திறனும் நிலவியதாக கொள்கை படிப்பு மையம் தெரிவிக்கிறது. நாட்டின் பல பாகங்களிலும் கிடைத்துள்ள கல்வெட்டுகளைப் படிக்கும் போது, பதினொன்றாம் நூற்றாண்டு முதற்கொண்டு இந்தியா வில் மிக அதிக அளவில் உற்பத்தியும் உற்பத்தித் திறனும் இருந்து வந்துள்ளது என்று தெரிகிறது. இந்திய விவசாயத்தின் உற்பத்தித் திறன், அப்போதைய ஐரோப்பிய நிலையைவிட மிக அதிகமாக இருந்தது மட்டுமல்லாமல், இன்று உலகில் அதிக பட்சமாக அடையக்கூடிய இலக்கை விடவும் அதிகமாக இருந்துள்ளது என்றும் தெரிய வருகிறது.

பண்டைய நாட்கள் முதலாக விவசாயத் துறையில் முன்னணி நாடாக இந்தியா விளங்கி வந்துள்ளது என்று தெரிந்துகொள்ளும் அதே நேரம், நம் முன்னோர்கள் எப்படி இந்த அளவு அதிக

உற்பத்தியை ஈட்டினர் என்ற கேள்வியும் நம் மனத்தில் எழுகிறது. இயற்கை வளங்களை முறையாகப் பயன்படுத்துவதன் மூலம், விளைச்சலை அவர்கள் அதிகரித்துள்ளனர் என்பது நமக்குப் புலனாகிறது.

1850-களில் மெட்ராஸ் பிரசிடென்சியில் *50,000*-க்கும் மேற்பட்ட ஏரிகள் இருந்ததாக பிரிட்டிஷ் நிபுணர்கள் மதிப்பிட்டுள்ளனர். தென்னிந்தியா முழுவதும் ஒரு லட்சத்துக்கும் மேற்பட்ட ஏரிகள் இருந்ததாகக் கணக்கிடப்பட்டுள்ளது. அவை அனைத்துமே அந்தந்தப் பகுதிகளைச் சேர்ந்த மக்களால் உருவாக்கப்பட்டு பராமரிக்கப்பட்டவை. ஒன்றிலிருந்து வெளியேறும் நீர் அடுத்த ஏரிக்குச் செல்லும் வகையில் அவை அமைக்கப்பட்டிருந்தன. அவற்றுக்கு இடையே இருந்த தொடர்புகளை ஆராய்ந்த பத்தொன்பதாம் நூற்றாண்டைச் சேர்ந்த பிரிட்டிஷ் பொறியாளர்கள், ஏரிகள் ஒவ்வொன்றும் மிகக் கச்சிதமாக அமைக்கப்பட்டிருந்ததாகவும், அவற்றில் ஒன்றைக்கூட வெளியே எடுக்கவோ அல்லது புதிதாகச் சேர்க்கவோ முடியாத நிலையில் முழுமை பெற்றிருந்ததாகவும் குறிப்பிட்டுள்ளனர்.

இப்படிப் பல்வேறு முயற்சிகளையும் மேற்கொண்டதால், பதினெட்டாம் நூற்றாண்டில்கூட, வளம் அதிகம் இல்லாத விவசாயப் பகுதிகளிலும் உற்பத்தித் திறன் அதிக அளவில் நிலவி வந்துள்ளது.

1760-களில் சென்னையை அடுத்துள்ள செங்கல்பட்டு பகுதியின் *2,000* இடங்களில் விவசாயத்தின் நிலை பற்றிய விவரங்கள் சேகரிக்கப்பட்டுள்ளன. சண்டைகள், சச்சரவுகள் அதிகம் நிலவிய நிலையிலும்கூட, அந்தப் பகுதியில் சராசரியாக ஒரு ஹெக்டேருக்கு *2.5* டன் உணவு தானியம் அப்போது உற்பத்தி ஆகியுள்ளது. தீவிர விவசாயத்துக்கு உட்பட்ட இடங்களில் ஒரு ஹெக்டேருக்கு *5* டன் வரைகூட உற்பத்தி ஆகியுள்ளது. அது, இன்றைய உற்பத்தியைவிட ஐந்து மடங்குக்கு மேல் என்று கொள்கை படிப்பு மையம் தெரிவிக்கிறது.

தொழில்

பழங்காலம் முதலே தொழில்கள் மற்றும் உற்பத்தியில் இந்தியா சிறந்து விளங்கிவந்துள்ளது. கப்பல் கட்டும் தொழிலில் இந்தியா

உலகிலேயே முன்னணி நாடாக இருந்தது என்று தொல்லியல் நிபுணர் பி.சி. சாப்ரா (B.C. Chhabra) குறிப்பிட்டுள்ளார். இந்தியக் கொடிகளைத் தாங்கிய கப்பல்கள் தொடர்ந்து பலகாலம் அரபிக் கடலிலும் இந்து மாக்கடலிலும் பயணித்து வந்தன. இந்திய மாலுமிகள் கப்பல் ஓட்டுவதில் முன்னணி வகித்தனர். கிழக்கிந்தியக் கம்பெனி இந்தியாவுக்கு வரும்வரை உள்நாட்டிலும் நாட்டுக்கு வெளியிலும் கப்பல் போக்குவரத்து அதிகமாக இருந்தது.

2300 வருடங்களுக்கு முன்னால் இருந்த மௌரிய தேசத்தைப் பற்றிச் சொல்கிறபோது தொழில்கள் பல்வேறு முறைகளில் அமைப்புரீதியாகச் செயல்பட்டு வந்ததாக வரலாற்றாசிரியர் ஏ.எல். பாஷம் (A.L. Basham) குறிப்பிட்டுள்ளார். சிறிய மற்றும் பெரிய அளவுகளில் தொழில்கள் நடைபெற்று வந்ததாகவும், நூற்பு ஆலைகளையும் ராணுவ ஆயுத உற்பத்திச் சாலைகளையும் மௌரிய அரசு நடத்தி வந்ததாகவும் அவர் குறிப்பிடுகிறார். ஒரு தொழிலதிபர், பானை உற்பத்தி செய்யும் 500 பணிமனைகளை வைத்திருந்ததாகவும், தன் உற்பத்தியை கங்கைச் சமவெளி முழுவதும் விற்பனை செய்ய பல படகுகளை அவர் சொந்தமாக நிர்வகித்து வந்ததாகவும் பாஷம் சுட்டிக்காட்டியுள்ளார். இதன் மூலம் அப்போது தொழில்கள் சிறியதாகவும் பெரியதாகவும், அரசு வசமும் தனியார் வசமும் இருந்தது தெரிய வருகிறது.

2,300 வருடங்களுக்கு முன்னால் எழுதப்பட்ட அர்த்தசாஸ்திரம், பல்வேறு தொழில்துறைகளுக்கும் தலைமைப் பொறுப்புகளை வரையறுத்துள்ளது. கனிமம் மற்றும் உலோகத் துறை தலைமைக் கட்டுப்பாட்டு அதிகாரி, உப்புத் துறை தலைமை ஆணையாளர், ஜவுளித் துறை தலைமை ஆணையாளர், கப்பல் துறை தலைமைக் கட்டுப்பாட்டு அதிகாரி போன்ற தலைமைப் பொறுப்புகள் அப்போது நிர்வாகத்தில் நடைமுறையில் இருந்துள்ளன. அந்த நிர்வாகப் பொறுப்புகள், வளர்ச்சியடைந்த தொழில்துறை இல்லாமல் தானாக வந்திருக்க முடியாது. அந்தக் காலகட்டத்தில் நெசவு ஒரு தேசியத் தொழிலாக இருந்தது என்றும், துணி மற்றும் நூல்களை உற்பத்தி செய்யத் தகுதிபெற்ற நபர்கள் பணியில் ஈடுபடுத்தப்பட்டதாகவும் அறிகிறோம். அந்தக் காலத்திலேயே நுகர்வோர் பாதுகாப்புக்கு என்று தனியான விதிமுறைகளும்,

வேலை செய்யும் பெண்களுக்கு என்று நியதிகளும் நடைமுறையில் இருந்து வந்துள்ளன.

மாண்ட்கோமரி மார்ட்டின் (Montgomery Martin) என்னும் ஆங்கிலேயர், 1840-ல், பிரிட்டிஷ் காலனி தேசங்களின் வரலாற்றைத் தொகுத்தார். அதில், இந்தியா, உற்பத்தி மற்றும் விவசாயத் துறைகளில் சிறந்து விளங்கியதாகவும், பலவகையான பொருட்கள் காலங்காலமாக உற்பத்தி செய்யப்பட்டு, உலகின் மற்ற எந்த நாடும் போட்டி போட முன்வராத அளவு செயல்பட்டு வந்ததாகவும் குறிப்பிட்டுள்ளார். கடந்த 5,000 வருடங்களாக இந்தியாவில் நடைபெற்று வந்த வியாபாரங்கள் பற்றி அகர்வாலா என்னும் வரலாற்று ஆசிரியர் புத்தகமாக எழுதியுள்ளார். அதில் பத்தொன்பதாம் நூற்றாண்டின் தொடக்கம் வரை பல்வேறு தொழில்களில் அதிக எண்ணிக்கையில் மக்கள் ஈடுபட்டு வந்ததைச் சுட்டிக் காட்டியுள்ளார். சாயம் ஏற்றுதல், தோல் பதனிடுதல் மற்றும் உலோக வேலைகளில் பல லட்சக்கணக்கான மக்கள் அப்போது ஈடுபட்டு வந்ததையும் குறிப்பிட்டுள்ளார்.

யேல் பல்கலைக்கழகப் பேராசிரியரும் பிரிட்டிஷ் வரலாற்றாளருமான பால் கென்னடி (Paul Kennedy), 1500 முதல் 2000 வரை உலகின் முக்கிய நாடுகளில் ஏற்பட்ட பொருளாதார மாற்றங்கள் குறித்து ஒரு புத்தகம் வெளியிட்டுள்ளார். அதில் 1750-ல் உற்பத்தித் துறையில் பல்வேறு நாடுகள் எந்த அளவு பங்களித்தன என்பது குறித்து புள்ளி விவரங்களை அளித்துள்ளார்.

1750-ல் உலக உற்பத்தியில் நான்கில் ஒரு பாகத்தை இந்தியா அளித்துவந்தது. அப்போது, இந்தியாவின் பங்கு அனைத்து ஐரோப்பிய நாடுகளின் பங்கைவிட அதிகமாகவும், சீனாவைத் தவிர மற்ற அனைத்து நாடுகளைவிடவும் முன்னிலையிலும் இருந்துள்ளது. இந்தியாவும் சீனாவும் சேர்ந்து உலக உற்பத்தியில் 53.7 சதவிகிதம் பங்கினை அளித்துக்கொண்டிருந்தன. அந்தச் சமயத்தில் அமெரிக்கா உலக உற்பத்தியில் அளித்த பங்கு 0.1 சதவிகிதம் மட்டுமே. ஆக, பதினெட்டாம் நூற்றாண்டின் இடையில்கூட உலக உற்பத்தியில் சீனாவும் இந்தியாவும் முன்னிலை வகித்ததும், மேற்கத்திய நாடுகள் பெரிதும் பின்தங்கி இருந்ததும் நமக்குப் புரிகிறது. இந்த விவரங்களை கீழ்க்கண்ட அட்டவணையில் காணலாம்.

அட்டவணை 2.3

உலக உற்பத்தித் துறையில் நாடுகளின் பங்கு - 1750

நாடுகள் / பகுதிகள்	சதவிகிதம்
ஐரோப்பா முழுமையும்	23.2
பிரிட்டன்	1.9
ஹாஸ்பர்க் பேரரசு	2.9
பிரான்ஸ்	4.0
ஜெர்மன் அரசுகள்	2.9
இத்தாலிய அரசுகள்	2.4
ரஷ்யா	5.0
அமெரிக்கா	0.1
ஜப்பான்	3.8
சீனா	32.8
இந்தியா	24.5

வாணிபம்

பண்டைய இந்தியாவில் விவசாயத்துக்கும் தொழில்துறைக்கும் அடுத்தபடியாக வாணிபம் மிக முக்கியமான நடவடிக்கையாகக் கருதப்பட்டது. பழங்கால வாணிபம் உள்நாட்டோடு நின்றுவிடவில்லை. உலகின் பல பாகங்களில் உள்ள நாடுகளுடனும் நடைபெற்று வந்தது. கடல் சார்ந்த வாணிபமும் நடைமுறையில் இருந்தது. நறுமணப் பொருட்கள், பட்டு, உயர்தரப் பருத்தித் துணிகள், மதிப்பு மிக்க கற்கள் ஆகியவை இந்தியாவிலிருந்து எகிப்து, மெசபடோமியா, ரோம் ஆகிய நாடுகளுக்குக் கொண்டுசென்று விற்கப்பட்டன. அங்கெல்லாம் இந்தியப் பட்டும் உயர்தர மஸ்லின் துணிகளும் அதிக விலை கொடுத்து வாங்கப்பட்டன.

பொதுயுகம் தொடங்குவதற்கு முன்னதாகவே இந்தியா, ஐரோப்பிய நாடுகளுடன் நன்கு வியாபாரம் செய்து வந்துள்ளது.

பாபிலோன், அசீரியா, சுமேரியா, பாரசீகம் போன்ற பகுதிகளில் அகழ்வாராய்ச்சிகளில் தோண்டி எடுக்கப்பட்ட ஆதாரங்கள், அந்த நாடுகள் இந்தியாவுடன் கொண்டிருந்த வாணிப உறவை எடுத்துக் காட்டுகின்றன. 5,000 வருடங்களுக்கு முன்னரும் அதற்குப் பின்னும் பஹ்ரைன், குவைத், ஓமன் போன்ற நாடுகளுடன் இந்தியா கொண்டிருந்த வாணிபப் பரிமாற்றங்கள், மற்றும் குஜராத்தில் லோதல் என்ற இடத்தில் இருந்த துறைமுகம் போன்றவை அகழ்வாராய்ச்சிகள் மூலம் உறுதி ஆகியுள்ளன.

எனவே, சர்வதேச வாணிபம் என்பது நமது நாட்டுக்கு இப்போது புதிதாக வந்ததல்ல. சர்வதேச வாணிபத்தில் ஆரம்ப காலம் முதல் இந்தியாவின் கை ஓங்கியே இருந்தது. அதனால் இந்தியா அதிக அளவில் தங்கத்தைச் சேர்த்துக்கொண்டே இருந்தது. அதன் காரண மாக, அன்று நமது நாட்டுடன் வாணிபம் செய்துகொண்டிருந்த பல நாடுகளின் தங்கக் கையிருப்பு குறைந்துகொண்டே வந்தது. பொதுயுகம் முதல் நூற்றாண்டில் (77-ம் ஆண்டு) ரோமானிய அறிஞர் பிளைனி (Pliny) என்பவர் ரோமானியச் செல்வம் இந்தியாவுக்குச் செல்வது குறித்து தமது கவலையைத் தெரிவித்த தாக வரலாற்றாசிரியர்கள் குறிப்பிட்டுள்ளனர்.

ஜெர்மானியப் பொருளாதார வரலாற்றாசிரியர் ஆண்ட்ரே குந்தர் பிராங்க் (Andre Gunder Frank) பதினைந்தாம் நூற்றாண்டு முதல் பத்தொன்பதாம் நூற்றாண்டு தொடக்கம் வரை ஐரோப்பிய மற்றும் மேற்கு ஆசிய நாடுகளுடனான வாணிபம் மூலம் இந்தியாவுக்கு அதிக அளவில் பயன் ஏற்பட்டதாகவும், அதனால் தங்கமும் வெள்ளியும் நிறைய அளவில் இங்கு வந்து குவிந்ததாக வும் குறிப்பிட்டுள்ளார். அந்தக் காலகட்டங்களில் இந்தியா, இந்து மாக்கடல் பகுதியின் பொருளாதார மையமாக விளங்கியது என்று அவர் சுட்டிக்காட்டியுள்ளார். மேலும், முகலாயர் படை எடுப்புக்கு முன்னர் இந்தியாவின் பெரும்பாலான பகுதிகள் மிகுந்த வளர்ச்சி பெற்றிருந்ததாகவும், உலக அளவில் இந்தியா ஜவுளித் துறையைத் தன் கைக்குள் வைத்திருந்ததாகவும் அவர் குறிப்பிட்டுள்ளார்.

முந்தைய காலத்து வெளிநாட்டு நூல்களும் குறிப்புகளும் நமது நாட்டின் வெளிநாட்டு வணிகம் குறித்த பல முக்கியச் செய்திகளைக் கொடுத்துள்ளன. பொதுயுகம் முதலாம் மற்றும் இரண்டாம் நூற்றாண்டுகளைச் சேர்ந்த கிரேக்க, ரோம நூல்கள் இந்தியாவுக்கும் ரோமப் பேரரசுக்கும் இடையே நடைபெற்ற

வணிகம் குறித்தும், இந்தியத் துறைமுகங்கள் குறித்தும் விவரங்களைத் தருகின்றன. லத்தீன் மொழியில் எழுதப்பட்ட பிளைனியின் 'இயற்கை வரலாறு' (Natural History) என்னும் நூல் இந்தியாவுக்கும் ரோமுக்கும் இடையே நடைபெற்ற வாணிபத்தைப் பற்றிக் கூறுகிறது. கிரேக்க மொழியில் எழுதப்பட்ட 'எரித்ரியத் தீவின் பெரிப்ளஸ்' (Periplus of the Erithraean Sea), தாலமியின் 'நிலவியல்' (Geography) ஆகிய இரு நூல்களும் பண்டைக் கால வாணிபத் தொடர்பு சம்பந்தமான பல முக்கியத் தகவல்களை தருகின்றன.

மேலும், நாணயங்கள், கல்வெட்டுகள், தொல்பொருள் ஆய்வுகள் போன்றவை பழங்கால வாணிபம் குறித்த முக்கியச் செய்திகளை நமக்கு அளிக்கின்றன. இந்தியா முழுவதும் பல இடங்களில் கிடைத்துள்ள ரோம நாணயங்கள் மூலம், ரோமாபுரியுடன் நடைபெற்ற வணிகம் பற்றி அறிய முடிகிறது. தமிழகத்தின் கோவை மாவட்டத்தில் உள்ள கொடுமணல், அக்காலத்தில் சிறந்த இரும்பு உற்பத்தி மையமாக விளங்கி சர்வதேச அளவில் பெயர் பெற்றிருந்தது. அங்கு நடைபெற்ற கள ஆய்வுகளில், ரோமின் மன்னர்களான அகஸ்டஸ், தைபிரியஸ் ஆகியோர் காலத்திய நாணயங்கள் கிடைத்துள்ளன. சிந்து சமவெளி நாகரிகம் தொடர்பான தொல்பொருள் ஆய்வுகள், அக்காலத்தில் இந்தியா பிற நாடுகளுடன் கொண்டிருந்த வாணிபத் தொடர்புகளை வெளிப்படுத்துகின்றன.

சங்கத் தமிழ் இலக்கியங்கள், பண்டைய கால வாணிபம் குறித்த பல செய்திகளை நமக்கு அளிக்கின்றன. பட்டினப்பாலையில், கடியலூர் உருத்திரங் கண்ணணார், காவிரிப்பூம்பட்டினத் துறைமுகத்தில் இடைவிடாது ஏற்றுமதிகளும் இறக்குமதிகளும் தொடர்ந்து நடைபெறுவதை உவமையுடன் வர்ணித்துள்ளார்.

வான்முகந்தநீர் மலைப்பொழியவும்
மலைப்பொழிந்தநீர் கடற்பரப்பவும்
மாரிபெய்யும் பருவம்போல
நீரினின்று நிலத்தேற்றவும்
நிலத்தின்று நீர்ப்பரப்பவும்
அளந்தறியாப் பலபண்டம்
வரம்பறியாமை வந்தீண்டி

அருங்கடிப் பெருங்காப்பின்
வலியுடைய வல்லணங்கினோன்
புலிபொறித்துப் புறம்போக்கி
மதி நிறைந்த மலிபண்டம்

பட்டினப்பாலை: 126-136

கடலிருந்து நீர் ஆவியாகி மேலே சென்று மேகமாக மாறி மழையாகப் பொழிந்து மீண்டும் கடலில் கலப்பதுபோல, கடலிலிருந்து நிலத்துக்கு இறக்குமதியாகப் பொருள்கள் வந்து, மீண்டும் நிலத்திலிருந்து ஏற்றுமதியாக அவை கடல் மூலம் செல்கின்றன என்று மேற்கண்ட பாடலின் முதல் சில வரிகள் கூறுகின்றன. இந்தப் பாடல் வரிகள் சர்வதேச வாணிபத்தில் தமிழகத்தின் அன்றைய நிலையை நமக்கு உணர்த்துகின்றன. வாணிபப் பொருட்களை எடையிட்டுக் கணக்கிடவும், முத்திரை இடவும் அதிக எண்ணிக்கையிலான நபர்கள் தொடர்ந்து ஈடுபட்டுக் கொண்டிருந்தனர் என்றும் பட்டினப்பாலை கூறுகிறது.

பட்டினப்பாலைக்குப் பின் வந்த காப்பியங்கள் சிலப்பதிகாரமும் மணிமேகலையும் (பொதுயுகம் இரண்டாம் நூற்றாண்டு) அக்காலத்திய வாணிபம் மற்றும் வியாபாரிகள் பற்றிய செய்திகளை நமக்கு அளிக்கின்றன. வெளிநாட்டு வியாபாரி களுக்கு என்று தனியாக அமைக்கப்பட்ட குடியிருப்புகள் துறைமுகப் பகுதிகளில் இருந்தன என்றும், தொழில் மையங்க ளான மதுரை போன்ற நகரங்களில் வெளிநாட்டு வியாபாரிகள் நிறையப் பேர் தங்கி இருந்தனர் என்றும் சிலப்பதிகாரம், மதுரைக் காஞ்சி ஆகிய நூல்களிலிருந்து நாம் தெரிந்துகொள் கிறோம். வியாபாரத்துக்காக தமது நாடு விட்டு இங்கு வந்து பொருட்களை விலை சொல்லி விற்கும் வெளிநாட்டினர், தமது தொழிலை மகிழ்ச்சியுடன் செய்து வந்ததை சிலப்பதிகாரம் கீழ்க்கண்ட வரிகளில் கூறுகிறது.

கலந்தரு திருவின் புலம்பெயர் மாக்கள்
வேலைவா லுகத்து விரிதிரைப் பரப்பின்
கூலமறுகில் கொடிஎடுத்து நுவலும்
மாலைச் சேரி

- சிலப்பதிகாரம்; கடல் ஆடுகாதை 130-133

சங்க காலத்தில் தமிழகத்தில் காவிரிப்பூம்பட்டினம், முசிறி, கொற்கை உள்ளிட்ட துறைமுகங்களும், மதுரை, கொடுமணல், கரூர் உள்ளிட்டபல வாணிப மையங்களும் சிறந்து செயல்பட்டு வந்தது நமக்குத் தெரியவருகிறது. முசிறி நகரத்தைப் பற்றிச் சொல்லும்போது, மிளகு ஏற்றுமதி மூலம் யவனர்களின் பொன்னைப் பெற்று அந்நகரம் வளமடைந்திருந்தது என அகநானூறு சொல்கிறது.

யவனர் தந்த விளைமாண் நன்கலம்

பொன்னோடு வந்து கறியொடு பெயரும்

வளங்கெழு முசிறி

- அகநானூறு *(149)*

அந்நாளில் இந்தியர்கள் வருணனைக் கடல் தெய்வமாக வணங்கி வழிபட்டு வந்தனர். தமிழ் வணிகர்கள் இலங்கையின் தென் கோடியில் வருணனுக்குக் கோயில் கட்டி, வருண வழிபாட்டை இலங்கையில் புகுத்தியுள்ளனர். மேலும், வணிக மையங்கள் பற்றிய குறிப்புகளும் அக்கால இலக்கியங்களில் இடம் பெற்றுள் ளன. உதாரணமாக பதிற்றுப்பத்து, கொடுமணல் நகருக்கு யவனர்களுடன் இருந்த தொடர்பு பற்றிக் குறிப்பிடுகிறது.

ஒரு நாட்டுப் பொருளாதாரத்துக்கு அடிப்படைத் துறைகளான விவசாயம், தொழில், வாணிபம் ஆகிய மூன்றுமே பண்டைய காலம் முதலே நமது நாட்டில் சிறப்பாகச் செயல்பட்டு வந்துள்ளது என்பது மேற்கூறிய விவரங்கள் மூலம் நமக்குத் தெரியவருகிறது. இம்மூன்று துறைகளும் நல்ல முறையில் செயல்படும்போது பொருளாதாரம் செழிப்பாக இருக்கும். அந்த வகையில் இந்தியப் பொருளாதாரம் பழங்காலத்திலேயே உயர்நிலையில் இருந்திக்க வேண்டும். அதைத்தான் பொதுயுகம் தொடங்கிய காலத்துக்கான மாடிசனின் பொருளாதார நிலை குறித்த கணக்குகளும் பிற விவரங்களும் உறுதி செய்கின்றன.

பிற அடிப்படைத் துறைகள்

ஒரு நாடு சக்தி பொருந்திய நாடாக இருக்கவேண்டும் என்றால், அந்நாட்டில் பரவலான கல்விமுறை இருக்கவேண்டும். தரமான அறிவையும் திறமைகளையும் சொல்லிக்கொடுக்கும் வழிமுறை கள் அமைந்திருக்க வேண்டும். ஒரு நாட்டில் உயர்தரப்

பொருளாதார நிலை இருக்கவேண்டும் என்றால், அந்நாட்டில் அறிவியல் மற்றும் தொழில்நுட்ப முன்னேற்றம் இருந்திருக்க வேண்டும். 2,000 ஆண்டுகளுக்கு முன், இந்தியா உலகப் பொருளாதாரத்தில் மூன்றில் ஒரு பங்கைத் தன்னிடம் வைத்திருந்தது என்றால் அப்போது நம் நாட்டில் கல்வியின் நிலைமை எப்படி இருந்தது? அந்நாட்களில் உயர் கல்விக்கு என்று ஏதாவது வாய்ப்புகள் இருந்தனவா? அறிவியல் மற்றும் தொழில்நுட்பக் கல்வி எவ்வாறு இருந்தது?

பண்டைய இந்திய முறையில் ஒரு மனிதனின் வாழ்க்கை நான்கு பகுதிகளாகப் பிரிக்கப்பட்டிருந்தது. முதல் பகுதியான பிரம்மச்சரியம், கல்வி கற்பதற்காகவே ஒதுக்கப்பட்டது. எனவே, கல்வி கற்பதை அடிப்படைத் தேவையாக சமூகம் வலி யுறுத்தி வந்திருக்கவேண்டும். அக்கால நீதிநூல்கள் கல்வி கற்பதன் அவசியத்தைத் தெளிவாக எடுத்துக் கூறியுள்ளன. திரு வள்ளுவர் கல்வியை அழிவில்லாத செல்வமாகக் காட்டுகிறார். கற்றவரையே கண் உடையவர் என்றும் கல்லாதவர்கள் ஒன்றும் விளையாத களர் நிலத்துக்கு ஒப்பானவர்கள் என்றும் அவர் கூறியுள்ளார்.

சுமார் 2,700 வருடங்களுக்கு முன் தட்சசீலம் என்னும் இடத்தில் (இப்போது பாகிஸ்தானில் உள்ளது) உயர் கல்விக்கான பல்கலைக்கழகம் ஏற்படுத்தப்பட்டுள்ளது தெரியவருகிறது. அதுதான் உலகின் முதல் பல்கலைக்கழகம் என்று சொல்லலாம். அந்தக் காலத்தில் தட்சசீலத்தில் ஆயிரக்கணக்கான மாணவர்கள், 60-க்கும் மேற்பட்ட பாடங்களைப் படித்து வந்துள்ளனர். உயர் கல்வியியையே அதிகமான மாணவர்கள் படித்தனர் என்றால் கீழ்நிலைகளிலும் கல்வி பரவலாக இருந்திக்கவேண்டும். உயர்கல்வி கற்கும் ஆர்வம் மக்களில் நிறையப் பேருக்கு இருந்துள்ளது என்றும் நம்மால் அறிந்துகொள்ள முடிகிறது.

அறிவியல், கணிதம், மருத்துவம், அரசியல், போர்க்கலை, வானவியல், ஜோதிடம், இசை, சமயம், இலக்கியம், தத்துவம் உள்ளிட்ட வெவ்வேறான பாடங்களில் தனித்தனித் துறைகள் அமைந்திருந்ததன் மூலம் அக்கால இந்தியர்களின் பல்துறை தேர்ச்சி தெரியவருகிறது. மேலும், சிறப்புப் பாடங்களில் தேர்ச்சி பெற்றவர்களுக்கான தேவை சமூகத்தில் நிலவியதும் நமக்குத் தெரிகிறது. அத்துடன், பாபிலோனியா, கிரேக்கம், சிரியா, அரபு நாடுகள், சீனா ஆகிய இடங்களிலிருந்து வந்து

மாணவர்கள் தட்சசீலத்தில் கல்வி கற்றுள்ளதாகக் கருதப்படு கிறது. பழைமையான உலக நாகரிகங்கள் எல்லாவற்றிலிருந்தும் மாணவர்கள் வந்து அங்கு கல்வி கற்றுச் சென்றதனால், அது சர்வதேசப் புகழ்பெற்ற பல்கலைக்கழகமாக விளங்கியிருக்க வேண்டும். அந்தக் காலத்திய முக்கிய நாடுகள் பலவற்றி லிருந்தும் மாணவர்கள் வந்து சென்றதால், இந்தியா பன்னாட்டுக் கல்வி மையமாக அப்போதே விளங்கி வந்திருக்கவேண்டும் என்பதும் தெரியவருகிறது.

பொதுயுகம் ஐந்தாம் நூற்றாண்டில் நிறுவப்பட்ட நாலந்தா பல்கலைக்கழகம் மற்றொரு உலகப் பெயர் பெற்ற கல்வி நிறுவனமாகும். ஆசிய நாடுகளைச் சேர்ந்த அறிஞர்களுக்கும், மாணவர்களுக்கும் ஓர் உயர்தரக் கல்வி மையமாக அந்தப் பல்கலைக்கழகம் பல ஆண்டுகள் இருந்து வந்தது. சீனா, ஜப்பான், பாரசீகம், கொரியா உள்ளிட்ட நாடுகளிலிருந்து பல நூற்றுக்கணக் கான மாணவர்கள் அங்கு வந்து படித்துச் சென்றனர். சீனாவுக்கும் நாலந்தாவுக்குமான உறவு பல ஆண்டுகள் நீடித்திருந்தது. நாலந்தாவில் கல்விபெற்ற அறிஞர்களுக்கு ஆசிய நாடுகளில் பெரிய அளவில் செல்வாக்கு இருந்ததால், நாலந்தா ஒரு மதிப்பு மிக்க கல்வி நிறுவனமாக அந்நாடுகளில் விளங்கியது. நாலந்தா நூலகம் அப்போதே தொண்ணூறு லட்சத்துக்கும் மேற்பட்ட புத்தகங்களைச் சேர்த்து வைத்த இடமாக இருந்தது. மேலும், விக்கிரமசீலம், மிதிலை உள்ளிட்ட பல இடங்களிலும் பல்கலைக் கழகங்கள் சிறந்து விளங்கி வந்துள்ளன.

அந்தக் கால இந்தியா, சமூக மற்றும் பொருளாதாரத் தளங்களில் பெருமளவில் முன்னேறி இருந்திருக்க வேண்டும். இல்லை என்றால் சர்வதேசத் தரம் வாய்ந்த கல்வியை உலகின் அனைத்து முக்கிய நாடுகளுக்கும் அளிக்கின்ற வலிமை இந்தியாவுக்கு இருந்திருக்காது. மேலும், அந்தக் காலகட்டங்களில் பல துறைகளில் இந்தியர்கள் பெற்றிருந்த உயர்தரமான கல்வி, பின் வந்த நூற்றாண்டுகளில் சமூகத்தில் முன்னேற்றத்தை ஏற்படுத்த அவர்களின் பிந்தைய தலைமுறைகளுக்கு உதவியிருக்க வேண்டும்.

அக்காலக் கல்வி முறையின் இன்னொரு முக்கியமான அம்சம், தொழில்நுட்பம் சார்ந்த கல்வி கற்றுக்கொடுக்கப்பட்டதுதான். உதாரணமாக, சிற்ப வேலைக்கு என்று அக்காலத்தில் தனியாகக் கல்வி நிறுவனங்கள் செயல்பட்டு வந்துள்ளன. இதனால்தான்

இந்தியாவின் பொருளாதார வளமைக்கும் மிகுந்த ஏற்று மதிக்கும் அப்போதைய தொழில்நுட்பக் கல்வியே அடிப் படையாக அமைந்திருந்தது என ஆய்வாளர்கள் கூறுகின்றனர். தொழில் நிபுணர்களும், தொழில் சம்பந்தமான குழுக்களும் (guilds) தேவையான தொழில்நுட்பத்தைக் கற்றுக் கொடுப்ப தில் முக்கியப் பங்காற்றியுள்ளன என்றும் நமக்குத் தெரிய வருகிறது.

பிந்தைய நூற்றாண்டுகளில் ஏற்பட்ட அந்நியப் படையெடுப்பு கள் காரணமாக இந்தியச் சமூகத்துக்கு நிறையப் பிரச்னைகள் ஏற்பட்டுக்கொண்டிருந்தன. அப்படி இருந்தும், பதினெட்டாம் நூற்றாண்டின் தொடக்க காலத்தில் கல்வியறிவு பெற்றிருந் தோர் 75 சதவிகிதம் இருந்தனர் என்று ஆய்வுகள் தெரிவிக் கின்றன. இன்றுகூட உலகின் பல நாடுகளில் அந்த அளவு எண்ணிக்கையில் கல்வி பெற்றவர்கள் இல்லை என்பது இங்கு குறிப்பிடத்தக்கது.

பத்தொன்பதாம் நூற்றாண்டில் இந்தியாவில் நிலவி வந்த கல்வி முறை பற்றி பிரிட்டிஷ்காரர்கள் பல ஆய்வுகளை நடத்தினர். 1820-1826 வாக்கில் மெட்ராஸ் பிரசிடென்சியில் கல்விநிலை குறித்த கணக்கெடுப்புகள் மேற்கொள்ளப்பட்டன. பத்து வருடங்கள் கழித்து வங்காள பிரசிடென்சியில் டபிள்யூ. ஆடம் என்ற பாதிரியார் ஒரு கணக்கெடுப்பு நடத்தி, 1835-ம் ஆண்டு அதன் முடிவுகளை வெளியிட்டார். பின்னர் 1836-லும் 1838-லும் இரு அறிக்கைகளைச் சமர்ப்பித்தார். அந்த ஆய்வுகள் மூலம் முக்கியமான பல தகவல்கள் வெளியாகின.

20 அக்டோபர் 1931 அன்று லண்டனில் பேசிய மகாத்மா காந்தி, ஆங்கிலேயர்கள் இந்தியா வருவதற்குமுன் இந்தியாவில் நிலவி வந்த கல்விமுறை ஓர் அழகான மரம் போல இருந்ததாகவும், அவர்களது வருகைக்குப் பின் அந்த மரம் வேரோடு காய்ந்து போனதாகவும், அதன் விளைவாக இந்தியக் கல்விமுறை சிதைக்கப்பட்டு கல்வி கற்போர் எண்ணிக்கை வருடா வருடம் குறைந்துகொண்டே சென்றதாகவும் தன்னுடைய ஆதங்கத்தை வெளிப்படுத்தினார். அதைக் கேட்ட சில ஆங்கிலேயர்கள் அதிர்ச்சியுற்றனர். தமது கூற்றை நிரூபிக்க முடியுமா என காந்திக்குச் சவால் விட்டனர். இல்லையெனில் அவருடைய வார்த்தைகளைத் திரும்பப் பெற்றுக்கொள்ளுமாறு கேட்டுக் கொண்டனர்.

ஆனால் காந்தி, சவாலை நிரூபிப்பதாக ஏற்றுக்கொண்டார். பின்னர் வேலைப்பளு காரணமாகவும் சுதந்தர இயக்கப் போராட்டங்களாலும் அவரால் அந்த வேலையை, தனது வாழ்நாளில் எடுத்துக்கொள்ள முடியவில்லை.

காந்தியின் மறைவுக்குப் பின் தரம்பால் என்ற அவருடைய சீடர் அந்தப் பணியை நிறைவேற்ற முடிவு செய்தார். அதற்காக இங்கிலாந்து சென்ற அவர், ஆங்கிலேயர்களது ஆவணங்கள், குறிப்புகள் மற்றும் கணக்கெடுப்புகளைக் கொண்டே விவரங்கள் பலவற்றைச் சேகரித்தார். அவற்றை இந்தியா கொண்டுவந்து கல்வி குறித்த விவரங்களைத் தொகுத்து 'அழகான மரம்' என்ற தலைப்பில் புத்தகமாக வெளியிட்டார்.

தன் புத்தகத்தில், ஆடம் அறிக்கை பற்றி தரம்பால் விரிவாக எழுதியுள்ளார். 1800-க்குப் பின்னர் அதிகாரபூர்வமாகவும் பிற ஆதாரங்களின் அடிப்படையிலும் கிடைத்த தகவல்களை வைத்து வங்காள பிரசிடென்சியில் ஒவ்வொரு கிராமத்திலும் குறைந்தது ஒரு பள்ளிக்கூடமாவது இருந்தது என்றும் வங்காளத்திலும் பீகாரிலும் ஒரு லட்சம் கிராமங்களில் அத்தகைய பள்ளிக் கூடங்கள் இருந்தன என்றும் அவர் குறிப்பிட்டுள்ளார். வங்காளத்தின் ஒவ்வொரு மாவட்டத்திலும் சராசரியாக சுமார் நூறு உயர்கல்விக் கூடங்கள் இருந்தன எனவும் அவர் கணக்கிட்டுள்ளார். அதன் அடிப்படையில் வங்காளத்தின் 18 மாவட்டங்களிலுமாகச் சேர்த்து சுமார் 1,800 உயர்கல்விக் கூடங்கள் இருந்தன என அவர் எடுத்துக் காட்டியுள்ளார்.

பிரிட்டிஷ் அதிகாரிகளும் ஏறத்தாழ மேற்கண்ட முடிவுகளைத்தான் கொண்டிருந்தனர் என தரம்பால் குறிப்பிட்டுள்ளார். ஆடம் அறிக்கைக்கு முன்னரே தாமஸ் மன்றோ போன்ற அதிகாரிகள் மெட்ராஸ் பிரசிடென்சியில் ஒவ்வொரு கிராமத்திலும் ஒரு பள்ளிக்கூடம் இருந்ததாகக் குறிப்பிட்டுள்ளனர். 1820 வாக்கில் புதிதாக விரிவாக்கப்பட்ட பம்பாய் பிரசிடென்சியில் ஒரு பள்ளிக் கூடம்கூட இல்லாத கிராமமே இல்லை என்றும், பெரிய கிராமங்களில் ஒன்றுக்கும் மேற்பட்ட பள்ளிக்கூடங்கள் இருந்ததாகவும் ஜி.எல். பிரென்டர்காஸ்ட் (G.L. Prendergast) என்ற உயர் அதிகாரி அறிக்கை வெளியிட்டார்.

டாக்டர் ஜி.டபிள்யூ. லெய்ட்னர் (Dr G.W. Leitner), 1850 வாக்கில் பஞ்சாபில் மேற்கூறியவாறே கல்வி பரவியிருந்ததாகத் தனது

அறிக்கையில் குறிப்பிட்டுள்ளார். மேலும், 1813-1830 ஆண்டு களுக்கு இடைப்பட்ட காலத்தில் பிரிட்டிஷ் அதிகாரிகள் தயாரித்த கணக்கெடுப்பு அறிக்கைகள், ஒவ்வொரு கிராமத்திலும் கிராமத்து மக்களது நிதிகளைக் கொண்டே இயங்கும் பள்ளிக்கூடங்கள் செயல்பட்டு வந்ததாகக் குறிப்பிட்டுள்ளன.

அந்தப் புள்ளிவிவரங்களை வைத்து 1800-ல் இந்தியாவில் நிலவி வந்த கல்வி அமைப்பு முறை, அப்போதைய பிரிட்டிஷ் முறையைவிட மிகச் சிறந்ததாக இருந்தது என தரம்பால் கூறுகிறார். அந்தக் காலகட்டத்தில் இந்தியா வெகுவாகச் சிதைக்கப்பட்ட நிலையில் இருந்தது எனவும், அப்படியிருந்தும் இந்தியக் கல்வியின் நிலை பிரிட்டிஷ் கல்வியின் நிலையைவிட உயர்ந்திருந்தது எனவும் அவர் குறிப்பிடுகிறார். சொல்லிக் கொடுக்கப்படும் பாடங்கள், பரவலாகக் கல்வி அளிக்கப்படுதல், பள்ளிக்குச் செல்லும் மாணவர்களின் எண்ணிக்கை ஆகிய வற்றின் அடிப்படையில் இங்கிலாந்தைவிடவும் இந்தியாவில் கல்விச் சூழ்நிலை நன்றாக இருந்தது எனவும் அவர் சுட்டிக் காட்டியுள்ளார்.

1800 வரையில், இங்கிலாந்தில் பொதுமக்கள் மட்டத்தில் கல்வி பரவலாக இல்லை எனவும், இந்தியாவில் பல நூற்றாண்டுகளாக நிலவி வந்த கல்வி முறையின் அடிப்படையில்தான் பின்னர் ஆங்கிலேயர்கள் தம் நாட்டில் பள்ளிக் கல்வியைப் பரவலாக் கினர் எனவும் தரம்பால் குறிப்பிட்டுள்ளார். அதற்கு முந்தைய காலகட்டங்களில் இங்கிலாந்தில் குறிப்பிட்ட சில பிரிவினருக்கு மட்டுமே கல்வி கொடுக்கப்பட்டு வந்ததாகவும், சாதாரண மக்களுக்குப் பொதுவாக கல்வி மறுக்கப்பட்ட நிலை இருந்ததாக வும், ஆங்கிலேயர்களின் ஆவணங்களை வைத்தே தரம்பால் வெளிப்படுத்தியுள்ளார் .

அந்தக் காலகட்டத்திலேயே, 'கல்லூரிகள்' என்ற பெயரில் இந்தியா வில் பல இடங்களில் உயர்கல்வி நிறுவனங்கள் நிறைய இருந்தன என்று தரம்பால் குறிப்பிடுகிறார். மெட்ராஸ் பிரசிடென்சியில் ராஜமுந்திரியில் 279 கல்லூரிகளும் (1,454 மாணவர்கள்), கோயம்புத்தூரில் 173 கல்லூரிகளும் (724 மாணவர்கள்), குண்டூரில் 171 (939 மாணவர்கள்), தஞ்சாவூரில் 109 (769 மாணவர்கள்), நெல்லூரில் 107, வட ஆற்காட்டில் 69 (418 மாணவர்கள்), சேலத்தில் 53 (324 மாணவர்கள்), செங்கல்பட்டில் 51 (398 மாணவர்கள்),

மசூலிப்பட்டினத்தில் 49 (199 மாணவர்கள்), பெல்லாரியில் 23, திருச்சிராப்பள்ளியில் 9 (131 மாணவர்கள்) மற்றும் மலபாரில் சமுத்ரின் ராஜாவால் பராமரிக்கப்பட்ட ஒரு பழைய நிறுவனம் (75 மாணவர்கள்) எனப் பல உயர் கல்வி நிறுவனங்கள் செயல்பட்டு வந்ததாக தரம்பால் எடுத்துக்காட்டியுள்ளார்.

இந்த நேரத்தில் ஆங்கிலேயர்களின் ஆவணங்களை வைத்து தரம்பால் சுட்டிக்காட்டியுள்ள இன்னொரு முக்கியமான விஷயத்தையும் நாம் கவனத்தில் கொள்ளவேண்டும். அந்தக் காலத்தில் பரவலாக, பல ஜாதியினருக்கும் கல்வி கிடைத்து வந்தது என்பதே அது. 1822-25 வாக்கில் தமிழ்நாட்டில் சூத்திரர்கள் அதிக அளவில் கல்வி பெற்று வந்ததாக ஆவணங்களை மேற் கோள் காட்டி தரம்பால் குறிப்பிட்டுள்ளார். அப்போது, சூத்திர ஆண் மாணவர்களின் எண்ணிக்கை சேலத்தில் 39 சதவிகிதமும், கோயம்புத்தூரில் 79 சதவிகிதமும் இருந்துள்ளது. பிராமண மாணவர்களின் எண்ணிக்கை மதுரையில் 9 சதவிகிதமும், திருநெல்வேலியில் 22 சதவிகிதமும் இருந்துள்ளது. பிற ஜாதியினர் திருநெல்வேலியில் அதிகபட்சமாக 38 சதவிகிதமும், முஸ்லீம்கள் அதிகபட்சமாக சேலத்தில் 10 சதவிகிதமும் படித்து வந்ததாகவும் தரம்பால் எடுத்துக்காட்டியுள்ளார்.

இந்தச் சமயத்தில், பிரெஞ்சு எழுத்தாளரும் அறிஞருமான வோல்ட்டேர், சமயச் சார்பற்ற கல்வியிலும் உலக கலாசாரத் திலும் இந்தியாவின் மகத்தான சாதனைகள் பிறநாடுகளுக்கு முன்னோடியாக இருந்தன என்று சொல்லியுள்ளதை நினைவில் கொள்ளவேண்டும்.

அறிவியல் மற்றும் தொழில்நுட்பம்

பழங்காலம் முதலாகவே அறிவியல் மற்றும் தொழில்துறை களில் இந்தியா மகத்தான சாதனைகளைப் புரிந்து வந்துள்ளது. கணிதம், மருத்துவம், வேதியியல், இயல்பியல், வானவியல், கட்டடக் கலை, உலோகவியல் உள்ளிட்ட பல்வேறு துறைகளில் முன்னோடியாக விளங்கி வந்துள்ளது. இதில் முக்கியமான விஷயம், அந்தச் சாதனைகள் எல்லாம் பிற நாடுகளுக்குப் பல காலம் முன்பே நடத்தப்பட்டுள்ளது என்பதில் மட்டும் இல்லை, அவற்றில் பெரும்பாலானவை நவீன அறிவியல் வளர்ச்சிக்கு அடித்தளமாக அமைந்துள்ளன என்பதிலும் ஆகும்.

இந்தியக் கணிதம் குறித்து நவீன அறிவியல் உலகின் மிகப் பெரிய விஞ்ஞானியான ஆல்பர்ட் ஐன்ஸ்டைன் சொன்னார்: 'நமக்கு எப்படி எண்ணுவது என்று சொல்லிக்கொடுத்த இந்தியர்களுக்கு நாம் பெரிதும் கடமைப்பட்டிருக்கிறோம். அதுமட்டும் தெரியாமல் இருந்தால் பலன் தரக்கூடிய எந்தவிதமான அறிவியல் கண்டுபிடிப்பையும் நாம் மேற்கொண்டிருக்க முடியாது.'

தொடர்ந்து பல நூற்றாண்டுகள் இந்தியா கணிதத் துறைக்கு அளித்து வந்த பெரும் பங்களிப்பு நம்மை ஆச்சரியப்பட வைக்கிறது. பௌதாயனர் (பொதுயுகத்துக்கு முன் 800), மானவர் (பொ.மு 750), ஆபஸ்தம்பர் (பொ.மு 600), பானினி (பொ.மு 520), காத்யாயனர் (பொ.மு 200) ஆகியோர் பொதுயுகத்துக்கு முன்னரே கணிதத்துறை வளர்ச்சிக்குப் பங்காற்றிய புகழ்பெற்ற வல்லுநர்கள். தொடர்ந்து வந்த காலங்களில் ஆர்யபட்டர்-1 (பொதுயுகம் 476), பாஸ்கரர்-1 (பொ 600), பாஸ்கரர்-2 (பொ 1114) உள்ளிட்ட பெரிய கணித நிபுணர்கள் அற்புதமான சாதனைகளை நிகழ்த்தினர். உலகின் மற்ற எல்லா நாகரிகங்களைவிட கணக்கு போடுவதிலும் எண்களைக் கையாள்வதிலும் இந்தியர்கள் அளவுக்கு அதிகமான ஆர்வத்தையும் திறமையையும் பெற்றிருந்தனர் என பிரெஞ்சு கணித வரலாற்றாசிரியர் ஜார்ஜஸ் இஃப்ரா (Georges Ifrah) கூறுகிறார். மேலும், இந்தியக் கலாசாரம் எண்களின் அறிவியலை மிகப் புனிதமான கலையாகக் கருதி வந்ததாகவும் அவர் கோடிட்டுக் காட்டுகிறார் .

அமெரிக்க எழுத்தாளர் டிக் தெரசி (Dick Deresi) எழுதிய 'தொலைந்துபோன கண்டுபிடிப்புகள்' (Lost Discoveries) என்ற புத்தகம், நவீன அறிவியலுக்கு மேலை நாடுகள் அல்லாத பிற பழமையான நாடுகளின் பங்களிப்பு எவ்வாறு அஸ்திவாரமாக அமைந்தது என்பதை விளக்குகிறது. அந்தப் புத்தகத்தில் இந்தியா பற்றி தெரசி குறிப்பிட்டுள்ள விவரங்களை மேற்கோள் காட்டி ஐக்கிய நாடுகள் சபையில் உயர் அதிகாரியாகப் பணியாற்றியவரும் தற்போது மத்திய அமைச்சருமாக உள்ள சசி தரூர் எழுதியுள்ளார். அதில் இந்திய நாடுதான் உண்மையில் தற்போது பயன்படுத்தப் படும் நவீன எண்களைக் கண்டுபிடித்தது எனவும், அவை பரவலாக அரபு எண்கள் என அழைக்கப்படுகின்றன எனவும் தெரசி கூறியுள்ளதை தரூர் மேற்கோள் காட்டியுள்ளார்.

மேலை நாட்டவர்கள், அரேபியர்களிடமிருந்துதான் அந்த எண்களைக் கற்றுக்கொண்டனர். ஆனால் அவற்றை அரேபியர்

களுக்குச் சொல்லிக்கொடுத்ததே இந்தியர்கள்தாம். பூஜ்யம் என்ற எண்ணை முதன் முதலில் கண்டுபிடித்தவர்களும் இந்தியர்கள் தாம். பூஜ்யம் அல்லது சூன்யம் என்பது இந்து மற்றும் புத்த மதக் கருத்துகளில் ஒரு முக்கிய அம்சமாகும். அமெரிக்க கணிதப் பேராசிரியர் டோபையாஸ் டான்சிக் (Tobias Dantzig), உலக வரலாற்றில் பூஜ்யத்தைக் கண்டுபிடித்தது மனித குலத்தின் மிகப்பெரிய சாதனையாகும் என்று கூறியுள்ளார்.

ஜியோமெட்ரி (Geometry) எனப்படும் வரைகணிதம், திரிகொனா மெட்ரி (Trigonometry) எனப்படும் முக்கோணவியல், கால்குலஸ் (Calculus) எனப்படும் நுண்கணிதம் ஆகியவற்றின் அடிப்படை களையும் இந்தியர்கள் கண்டுபிடித்திருந்தனர். பொ.மு 800 முதல் பொ.மு 500 வரை எழுதப்பட்ட சுலப சூத்திரங்கள், பித்தகோரஸ் பிறப்பதற்குப் பல ஆண்டுகள் முன்பே, அந்தக் கோட்பாடுகள் பற்றி நமக்குத் தெரியும் என உணர்த்துகின்றன. 5,000 வருடங் களுக்கு முந்தைய ஹாரப்பா நாகரிகத்தில் எடைகள் மற்றும் அளவுகள் குறித்த தெளிவான முறைகள் பின்பற்றப்பட்டு வந்துள்ளது தெரியவருகிறது.

கணிதத்தில் மட்டுமின்றி, அறிவியலின் பிற துறைகளிலும் பழங்கால இந்தியர்கள் நிறையக் கண்டுபிடிப்புகளை உருவாக்கி, சாதனை படைத்துள்ளனர். அவற்றையெல்லாம் விரிவாகப் பேசுவது இப்போது நமது நோக்கம் அல்ல. நாம் இங்கு கவனத்தில் கொள்ளவேண்டிய விஷயம், அறிவியல் சம்பந்தப் பட்ட வெவ்வேறு துறைகளில் இந்தியர்கள் அடிப்படையானதும் முக்கியத்துவம் வாய்ந்ததுமான பல பங்களிப்புகளைத் தொடர்ந்து செய்துவந்துள்ளனர் என்பதுதான்.

இருதயம் எப்படி இயங்குகிறது என்று 2,600 வருடங்களுக்கு முன்னரே சுஸ்ருதர் விளக்கிச் சொல்லியுள்ளார். ஆனால் மேற்கத்திய நாடுகளில் பதினேழாம் நூற்றாண்டில்தான் ஹார்வி என்ற மருத்துவ நிபுணர் அதைக் கண்டுபிடித்துச் சொன்னார். அம்மைக்குத் தடுப்பூசி போடும் பழக்கத்தை எட்வர்ட் ஜென்னர் அறிமுகப்படுத்தியதற்குப் பல நூற்றாண்டுகளுக்கு முன்னரே இந்தியாவின் பல பகுதிகளிலும், அந்தப் பழக்கம் பரவலாக பொதுமக்கள் மத்தியில் இருந்து வந்திருக்கிறது.

ஒரு சதுர்யுகம் என்று பண்டைய இந்தியர்களால் குறிப்பிடப் பட்ட 43,20,000 ஆண்டு காலம் ஏறத்தாழ பூமியின் வயதாகும்.

‘பை’ (Pi) என்ற எண்ணின் நெருக்கமான மதிப்பு, மற்றும் பூமி கோள வடிவிலானது போன்ற உண்மைகளை ஆர்யபட்டா-1 அப்போதே கண்டுபிடித்துச் சொல்லியிருக்கிறார்.

5,000 வருடங்களுக்கு முன்னரே கனிமங்களிலிருந்து உலோகத்தைப் பிரித்தெடுக்கும் முறை இந்தியாவில் இருந்துள்ளது தெரிய வருகிறது. அந்தக் காலங்களில் தென்னிந்தியாவிலிருந்து ஐரோப்பா, சீனா மற்றும் மத்தியக் கிழக்கு நாடுகளுக்கு உயர்தரமான உருக்கு (எஃகு) ஏற்றுமதி செய்யப்பட்டுள்ளது. பதினெட்டாம் நூற்றாண்டு காலத்தில் இந்திய உருக்கு, ஷெப்பீல்டு (Sheffield) உருக்கைவிடத் தரம் உயர்ந்ததாக இருந்துள்ளது என்பது தெரியவருகிறது. அந்தச் சமயத்தில் இந்தியாவில் இருபதாயிரம் இரும்பு உலைகள் செயல்பட்டு வந்ததாக பிரிட்டிஷ் ஆவணங்கள் தெரிவிக்கின்றன.

ஏறத்தாழ 2,000 வருடங்களுக்கு முன்னமேயே தமிழகத்தில் உள்ள கொடுமணல் மிகச்சிறந்த உருக்கு மையமாக இருந்து வந்துள்ளது. நகரமைப்பு மற்றும் கட்டடக் கலைகளை எடுத்துக்கொண்டால், பழங்காலத்திலேயே இந்தியர்கள் அவற்றில் மிகுந்த அனுபவம் பெற்றிருந்த விஷயம் நமக்குப் புலனாகிறது. சிந்து சமவெளி நாகரிக நகர அமைப்பு முறை உலகப் பிரசித்தி பெற்றது. அங்கு வீடுகள் அமைக்கப்பட்டிருந்த முறையும், வீடுகளில் அறைகள் கட்டப்பட்டிருந்த முறையும், அக்கால இந்தியர்களின் நகரமைப்பு குறித்த உயர்ந்த அறிவைப் பறைசாற்றுகின்றன. தமிழகத்திலும் பழைய காலத்திலேயே கட்டடக் கலையும் நகர அமைப்பு முறையும் சிறந்து விளங்கியதை இலக்கியங்கள் எடுத்துக் கூறியுள்ளன. அன்றைய காஞ்சிபுரமும் மதுரையும் தாமரைப்பூ போல அமைந்திருந்தாக பொருநராற்றுப்படை எடுத்துக் கூறுகிறது.

அடையா வாயில் மின்ன சூழ் படப்பை
நீல் நிற உருவின் நெடியோன் கொப்பூழ்
நான்முக ஒருவற் பயந்த பல் இதழ்த்
தாமரைப் பொகுட்டின் கண்வரத் தோன்றி
சுடுமண் ஓங்கிய நெடுநகர் வரைப்பின்

பொருநராற்றுப்படை 401-6

பொறியியல் தொடர்பான பல தகவல்கள் நெடுநல்வாடையில் வருகின்றன. கட்டடக் கலையில் பொறியியல் உத்திகளை

பல்லவர் மற்றும் சோழர் காலங்களில் காணமுடிகிறது. தஞ்சைப் பெரிய கோயிலின் 216 அடி விமானம் சோழர் காலத்தில் ஒரு முக்கியமான பொறியியல் முயற்சியாகும்.

இவ்வாறு, கல்வி, அறிவியல் மற்றும் தொழில்நுட்பத் துறைகளில் இந்தியா கண்ட வெற்றிகள் அக்காலப் பொருளாதார மற்றும் சமூக வளர்ச்சிக்குப் பெருமளவு உதவியிருக்க வேண்டும்.

இந்தியப் பொருளாதாரத்தின் உயர்நிலை

எனவே, பண்டைய இந்தியா வளமான நாடாக மட்டும் இருக்கவில்லை; உயர் தரமான அறிவியல் சாதனைகளையும் மிகுந்த கல்வி அறிவு கொண்டவர்களையும் பெற்றிருந்த நாடாகவும் இருந்துள்ளது. பொருளாதார வளத்தையும், கல்வி மற்றும் அறிவியல் துறைகளில் சாதனைகளைப் படைக்கும் தன்மையையும் ஒருசேரப் பெற்றிருந்தால், இந்தியா உலக அரங்கில் மதிப்பு மிக்க நாடாக இருந்து வந்தது. பொதுயுகம் தொடங்குவதற்கு முன்னரே இந்தியா பெரு வளர்ச்சி பெற்ற பொருளாதாரத்தைப் பெற்றிருந்திருக்க வேண்டும். அதனால்தான் பொதுயுகம் ஆரம்பத்தில் உலகப் பொருளாதாரத்தில் மூன்றில் ஒரு பங்கைத் தன்னிடத்தில் வைத்திருக்க முடிந்துள்ளது.

தொடக்க காலங்களில், விவசாயம்தான் முக்கியத் தொழிலாக இருந்துள்ளது. தொடர்ந்து கைவினைத் தொழில்கள், உற்பத்தி, வியாபாரம் என்று செயல்பாடுகள் இருந்துள்ளன. பொருளாதாரம் கிராமம் சார்ந்ததாகவும் கிராமம் சுயச்சார்பு கொண்டதாகவும் இருந்துள்ளது. மேலும், 5,000 வருடங்களுக்கு முன்னரே திட்டமிட்டு வடிவமைக்கப்பட்ட நகரங்கள் இருந்துள்ளன. விவசாயத் துறை, தேவையான உணவுப் பொருள்களை வழங்கியது மட்டுமின்றி, ஜவுளி மற்றும் கைவினைத் துறைகளுக்கு வேண்டிய மூலப் பொருட்களையும் அளித்து வந்துள்ளது. பொருளாதாரத்தின் அடிப்படைத் துறைகள் அனைத்தும் வளர்ச்சி பெற்றிருந்ததன் மூலம், அந்தத் துறைகள் அனைத்துக்கும் இடையில் சரியான இணக்கம் நிலவி வந்திருக்கவேண்டும் என்பது தெரிய வருகிறது.

மேலும், அரசாங்கத்தையும் பொருளாதாரத்தையும் வழிநடத்த அறிவியல் பூர்வமாக அமைக்கப்பட்ட வழிமுறைகள் பழைய காலத்திலேயே வகுக்கப்பட்டு நடைமுறையில் இருந்துள்ளன. இந்த உண்மையை பொருளாதார, அரசியல் துறைகளுக்கு

உலகிலேயே முதல் நூலாகக் கருதப்படும் அர்த்தசாஸ்திரம் தெளிவாக்குகிறது. 'பொருளாதார நடவடிக்கைகளில் பற்றாக் குறை ஏற்படும்போது பொருள்கள் கிடைப்பது சிரமமாகிவிடும்' என அர்த்தசாஸ்திரம் கூறுகிறது. மேலும், 'பலன் தரக்கூடிய பொருளாதார நடவடிக்கைகள் இல்லை என்றால், இருக்கக் கூடிய செழிப்பும் எதிர்கால வளர்ச்சியும் அழிந்துவிடும் அபாயம் உள்ளது' எனவும் அது எச்சரிக்கிறது.

பொருளை அதிக அளவில் ஈட்டுமாறு திருக்குறள் மக்களை வலியுறுத்துகிறது. பகைவரின் செருக்கைக் கெடுக்கவல்ல வாள், ஒருவன் ஈட்டும் பொருள் ஆகும் என்று திருவள்ளுவர் குறிப்பிடு கிறார். இதன் மூலம் பொருள் ஈட்டுதல் பண்டைய இந்தியாவில் அடிப்படைக் கடமையாக வலியுறுத்தப்பட்டு வந்ததை நம்மால் உணர முடிகிறது.

பொருளாதாரத்தில் அறநெறிகள்

பண்டைய இந்தியாவின் பொருளாதாரச் செயல்பாடுகளில் ஓர் உயர்ந்த லட்சியம் இருந்தது நமக்குப் புலனாகிறது. அடிப்படைத் தொழிலான விவசாயத்தை எடுத்துக்கொண்டால், அதிக அளவு உற்பத்தியும் உற்பத்தித் திறனும் மட்டுமே குறிக்கோளாக இருந்திக்கவில்லை. விவசாயத் துறையின் இறுதியான இலக்கு அனைவருக்கும் உணவளிப்பது என்பதாகவே இருந்துள்ளது.

கொள்கை படிப்பு மையம், செங்கல்பட்டு பகுதிகளில் நடத்திய ஆய்வுகள் நம் முன்னோர்களின் விளைச்சல் மற்றும் உணவு பகிர்ந்தளித்தல் தொடர்பான கண்ணோட்டங்களைத் தெளிவாக்கு கின்றன. அன்றைய காலங்களில் மக்களிடையே உணவுப் பொருள்களைப் பரவலாகப் பகிர்ந்துகொள்ளும் ஏற்பாடுகள் இருந்துள்ளன. அந்தப் பகுதியில் உள்ள ஒவ்வொரு வீடும் இந்த முறையில் இணைந்திருந்தன. அதன் மூலம் உணவு உற்பத்திக்கும் உணவைப் பகிர்ந்துகொள்வதற்கும் முக்கியத்துவம் கொடுக்கப் பட்டது என்று நாம் உணரமுடியும்.

உற்பத்தியையும் பகிர்ந்து கொள்வதையும் தர்மத்தின் அடிப் படை நியதியாக சங்க கால நூல்கள் ஒருமனதாக வலியுறுத்தி வந்தன. ஒரு தனி மனிதனின் பசியைக் கூட மன்னிக்க முடியாத பாவமாக அன்றைய சமூகம் கருதியது. பசி என்று வரும்போது மனிதனின் வயிற்றுப் பசி மட்டுமின்றி, விலங்குகள், பறவைகள்,

பூச்சிகள் என அனைத்து உயிர்களின் பசியையும் தணிப்பது மக்களின் கடமையாகக் கருதப்பட்டது.

அக்கால அரசர்கள் தங்களுடைய நாட்டின் வழியாகப் பயணம் செய்பவர்கள்கூடப் பசியின்றிச் செல்லவேண்டும் என்பதை முக்கியமாகக் கருதினர். அதற்காக, பயணம் செல்லும் வழியில் நல்ல உணவு கிடைக்க ஏற்பாடு செய்தனர். தஞ்சாவூர் சரபோஜி மகாராஜா 1801-ல் சத்திரங்களில் உணவு வழங்குவதற்குச் செய்திருந்த ஏற்பாடுகள் தொடர்பாக எழுதியுள்ள கடிதம் இங்கு நினைவுகூரத் தக்கது. அக்கடிதத்தில், அனைத்து பயணிகளுக்கும் உணவு அளிக்கப்படுகிறது எனவும், நடு இரவு நேரத்தில் மணி அடிக்கப்பட்டு, அதுவரை உணவு உண்ண வராதவர்கள் உண்ண வருமாறு அழைக்கப்படுகின்றனர் என்றும் கூறப்பட்டுள்ளது. அரிசி உணவை விரும்பாதவர்களுக்கு மாற்று உணவுக்கான ஏற்பாடுகளும் இருந்ததாக அக்கடிதம் கூறுகிறது. இதன் மூலம் மக்களின் பசியைப் போக்குவதை சமூகமும் அரசும் எப்படி ஒரு அடிப்படை கடமையாகக் கொண்டிருந்தன என்பது புலனாகிறது.

பணம் சம்பாதிப்பது நோக்கமாக இருந்தாலும், பண்டைய இந்தியாவில் வியாபாரம் என்பது உயர்ந்த லட்சியங்களின் அடிப்படையில் இயங்கி வந்தது என வரலாற்றாசிரியர் பாஷம் குறிப்பிடுகிறார். மேலும், செல்வத்தை ஈட்டிக்கொண்டிருந்த வியாபாரிகளும், வசதியான கைவினை நிபுணர்களும் சமூகத்தில் இருந்தனர் என்றும் சமூகம் அவர்களைக் கௌரவப்படுத்தி வைத்திருந்தது எனவும் பாஷம் குறிப்பிட்டுள்ளார்.

செல்வத்தை உருவாக்குவதற்கு ஊக்கம் கொடுத்த அதே நேரம், வியாபாரத்திலும் உயர்ந்த கொள்கைகளைக் கடைப்பிடிக்குமாறு மக்கள் வலியுறுத்தப்பட்டனர். தவறான வழிகளில் மக்கள் செல்வத்தைச் சேர்ப்பதைத் தவிர்க்குமாறு எச்சரிக்கப்பட்டனர். இதைக் கீழ்க்கண்ட குறள்கள் வலியுறுத்துகின்றன.

அருளொடும் அன்பொடும் வாராப்பொருள் ஆக்கம்
புல்லார் புரள விடல் **குறள் 755**

அறன் ஈனும் இன்பமும் ஈனும் திறன் அறிந்து
தீது இன்றி வந்த பொருள் **குறள் 754**

பொருட்செல்வங்களை உருவாக்கி அவற்றைக் காக்கும் வழிகளை எடுத்துச் சொல்ல 'பொருள் செயல்வகை' என்ற அதிகாரத்தையே திருவள்ளுவர் உருவாக்கியுள்ளார். நியாயமான வழிகளில் செல்வம் சேர்க்கப்படவேண்டும் என்று நீதிமொழிகள், இலக்கியங்கள், போதனைகள், பழமொழிகள் ஆகியவை மூலமாகவும் அறிவுறுத்தப்பட்டது. நியாயமாகச் சேர்ந்த செல்வமே நிலைத்து நிற்கும் எனவும், இல்லாதவர்க்குக் கொடுத்து உதவுதல் செல்வம் உடையோரின் கடமை எனவும் போதிக்கப்பட்டது.

நேர்மையாகவும் அடுத்தவருக்குப் பாதிப்பில்லாத வகையிலும் வியாபாரம் நடைபெறவேண்டும் என தொடர்ந்து அறிவுரைகள் தரப்பட்டன. 11-13-வது நூற்றாண்டுகளில் மேற்கு இந்தியாவில் சமண மதத்தைச் சேர்ந்த வியாபாரிகள் பலர் இருந்தனர். அவர்கள் கடைப்பிடிக்கவேண்டிய குணநலன்கள் பற்றி ஜினேஸ்வர சூரி என்னும் சமண குரு விவரித்துள்ளார். வியாபாரிகள் பொருள்களைச் சரியாக எடை போடவேண்டும் எனவும், வாடிக்கையாளர்களுக்குக் கொடுக்கும் பொருட்கள் அவர்களுக்குக் காட்டிய மாதிரியின் அதே தரத்துடனும், அளவிலும், எண்ணிக்கையிலும் இருக்கவேண்டும் எனவும் அவர் குறிப்பிட்டுள்ளார்.

அக்காலத்தில் செயல்பட்டு வந்த வணிகக் குழுக்களும் வியாபாரிகளுக்கு என நெறிமுறைகளை வகுத்தன. பின்னர் அந்த நெறிமுறைகளை நடைமுறைப்படுத்தியும் வந்தன. 'உனக்குச் சேரவேண்டியதற்குமேல் எதையும் எடுத்துக்கொள்ளாதே; அடுத்தவர்களுக்குச் சேரவேண்டியதைக் கொடுக்காமல் இருக்காதே' போன்ற நியதிகள் வகுக்கப்பட்டு நடைமுறைப் படுத்தப்பட்டன.

வணிகத்தில் உயர் குணங்களும் கொள்கைகளும்

அக்காலத்து இந்திய வணிகர்கள் தம் தொழிலில் நியாயமாகவும் நேர்மையாகவும் நடந்து வந்துள்ளதாகத் தகவல்கள் தெரிவிக்கின்றன. மேலும் அயல்நாட்டவர் உள்ளிட்ட பிற வணிகர்களிடம் நியாயமாகவும் அன்பாகவும் தமது தொழில்களை செய்துள்ளனர். அயல்நாட்டு வணிகர்களுடன் வியாபாரம் செய்தவர்கள் பல மொழி பேசும் மொழி அறிவும் பெற்றிருந்துள்ளனர். இதனை பட்டினப்பாலை கீழ்க்கண்ட வரிகளில் தெரிவிக்கின்றது.

நெடுநுகத்துப் பகல்போல
நடுவுகின்ற நல்நெஞ்சினோர்
வடுஅஞ்சி வாய்மொழிந்து,
தமவும் பிறவும் ஒப்ப நாடி,
கொள்வதூஉம் மிகைகொளாது,
கொடுப்பதூஉம் குறைகொடாது,
பல்பண்டம் பகர்ந்துவீசும்
தொல்கொண்டித் துவன்று இருக்கை;
பல்ஆயமொரு பதிபழிகி,
வேறுவேறு உயர்ந்த முதவாய் ஆக்கல்
சாறுஅயர் மூதூர் சென்றுதொக் காங்கு
மொழிபல பெருகிய பழிதீர் தேஎத்துப்
புலம்பெயர் மாக்கள் கலந்துஇனி துறையும்
முட்டாச் சிறப்பின் பட்டினம் பெறினும்

பட்டினப்பாலை 206-218

நெடுநுகத்துப் பகல் என்பது நுகத்தடியில் அதன் நடு இடம் தெரிவதற்காக அடிக்கப்பட்டிருக்கும் ஆணி. மேற்கண்ட பாடல் மூலம் வணிகர்கள் நடுநிலையுடன் தொழிலில் ஈடுபட்டதையும், சரியான அளவில் பொருட்களைக் கொடுத்ததையும், வாங்கியதையும் உணரமுடிகிறது.

இந்திய வணிகர்கள் நற்குணம் மிக்கவர்களாகவும் உதவி மனப்பான்மை கொண்டவர்களாவும் இருந்ததால், வெளிநாட்டு வணிகர்கள் மற்ற நாடுகளைவிட இந்தியாவில் வாணிபம் செய்வதை விரும்பினர் என்று தெரிகிறது. இந்தியாவின் மேற்குப் பகுதிகளில் அப்போது நடைபெற்று வந்த வணிகம் பற்றி எழுதும்போது, வரலாற்றாசிரியர் வி.கே. ஜெயின் இந்திய வணிகர்களின் உயர்ந்த குணங்கள் பற்றிப் பிறநாட்டு வியாபாரிகள் கூறியவற்றை மேற்கொள் காட்டி எழுதியுள்ளார். நியாயத்துக்குப் பெயர்போனவர்களாவும், ஒப்பந்தங்களைக் கடைப்பிடிப்பவர் களாகவும், குணத்தில் நல்லவர்களாகவும், உண்மையையே பேசியதனாலும் பல இஸ்லாமிய வியாபாரிகள் இந்தியாவை நாடி வந்தனர் என அல் இத்ரிசி (Al Idrisi) கூறியுள்ளார்.

மார்கோ போலோ தனது குறிப்பில், இந்தியர்கள்தான் சிறந்த வியாபாரிகள் எனவும், எதற்காகவும் அவர்கள் பொய் சொல்ல மாட்டார்கள் எனவும் கூறியுள்ளார். மேலும் இந்தியாவின் சூழ்நிலைகள் பற்றிய அனுபவம் இல்லாத ஒரு வெளிநாட்டு வணிகர் தமது பொருட்களை விற்றுக் கொடுக்கச் சொல்லி ஓர் இந்திய வணிகரிடம் கொடுத்தால், அவற்றை அந்த இந்தியர் தமது பொருட்களைப் போலவே கருதி விற்பனை செய்வார் என்றும், அதற்காக வெளிநாட்டு வணிகர் கொடுப்பதைத் தவிர அதிகமாக எந்தத் தொகையையும் கேட்கமாட்டார் எனவும் அவர் புகழ்ந்து கூறியுள்ளார்.

அரசுகளும் தொழில்களும்

பண்டைய காலத்திலேயே வெவ்வேறான வியாபாரம் மற்றும் தொழில் முறைகள் இருந்துள்ளன. தனிநபர் மற்றும் குடும்பம் நடத்தும் தொழில்களைத் தவிர கண, பானி, நிகம, ஸ்ரீனி எனப் பல அமைப்புகள் அன்றே நிலவி வந்தன. தற்போதைய நவீன கம்பெனி அமைப்பு முறையை ஒத்த ஸ்ரீனி என்று சொல்லப்பட்ட அமைப்புமுறை அந்தக் காலங்களில் பரவலாகப் புழக்கத்தில் இருந்தது.

ஸ்ரீனி முறையில் மன்னர்களால் அங்கீகரிக்கப்பட்ட தெளிவான விதிகள் நடைமுறையில் இருந்தன. ஸ்ரீனி தர்மம் என்று சொல்லப்பட்ட அந்த விதிகளில் உற்பத்தி முறைகள், விலை, தரக் கட்டுப்பாடு எனப் பல்வேறு விஷயங்கள் எடுத்துக் கொள்ளப்பட்டன.

பொருட்களை ஓரிடத்திலிருந்து இன்னோரிடத்துக்கு எடுத்துச் செல்பவர்கள் சிரமப்படாமல் இருக்கத் தெளிவான வழிமுறைகள் நடைமுறையில் இருந்தன. தாதாபாய் நௌரோஜி, அன்றைய வங்காள நடைமுறையை மேற்கோள் காட்டி அது தொடர்பாக விளக்கமாக எழுதியுள்ளார். தனியாகவோ, பொருட்களுடனோ பயணம் செய்யும் நபர்களுக்கு அரசு தன் செலவில் பாதுகாவலர் களைக் கொடுக்கும். பயணிகளுக்கு எந்தச் செலவும் இன்றி அவர்களையும் அவர்களது பொருள்களையும் அரசு பாதுகாக்கும். பயணிகள் தங்குவதற்கு இடமளிக்கும். ஒருவர், ஓரிடத்திலிருந்து அடுத்த இடத்துக்குப் பொருட்களுடன் செல்லும்போது, அவருடன் கூட வரும் பாதுகாவலர், தன் பொறுப்பை அடுத்த பாதுகாவலரிடம் ஒப்படைப்பார். அப்போது பயணியின்

பொருட்கள் பற்றிய ரசீது விவரத்தை இரண்டாவது காவலர் முதல் காவலருக்குக் கொடுப்பார். அதே நேரம், முதல் காவலரின் நடத்தை பற்றிய சான்றிதழை இரண்டாவது காவலர் பயணியிடமிருந்து பெற்றுக்கொள்வார். அந்த ரசீதும் சான்றிதழும் பாதுகாவலர்களின் மேலதிகாரியைச் சென்றடையும்.

அவ்வாறு ஒவ்வொரு கட்டத்திலும் பயணிகள் அவர்கள் செல்ல வேண்டிய இடத்துக்கு அழைத்துச் செல்லப்படுவார்கள். ஓரிடத்தில் மூன்று நாட்கள் வரை தங்கிச் செல்லும் பயணிகள், உணவு, தங்குமிடம் மற்றும் பொருட்கள் பாதுகாப்பு ஆகிய எதற்கும் செலவு செய்ய வேண்டியதில்லை. உடல் நலக்குறைவு மற்றும் தவிர்க்க முடியாத காரணங்களால் மூன்று நாட்களுக்கு மேல் தங்கினாலும் அவர்கள் செலவழிக்க வேண்டியதில்லை.

ஒரு பகுதியில், ஒருவருடைய பணமோ, விலை மதிப்புள்ள பொருள்களோ காணாமல் போய்விட்டால், அதைக் கண்டெடுத்தவர் அருகில் உள்ள மரத்தில் அதைத் தொங்கவிட்டுவிட்டு, அந்தப் பகுதிப் பாதுகாவலருக்குத் தகவல் கொடுக்கவேண்டும். அந்தப் பாதுகாவலரின் மேலதிகாரி அந்தத் தகவலை உடனே முரசு அடித்துப் பரப்புவார். அதன் மூலம் பொருளைத் தவற விட்டவருக்குத் தகவல் செல்லும். அவ்வாறு ஒழுங்குபடுத்தப் பட்ட நடைமுறைகள் அன்று இருந்து வந்தன. அதன்மூலம் மக்களும் வியாபாரிகளும் அச்சமின்றி பொருட்களை எடுத்து சென்றனர்.

தொழில்களையும் விவசாயத்தையும் பாதுகாப்புடன் நடத்த ஊக்குவித்த அரசுகள், சமூக நலன்களைப் பாதுகாக்கவும் முற்பட்டன. ஒட்டுமொத்த சமுதாய நலனுக்காக, வணிகர்கள் சில அடிப்படை விதிகளைப் பின்பற்ற வேண்டியிருந்தது. வியாபாரிகள் செய்யும் சுரண்டலோ, தவறுதலான நடைமுறைகளோ ஆபத்தானவையாகக் கருதப்பட்டு தண்டனை விதிக்கப்பட்டது. மௌரியர் ஆட்சிக் காலத்தில், சந்தைகளில் விலைகளை அரசு அதிகாரிகள் ஒழுங்கு செய்தனர் என்பதை கிரேக்க வரலாற்றாசிரியர் மெகஸ்தனீஸ் மூலமாகவும் அர்த்தசாஸ்திரம் வாயிலாகவும் அறிகிறோம்.

அத்தியாவசியப் பொருட்களின் விலைகள் சந்தையில் மிகவும் குறைந்து, பொருட்கள் அதிகமான அளவு இருக்கும் பட்சத்தில், அவற்றை அரசு அதிகாரிகள் வாங்கவேண்டும். அந்தப் பொருட்

களின் வருகை சந்தையில் குறையும்பட்சத்தில் அவற்றின் பற்றாக்குறையையும் விலை உயர்வையும் தடுக்க, தக்க சமயத்தில் அவற்றை அரசுக் கிடங்குகளிலிந்து சந்தைக்குக் கொண்டுவரவேண்டும். இந்த முறையைத்தான் தற்கால அரசுகள் செயல்படுத்துகின்றன என்பதை நாம் கவனிக்க வேண்டும்.

பொருளாதாரச் செழிப்பால் பலம் பெற்று உயர்ந்த சமூகம்

இந்திய மக்களிடையே அன்று இருந்துவந்த உயர்ந்த பழக்க வழக்கங்கள் குறித்து நிறைய வெளிநாட்டு அறிஞர்கள் ஆணித்தரமாகச் சொல்லியுள்ளனர். இந்தியா மகிழ்ச்சி நிறைந்த மக்களைப் பெற்ற நாடு எனவும், பண்டைய உலகின் மற்ற நாட்டு மக்களைவிட இந்தியர்கள் உறவுகளில் உயர்ந்த அளவு அன்பையும் மென்மையையும் கடைப்பிடிப்பவர்கள் எனவும் பாஷம் கூறியுள்ளார். எனவே மேற்கூறிய விஷயங்களுக்காகவும் மதம், இலக்கியம், கலை மற்றும் கணிதத்தில் ஆற்றிய பெரிய சாதனைகளுக்காகவும் இந்திய கலாசாரத்துக்குத் தன்னுடைய வணக்கங்களைப் பதிவு செய்வதாக அவர் கூறியுள்ளார்.

உயர்ந்த மனிதநேய குணங்கள் தனிமனித உறவுகளையும் தாண்டி, போர் செய்வது உள்ளிட்ட அனைத்துச் செயல்பாடு களிலும் நியாயமான, மனிதாபிமானம் மிக்க அணுகுமுறை யுடன் மக்களை வழி நடத்திச் சென்றுள்ளன. உலகின் எந்தப் பகுதியிலும் மனிதனுக்கும் அரசுக்கும் உள்ள உறவுகள் இந்தியாவைவிட நியாயமானதாகவும் மனிதாபிமானம் மிக்க தாகவும் இல்லை என்று பாஷம் கூறியுள்ளார்.

கடந்த காலப் போர் வரலாற்றை எடுத்துக்கொண்டால், ஒருவர் கத்தியைத் தேவையின்றி எடுத்ததாகவோ, நிராயுதபாணிகளைக் கொலை செய்ததாகவோ சொல்லிக்கொள்வதற்குக்கூட இந்தியாவில் உதாரணங்கள் இல்லை; எனவே பண்டைய இந்திய நாகரிகத்தில் கருத்தைக் கவரும் குணாதிசயம் என்பது அதனுடைய மனிதநேயமே என பாஷம் கோடிட்டுக் காட்டி யுள்ளார்.

பொருளாதாரம் உள்பட அனைத்து நடவடிக்கைகளிலும் ஒரு தெய்வீகத்தன்மை கூடிய அணுகுமுறை இந்தியாவில் இருந்து வந்துள்ளது புலனாகிறது. பல பொருளாதார நடவடிக்கைகளில் கவனம் செலுத்திய அதே சமயத்தில், எல்லாப் பிரிவு மக்களின்

ஒட்டுமொத்த நலன்களையும் கவனித்துக்கொள்ள ஏற்பாடுகள் இருந்ததும் தெரிய வருகிறது. நியாயமான வழிகளில் அதிகபட்ச செல்வத்தை உருவாக்க மக்களுக்கு வாய்ப்புகளைக் கொடுத்தும், வாழும் அனைத்து உயிரினங்களின் நலன்களையும் அடிப்படை யாகக் கொண்டும் செயல்பட்டு வந்த பண்டைய இந்தியப் பொருளாதார தத்துவம் ஒரு தனித்தன்மை கொண்டதாக உள்ளது. அது, சிறு வாய்ப்பு கிடைக்கும்போதும் மக்களைச் சுரண்ட முயற்சிக்கும் நவீன கால மேற்கத்திய சந்தைப் பொருளா தார முறையைச் சார்ந்ததோ, அல்லது அரசு மூலமாக மக்களின் சுதந்தர நடவடிக்கைகளை ஒடுக்கும் கம்யூனிச சித்தாந்தத்தை ஒட்டியதோ அல்ல.

தாம் எதைக் கண்டாலும் அதற்குத் தம்முடைய பாணியில் பெயர் வைப்பது மேற்கத்திய சமூகத்துக்குக் கைவந்த கலை. அமெரிக்கக் கண்டத்தில் பல நாகரிகங்கள் முந்தைய காலங்களில் செழிப்பாக வளர்ந்திருந்தன. ஆனால் ஐரோப்பியர்கள் முதன் முதலில் அந்த நிலங்களைக் கண்டபோது அவற்றைப் புது நிலங்கள் (New lands) என்று அழைத்தனர். அந்த நிலங்கள் ஐரோப்பியர்களுக்குத்தான் அப்போது புதிதாகத் தெரிந்தன. உண்மையில் அதற்கு முன்னர் பல நூறாண்டுகள் அவை இருந்து வந்திருக்கின்றன. அவ்வாறுதான் ஒவ்வொன்றுக்கும் அவர்களது நோக்கிலேயே பெயர்களைச் சூட்டி, நீண்ட வரலாறுகளைத் திரித்து எழுதும் பழக்கம் மேற்கத்திய நாடுகளுக்கு உள்ளது.

ஜகதீஷ் சந்திர போஸின் அறிவியல் கண்டுபிடிப்புகளுக்குக் காப்புரிமை வாங்கிக் கொள்ளுமாறு சுவாமி விவேகானந்தரின் சீடரான சகோதரி நிவேதிதா அவரை வற்புறுத்தினார். ஆனால் போஸ் பிடிவாதமாக மறுத்துவிட்டார். பின்னர் பல ஆண்டுகள் கழித்து உலகுக்கு முழு உண்மை தெரியும்வரை, இத்தாலி நாட்டவரான மார்க்கோனியின் பெயரே கம்பியில்லாத தொலைத்தொடர்புக் கண்டுபிடிப்புடன் சம்பந்தப்படுத்தப்பட்டு பேசப்பட்டு வந்தது.

மனித வளர்ச்சியின் ஒவ்வொரு முன்னேற்றத்தையும் சமுதாயத் தின் மொத்த அனுபவங்களின் விளைவாக ஏற்பட்ட முயற்சிகளா கவே இந்தியர்கள் கருதியதால், அடிப்படையாகவே அவர்கள் அறிவையும் நடைமுறைகளையும் சொந்தம் கொண்டாட எண்ணியதில்லை. அவற்றுக்குத் தம்முடைய பெயர்களைச் சூட்ட விரும்பியதும் இல்லை. அதுபோலவே நமது

பொருளாதார முறைக்கும் அவர்கள் ஒரு தனியான பெயரைக் கொடுக்க எண்ணவில்லை.

அதனால், ஒவ்வொன்றுக்கும் பெயர் வைத்துக் குறிப்பிடும் மேற்கத்தியத் தாக்கம் பரவியுள்ள இந்தக் காலகட்டத்தில் நம்முடைய பொருளாதார முறைக்கு என்ன பெயர் சொல்லி அழைப்பது என்றுகூட நமக்குத் தெரியவில்லை. ஆனால் ஒரு விஷயம் மட்டும் இந்தச் சமயத்தில் நமக்கு உறுதியாகத் தெரிகிறது. நம்முடைய பண்டைய பொருளாதார முறையானது நவீன கால மேற்கத்திய சந்தைப் பொருளாதாரமும் இல்லை; கம்யூனிச அமைப்பு முறையும் இல்லை என்பதுதான்.

அவையெல்லாம் அண்மைக் காலங்களில் மேற்கத்திய நாடுகளில் அந்நாட்டு மக்களின் குறுகிய அனுபவங்களை வைத்து ஏற்படுத்தப் பட்ட பொருளாதாரக் கோட்பாடுகள். நம்முடைய பண்டைய முறையோ தனித்தன்மை பெற்றது. எனவே நம்முடைய அனுபவங்கள் மிகுந்த முறையை, தற்கால மேற்கத்திய கோட்பாடு களுடன் ஒப்பிட்டுப் பேசுவது சரியாகாது. நம் வாழ்க்கை முறையின் அடித்தளங்களும் அணுகுமுறைகளும் மேற்கத்திய முறைகளிலிருந்து முற்றிலும் வித்தியாசமானவை. அதனால் நமது பொருளாதார முறையை 'பாரதீயப் பொருளாதார முறை' என்று சொல்லலாமா?

உலக நாடுகளின் ஒட்டுமொத்த பொருளாதார உற்பத்தி - பொதுயுகம் 0 முதல் 1700 வரை

இப்போது நாம் இந்தியா மற்றும் பிற நாடுகள் அல்லது பகுதிகளின் ஒட்டுமொத்தப் பொருளாதார உற்பத்தி 0 முதல் 1700 ஆண்டு வரை, எப்படி இருந்தது என்று பார்ப்போம் (அட்டவணை 2.4).

இந்த அட்டவணை மூலம் பல மேற்கத்திய நாடுகள் உலகப் பொருளாதார வரைபடத்தில் 1500-ம் ஆண்டுவரை இடம் பெறவே இல்லை என்பதை முதலில் நாம் நினைவில் கொள்ள வேண்டும். இந்தியப் பொருளாதாரத்தின் மதிப்பு ஆயிரம் வருடங்களில் 33.75 பில்லியன் டாலர் என ஒரே அளவாக இருந்ததும், அதே காலகட்டத்தில் சீனா மற்றும் மொத்த ஐரோப்பாவின் மதிப்புகள் சிறிது குறைந்திருப்பதையும் முதல் ஆயிரம் வருடத்துக்கான புள்ளி விவரங்கள் உணர்த்துகின்றன.

அட்டவணை 2.4

உலக நாடுகளின் ஒட்டுமொத்த பொருளாதார உற்பத்தி

(பொதுயுகம் 0 முதல் 1700 வரை)

(மில்லியன் 1990 சர்வதேச டாலரில்)

நாடு/வருடம்	0	1000	1500	1600	1700
பிரிட்டன்			2,815	6,007	10,709
மேற்கு ஐரோப்பா	11,115	10,165	44,345	65,955	83,395
கிழக்கு ஐரோப்பா	1,900	2,600	6,237	8743	10,647
சோவியத் ரஷ்யா	1,560	2,840	8,475	11,447	16,222
அமெரிக்கா			800	600	527
ஜப்பான்	2,240	4,560	7,288	3,757	6,371
சீனா	26,820	26,550	61,800	96,000	82,800
இந்தியா	33,750	33,750	60,500	74,250	90,750
ஆசியா	16,470	18,630	31,301	36,725	40,567
ஜப்பான் தவிர்த்த மொத்த ஆசியா	77,040	78,930	1,53,601	2,06,975	2,14,117
ஆப்பிரிக்கா	7013	13,723	18,400	22,000	24,400
உலகம்	1,02,536	1,16,790	2,47,116	3,29,417	3,71,369

ஆதாரம் : மாடிசன் (2003), பக்கம் 261

அடுத்த 500 வருடத்தில் இந்தியாவின் உற்பத்தி 60.50 பில்லியன் டாலராக உயர்ந்துள்ளது. அதே சமயம் சீனாவின் உற்பத்தி 61.80 மில்லியன் டாலரை எட்டி, இந்தியாவைத் தாண்டியுள்ளது. அந்தக் காலகட்டத்தில் இரண்டு குறிப்பிடத்தக்க மாற்றங்கள் நிகழ் கின்றன.

முதலாவது, கடந்த 2,000 ஆண்டு வரலாற்றில் முதன் முறையாக, உலகின் முதல் இடத்தில் தொடர்ந்து இருந்து வந்த இந்தியாவின் இடத்தை 1500-ல் சீனா பிடிக்கிறது. இரண்டாவது, பின்னர் வந்த காலங்களில் வல்லமை பெற்று விளங்கிய பிரிட்டனும் அமெரிக்கா வும், முதல் முறையாக உலகப் பொருளாதார அட்டவணையில் தம் தலையைக் காட்டுகின்றன.

அந்தச் சமயத்தில் பிரிட்டனின் பொருளாதார மதிப்பு 2.81 பில்லியன் டாலர். அமெரிக்காவின் மதிப்போ வெறும் 800 மில்லியன் டாலர்தான். இந்தச் சமயத்தில் இன்னொரு முக்கிய மான விஷயத்தையும் நாம் கவனத்தில் கொள்ள வேண்டும். தற்போதைய அமெரிக்காவை 1492-ல் கொலம்பஸ் 'கண்டு பிடித்தார்'. அதன் பின்னர் அந்த நாடு பிரிட்டிஷ் காலனியாக இருந்து, 1776-ல்தான் சுதந்தரம் பெற்றது. எனவே 1500-ல் அந்தப் பகுதி பெரும்பாலும் பூர்விகக் குடிமக்கள் நிறைந்த பகுதியாக மட்டுமே இருந்தது.

1500-க்குப் பிந்தைய அடுத்த 200 வருடப் புள்ளிவிவரங்களைப் பார்த்தோமானால், 1700-ல் இந்தியா தனது பொருளாதாரச் செயல் பாடுகளால் மீண்டும் உலகின் முதல் நிலையை அடைந்தது தெரியவருகிறது. அப்போது இந்தியாவின் பொருளாதார மதிப்பு 90.75 பில்லியன் டாலர். சீனா 82.80 பில்லியன் டாலருடன் இரண்டாவது நிலையில் இருந்தது. எனவே தற்காலக் கணக்கு களின் அடிப்படையில் இந்தியா முதன்மையான பொருளாதார சக்தியாக முதல் 1500 வருடங்கள் எந்தவிதப் போட்டியும் இன்றி இருந்து வந்ததும், பின்னர் 200 வருடங்கள் கழித்து 1700-ல் மீண்டும் முதல் இடத்தை எட்டியதும் தெளிவாகத் தெரியவருகிறது.

அட்டவணை 2.4, டாலர்களில் பொருளாதார மதிப்பைக் கொடுத் துள்ளது. வெவ்வேறு நாடுகளின் பொருளாதாரச் செயல்பாடுகளை ஒப்பிட்டு அறிய, சதவிகித அடிப்படையில் பொருளாதாரப் பங்களிப்புகளைப் பார்ப்போம் (அட்டவணை 2.5).

நாம் முன்னரே பார்த்ததுபோல, முதல் 1,500 ஆண்டுகள் இந்தியா உலகத்தின் முதன்மைப் பொருளாதாரச் சக்தியாக விளங்கி யுள்ளது. 1500-ம் வருடம் சீனா இந்தியாவை முந்திச் சென்ற போதும், வெறும் அரை சதவிகிதம் அதிகப் பங்கை மட்டுமே பெற்றிருந்தது. அடுத்த 100 வருடங்களில், அதாவது 1600-ல், சீனா, 6.6 சதவிகிதம் முன்னணியில் இருந்தது. ஆனால், 1700-ல் இந்தியா மீண்டும் முன்னணிக்கு வந்து சீனாவைவிட 2.1 சதவிகிதம் அதிகப் பங்களிப்பை அளித்தது.

அதே சமயம் மேற்கூறிய காலகட்டத்தில், உலகப் பொருளா தாரத்தில் இந்தியாவின் பங்களிப்பு 32.9 சதவிகிதத்திலிருந்து 24.4 சதவிகிதமாகக் குறைந்தது. சீனாவின் பங்களிப்பு 26.2 சதவிகிதத் திலிருந்து 22.3 சதவிகிதமாகக் குறைந்தது. அதனால் ஆசியாவின்

பங்களிப்பு 75.1 சதவிகிதத்திலிருந்து 57.6 சதவிகிதமாகக் குறைந்தது. அதே காலகட்டத்தில் மேற்கு ஐரோப்பாவின் பங்களிப்பு 10.8 சதவிகிதத்திலிருந்து 22.5 சதவிகிதமாக அதிகரித்தது. பொதுயுகம் 1000-லிருந்து 1500-க்கு இடைப்பட்ட 500 ஆண்டு காலத்தில் மேற்கு ஐரோப்பாவின் பங்கு 8.7 சதவிகிதத்திலிருந்து 17.9 சதவிகிதமாக உயர்ந்தது. ஜப்பானின் பங்கு 1.2 சதவிகிதத்திலிருந்து படிப்படியாக அதிகரித்து 1700-ல் 4.1 சதவிகிதமாக இருந்தது.

அட்டவணை 2.5

உலக பொருளாதாரத்தில் நாடுகளின் பங்களிப்பு

பொதுயுகம் 0 முதல் 1700 வரை (சதவிகிதங்களில்)

நாடு/வருடம்	0	1000	1500	1600	1700
பிரிட்டன்			1.1	1.8	1.9
மேற்கு ஐரோப்பா	10.8	8.7	17.9	19.9	22.5
கிழக்கு ஐரோப்பா	1.9	2.2	2.5	2.7	2.9
சோவியத் ரஷ்யா	1.5	2.4	3.4	3.5	4.4
அமெரிக்கா			0.3	0.2	0.1
ஜப்பான்	1.2	2.7	3.1	2.9	4.1
சீனா	26.2	22.7	25	29.2	22.3
இந்தியா	32.9	28.9	24.5	22.6	24.4
ஜப்பான் தவிர்த்த ஆசியா	16.1	16.0	12.7	11.2	10.9
மொத்த ஆசியா	75.1	67.6	62.1	62.9	57.6
ஆப்பிரிக்கா	6.8	11.8	7.4	6.7	6.6
உலகம்	100	100	100	100	100

ஆதாரம் : மாடிசன் (2003), பக்கம் 263

1500-க்கும் 1700-க்கும் இடைப்பட்ட 200 வருட காலங்களில் பிரிட்டனின் பங்களிப்பு 1.1 சதவிகிதத்திலிருந்து 2.9 சதவிகிதமாக அதிகரித்துள்ளது கவனத்துக்குரியது. 1500-ம் வருடத்தில்தான் பொருளாதார அட்டவணையில் தலையைக் காட்டிய அந்த நாட்டுக்கு குறுகிய காலத்தில் மிகப்பெரிய அளவில் ஏற்பட்டுள்ள

வளர்ச்சி முக்கியமானது. அந்தச் சமயத்தில் உலகப் பொருளாதார அரங்கில் வேறொரு முக்கியமான நிகழ்வினை நாம் காணமுடிகிறது. 1700-ல், முதல்முறையாக மேற்கு ஐரோப்பிய நாடுகளின் மொத்தப் பங்களிப்பு சீனாவை விட அதிகமாக இருந்தது. அதாவது அந்தச் சமயத்தில் இந்தியாவுக்கு அடுத்த படியாக இரண்டாவது இடத்தில் மேற்கு ஐரோப்பிய நாடுகளின் மொத்தப் பங்களிப்பு இருந்தது. அதுவரை முதல் இரண்டு இடங்களை இந்தியாவும் சீனாவுமே தம்மிடம் வைத்துக் கொண்டிருந்தன.

உலகப் பொருளாதாரத்தில் இந்தியாவின் பங்களிப்பு பொது யுகம் 1000-லிருந்தே தொடர்ந்து குறைந்துகொண்டுதான் வந்துள்ளது. அலெக்சாண்டர் இந்தியாவுக்குப் படையெடுத்து வந்த காலம் தொடங்கி முஸ்லிம் படையெடுப்புகளின் விளைவாக அவர்கள் ஆட்சியைப் பிடிக்கும்வரை இந்திய நாகரிகம் தொடர்ந்து சரிந்து சென்றுகொண்டிருந்ததாக தாதாபாய் நௌரோஜி குறிப்பிட்டுள் ளார். ஆனாலும் இங்கு எப்போதுமே ஓர் உயரிய வளத்தை மக்கள் அனுபவித்து வந்ததாகவும், அந்த வளமை பதினெட்டாம் நூற்றாண்டில் முகலாயப் பேரரசு சிதைந்து போகும்வரை தொடர்ந்து வந்ததாகவும் அவர் மேலும் எடுத்துக் காட்டியுள்ளார்.

ஊடுருவல்களால் ஏற்பட்ட தொந்தரவுகளும், அந்நிய நாடுகளைச் சேர்ந்தவர்கள் இங்கு ஆட்சியைக் கைப்பற்றியதால் ஏற்பட்ட பிரச்னைகளும் பொருளாதாரத்தின் உயர்தரச் செயல்பாட்டைத் தொடர்ந்து பாதித்துக் கொண்டிருந்ததாகத் தெரிகிறது. ஆனாலும் கூட தனது முன்னணி நிலையை நீண்ட நெடுங்காலம் இந்தியா தன்னிடம் தக்க வைத்துக்கொண்டே வந்துள்ளது. 1400-க்கும் 1800-க்கும் இடைப்பட்ட காலத்திய உலகப் பொருளாதாரத்தைப் பற்றி எழுதும்போது, உலகப் பொருளாதாரத்துக்கு மையப் பகுதி களாக இந்தியாவும், சீனாவும் அப்போது விளங்கிவந்தன எனப் பொருளாதார வரலாற்றாசிரியர் பிராங்க் கூறியுள்ளார். உற்பத்தித் துறையில் இந்நாடுகளுக்கு இருந்த திறமையே அவை உலகின் மையமாக இருக்க முக்கிய காரணமாக இருந்தது எனவும் அவர் சுட்டிக் காட்டியுள்ளார்.

பிரிட்டிஷ்காரர்கள் இந்தியா வந்தபோது இந்தியாவில் இருந்த செல்வச்செழிப்பு குறித்து அமெரிக்க எழுத்தாளர் சண்டர்லாண்ட் (Sunderland) அபரிமிதமான வார்த்தைகளில் புகழ்ந்து எழுதி யுள்ளார். நாகரிக உலகுக்குத் தெரிந்த ஏறத்தாழ எல்லாப்

பொருட்களும், உபயோகத்துக்கோ அல்லது அழகுக்கோ மதிக்கப் படக் கூடியதும், மனிதனின் மூளையாலோ அல்லது கைகளாலோ செய்யக்கூடியதுமான எல்லா உருவாக்கங்களுமே பலப் பல ஆண்டுகளாக இந்தியாவில் உருவாக்கப்பட்டு வந்துள்ளன என்று அவர் கூறியுள்ளார். மேலும், மற்றெந்த ஐரோப்பிய மற்றும் ஆசிய நாடுகளை விடவும் இந்தியா உயர்ந்த தொழில் மற்றும் உற்பத்தி நாடாக இருந்து வந்தது எனவும் அவர் எடுத்துக் கூறியுள்ளார்.

பருத்தி, கம்பளம், லினன், பட்டு ஆகியவற்றால் செய்யப்பட்ட இந்திய ஜவுளிப் பொருட்கள் நாகரிக உலகம் முழுவதிலுமே மிகவும் புகழ்பெற்றவை; அதைப்போலவே அனைவரையும் கவரக்கூடிய வகைகளில் உருவாக்கப்பட்ட வேலைப்பாடுகள் கொண்ட நகைகளும் மதிப்பு மிக்க கற்களும் உலக அரங்கில் பெயர் பெற்றவை; அழகான விதங்களிலும் வண்ணங்களிலும் அமைந்திருந்த மண்பாண்டம் மற்றும் பீங்கான் பொருட்களும் அவ்வாறே; தங்கம், வெள்ளி, இரும்பு, உருக்கு என உலோகங் களில் செய்யப்பட்ட வேலைகளும் பெயர் பெற்றவை என சண்டர்லேண்ட் விவரித்துள்ளார்.

உலகின் எந்த நாட்டுக்கும் இணையான பெருமை கொண்ட கட்டடக் கலையை இந்தியா பெற்றிருந்தது. பெயர் பெற்ற வணிகர்களையும், வங்கியாளர்களையும், நிதித்துறையாளர் களையும் கொண்டிருந்தது. கப்பல் கட்டும் தொழிலில் பெரிய நாடாக இருந்தது மட்டுமின்றி, நாகரிகமடைந்த எல்லா நாடு களுடனும் கடல் வழியிலும் தரை வழியிலும் வணிகம் செய்யக் கூடிய நாடாகவும் இந்தியா இருந்தது. இப்படிப்பட்ட ஒரு நாட்டைத்தான் பிரிட்டிஷார் இங்கு வரும்போது கண்டார்கள் என சண்டர்லேண்ட் அன்றைய இந்தியாவை படம்போட்டு காட்டி யுள்ளார்.

பிரிட்டிஷார் வருவதற்கு முந்தைய காலங்களில் எவ்வளவோ படையெடுப்புகளும் தொந்தரவுகளும் ஏற்பட்டபோதும், தமக்கே உரித்தான பாணியில் இந்தியர்கள் உறுதியாகச் செயல் பட்டு பொருளாதாரத்தை முதன்மை நிலையில் வைத்திருந்தனர்.

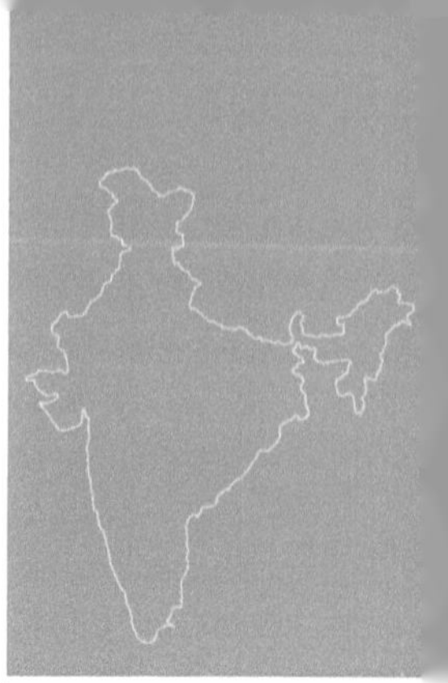

3

பிரிட்டிஷ் பிடியில் இந்தியப் பொருளாதாரம்

இந்தியாவுடன் ஒப்பிடும்போது, பிரிட்டன் மிகவும் சிறிய நாடு. புதிய நாடும் கூட. இன்றைய பிரிட்டனின் மக்கள் தொகைகூட தமிழ்நாட்டின் மக்கள் தொகையைவிடக் குறைவு. பதினைந்தாம் நூற்றாண்டின் மத்திய காலம் வரை அந்நாட்டின் தேசிய அடையாளங்கள் கூடத் தெளிவில்லாமல் இருந்ததாக வரலாற்று ஆசிரியர்கள் சொல்கின்றனர்.

அந்தக் காலகட்டத்தில் இங்கிலாந்திலும் பிரான்சிலும், நிலங்களை ஆக்கிரமித்து அதன்மூலம் சொத்துரிமைகளையும் வருமானங்களையும் பெற்ற ஆங்கிலேய, பிரெஞ்சு போர்க்கூட்டத் தலைவர்களே அரசர்களாகவும் ஆளும் வர்க்கமாகவும் இருந்து வந்தனர். அப்போது அரசாங்கம் திரட்டிவந்த நிதி ஆதாரம் நிலக் குத்தகைதாரர்களிடமிருந்தும், அடிமை விவசாயிகளிடமிருந்தும் பெறப்பட்ட கப்பம் மூலமாகவே இருந்தது என மாடிசன் குறிப்பிடுகிறார். பதினைந்தாவது நூற்றாண்டு மத்திய காலம் வரையில் பிரிட்டனில் விவசாயமோ, தொழிலோ, வணிகமோ எதுவும் முறையாகச் செயல்படாதது மட்டுமின்றி, அரசுமுறையும் கூடச் சரியாக இல்லை என்பதும் தெரிய வந்துள்ளது. மேலும் அரசு வருமானமே ஏழைகளிடமிருந்தும் குத்தகை

தாரர்களிடமிருந்தும் பெறப்பட்டதால், கீழ்த்தட்டு மக்களை நசுக்கிச் சுரண்டக்கூடிய ஓர் அமைப்பு அங்கு நிலவி வந்ததையும் நம்மால் அறிய முடிகிறது.

பிரிட்டிஷ் பேரரசு என்பதே வணிகத்துவ (Mercantilism) காலத்தில்தான் தோன்றியது. வணிகத்துவக் கோட்பாடு என்பது, உலகில் உள்ள செல்வத்தைப் பங்குபோட, நாடுகளிடையே போட்டியை வலியுறுத்திய கோட்பாடு ஆகும். பதினாறாம் நூற்றாண்டு முதல் பத்தொன்பதாம் நூற்றாண்டு வரையான வாணிபக் கொள்கைகள் வணிகத்துவக் கோட்பாட்டை ஒட்டியே அமைந்திருந்தன என்று மாடிசன் சுட்டிக்காட்டுகிறார். இங்கிலாந்திலும் ஐரோப்பாவிலும், சர்வதேசப் போட்டி என்பது 'அண்டை வீட்டுக்காரனைப் பிச்சைக்காரன் ஆக்கு' (Beggar thy neighbour) என்னும் கருத்தை ஒட்டியே அமைந்திருந்தது எனவும் மாடிசன் கூறுகிறார்.

வட அமெரிக்காவிலும் கனடாவிலும் காலனிகளை அமைத்து, கரீபியன் தீவுகளைக் காலனிகளாக்கி பதினேழாம் நூற்றாண்டின் தொடக்கத்தில் நவீன பிரிட்டிஷ் பேரரசு உருப்பெற்றது. ஆரம்ப காலங்களில் கரும்பு விளையும் தீவுகள் பிரிட்டனின் மிக முக்கியக் காலனிகளாக இருந்தன. 1750-ல் பத்தொன்பது கரீபிய கரும்புத் தீவுகளில் வசித்த மக்களில் 85 சதவிகிதத்துக்கும் மேற்பட்டவர்கள் ஆங்கிலேயர்களுக்கு அடிமைகளாக இருந்தனர். அமெரிக்க நாடுகளில் வளமான விவசாய நிலங்கள் இருந்தன. அவற்றில் புகையிலை, பருத்தி, அரிசி உள்ளிட்ட பொருட்களை நன்கு உற்பத்தி செய்யமுடியும். எனவே, நிறைய பிரிட்டிஷ்காரர்கள் அங்கு சென்று அந்த நிலங்களைக் கைப்பற்றிக்கொண்டனர். பதினேழு, பதினெட்டாம் நூற்றாண்டுகளில் அடிமைகளை வியாபாரம் செய்யும் முக்கியமான நாடாக பிரிட்டன் இருந்தது.

இந்தியாவின் செல்வச் செழிப்பைப் பல காலமாக அறிந்திருந்த ஐரோப்பியர்கள், இங்கு வருவதற்குப் பல வருடங்களாகவே முயற்சிகளை எடுத்துக்கொண்டிருந்தனர். அதன் ஒரு பகுதியாகவே ஸ்பெயின் நாட்டைச் சேர்ந்த கொலம்பஸ், 1492-ல் அமெரிக்காவைச் சென்றடைந்தார். பின்னர், 1498-ல் வாஸ்கோட காமா என்னும் போர்ச்சுகல் மாலுமி கேரளக் கரையை வந்தடைந்தார். இந்தியாவுக்குக் கடல் வழி தெரிந்தபின், வெவ்வேறு நாடுகளிலிருந்தும் ஐரோப்பியர்கள் இங்கு வரத் தொடங்கினர். பழங்காலம் முதலே இந்தியா அந்நியச் சக்திகளால் தாக்கப்பட்டு, நிறையச் செல்வத்தை இழந்திருந்தது.

ஆயினும் நாட்டிலிருந்த செல்வம் குறையவில்லை. எனவே செல்வம் கொழிக்கும் 'பகோடா மரத்தைப் பிடித்து ஆட்டு' (To shake the pagoda tree) என்பது மேல்நாடுகளில் இந்தியாவைப் பற்றிக் குறிக்கும் ஒரு சொற்றொடராகவே உருவானது.

ஒன்றன்பின் ஒன்றாக ஊடுருவல்களும், அந்நிய ஆட்சிகளும் இங்கு வந்தும்கூட இந்தியா ஒரு பொருளாதாரச் சக்தியாகவே தொடர்ந்து விளங்கி வந்தது. ஆனால் ஐரோப்பியர்களின் வருகை அந்தச் சூழ்நிலையை அடியோடு மாற்றிவிட்டது. முதல் போர்ச்சுகீசிய கப்பல் இந்தியக் கடல்களில் வந்துசேர்ந்த சிறிது காலத்திலேயே, தங்கள் வரலாற்றிலேயே கண்டிராத ஒரு காலனி ஆதிக்கப் பேரரசை ஆசிய நாடுகள் உணரத் தொடங்கின என வரலாற்றாசிரியர் அகர்வாலா உணர்வுபூர்வமாகச் சொல்கிறார்.

கிழக்காசியப் பகுதியில் வாணிபம் செய்வதற்காக இங்கிலாந்தில் 1600-ம் வருடம் கிழக்கிந்தியக் கம்பெனி என்ற நிறுவனம் ஆரம் பிக்கப்பட்டது. அந்தக் கம்பெனி, இந்தியாவில் வியாபாரம் செய்ய ஏகபோக உரிமை வேண்டி இங்கிலாந்து அரசரிடம் விண்ணப் பித்து, அதனைப் பெற்றது. அதன்படி, இங்கிலாந்தைச் சேர்ந்த வேறு எந்தத் தனி நபரோ, கம்பெனியோ இந்தியாவில் வர்த்தகம் செய்யக்கூடாது. பதினேழாம் நூற்றாண்டின் தொடக்கத்தில் இந்தக் கம்பெனியின் வணிகர்கள் இந்தியா வர ஆரம்பித்தனர். கம்பெனி, 1613-ம் வருடம் சூரத்தில் தனது முதல் குடியிருப்பை வாங்கியது. பின்னர் உள்நாட்டு அரசர்களுடன் சண்டை போட்டு தன்னுடைய வியாபார வசதிக்காக நிலங்களை ஆக்கிரமிக்கத் தொடங்கியது. இந்திய மண்ணில் முதன்முதலாக வியாபாரத்துக்காகச் சண்டை என்பது ஆங்கிலேயர்களால்தான் ஆரம்பிக்கப்பட்டது. அதுவும் வெளிநாட்டு வியாபாரிகள் தங்களுடைய பலாத்காரத்தைக் காட்டி உள்நாட்டவரைத் துன்புறுத்தும் வகையில் இருந்தது.

தூரத்திலிருந்த ஆங்கிலேய அரசு இந்தியாவில் நடைபெற்ற தவறான நடவடிக்கைகளுக்கு முழு ஒத்துழைப்பு கொடுத்தது. திடீரெனத் தோன்றிய வன்முறை வியாபார வழிமுறைகள், இந்திய மண்ணுக்கு முற்றிலும் புதுமையாகவும், பாரம்பரிய கலாசாரத் துக்கு அந்நியமாகவும் இருந்தன. 1757-ல் பிளாசி யுத்தத்தில் ஆங்கிலேயர்கள் வெற்றி பெற்று, வங்காளத்தைத் தங்கள் பிடியில் கொண்டுவந்தனர். அதன்பின் கம்பெனி மேலும் வலிமையைப் பெற்றது. அந்தக் காலகட்டங்களில் கம்பெனிமீதும் அதன் உயர் அதிகாரிகள்மீதும் குற்றச்சாட்டுகள் அதிகரித்தன.

ஊழல், சுரண்டல் மற்றும் அதிகார துஷ்பிரயோகம் ஆகியவற்றால் மக்கள் துன்பம் அடைந்தனர். பொருளாதாரம் கொள்ளை போனது. குற்றச்சாட்டுகள் அதிகமாகவே பிரிட்டிஷ் ராணி கிழக்கிந்தியக் கம்பெனியிடமிருந்து இந்தியப் பகுதிகளின் அதிகாரத்தை 1858-ல் தானே நேரடியாக எடுத்துக்கொண்டார். அதன் விளைவாக, அந்த ஆண்டிலிருந்து இங்கிலாந்து அரசு இந்தியாமீது நேரடி ஆட்சி புரிய ஆரம்பித்தது. 1860-களில் இந்தியாவின் பெரும்பாலான பகுதிகளைத் தம் ஆதிக்கத்தில் கொண்டு வந்து அவர்களுடைய அதிகாரத்தை ஆங்கிலேயர்கள் நிலைநாட்டிக்கொண்டனர். 1947 வரை இந்தியா, இங்கிலாந்து முடியாட்சியின் ஆளுமையின் கீழ் இருந்துவந்தது.

ஜான் சல்லைவன் என்பவர் ஆங்கிலேய அரசில் பல முக்கியப் பொறுப்புகளை வகித்தவர். கிழக்கிந்தியக் கம்பெனி இந்தியாவில் வியாபாரம் செய்வதற்குப் பெற்ற உரிமைப் பட்டயத்தை 1813-ம் ஆண்டு புதுப்பிக்கும் சமயத்தில், ஆங்கிலேய அரசு இந்தியா பற்றிய அவரது கருத்துக்களைக் கேட்டது. அது சமயம் நடந்த உரையாடலின்போது சல்லைவனிடம் கேட்கப்பட்ட கேள்வியையும் அதற்கு அவர் அளித்த பதிலையும் பொருளாதாரப் பேராசிரியர் ரொமேஷ் தத் தமது புத்தகத்தில் மேற்கோள் காட்டியுள்ளார்.

கேள்வி: இப்போதிருப்பதை விட முந்தைய இந்திய அரசர்களின் ஆட்சியில் மக்களின் பொருளாதார நிலைமை நன்றாக இருந்ததாகச் சொல்ல முடியுமா?

பதில்: ஆரம்ப காலங்களிலிருந்தே இந்தியர்கள் மிகுந்த செழிப்புடன் இருந்து வந்திருப்பதை வரலாறு உணர்த்துகிறது.

சல்லைவனின் பதில் மூலம் இந்தியாவின் செழிப்பைப் பற்றி ஆங்கிலேயர்கள் அப்போது கொண்டிருந்த எண்ணம் நமக்குத் தெரிய வருகிறது.

உலக நாடுகளின் பொருளாதார உற்பத்தி (1700 முதல் 1950 வரை)

மேற்கூறிய பின்னணியில் 1700 முதல் 1950 வரையிலான வருடங்களில் இந்தியா மற்றும் பிறநாடுகளின் ஒட்டுமொத்தப் பொருளாதார மதிப்பு எவ்வாறு இருந்தது என்பதை அட்டவணை 3.1 மூலம் பார்ப்போம்.

மேலே சொன்ன 250 வருடங்களில் உலகப் பொருளாதாரத்தில் பல முக்கிய மாற்றங்கள் ஏற்பட்டுள்ளதை நம்மால் காண முடிகிறது. அந்தக் காலகட்டத்தில்தான் மேற்கத்திய நாடுகள் பொருளாதாரத்தில் சக்திமிக்க நாடுகளாக உருவெடுத்தன. 1820-ல் சீனா, இந்தியாவை இரண்டாவது இடத்துக்குத் தள்ளி மீண்டும் முதல் இடத்தைப் பிடித்துக் கொண்டது. அதற்கு பிறகு இந்தியா முதலிடத்துக்கு வரவே முடியவில்லை. உலகப் பொருளாதாரத்தின் உந்து சக்தியாக விளங்கிய ஆசியாவும் தன்னுடைய முதன்மை நிலையை அந்தக் காலகட்டத்தில்தான் இழந்தது. 1913-ல் உலகப் பொருளாதாரத்துக்கு அதிகமாகப் பங்களிக்கும் நாடாக அமெரிக்கா மாறியது.

அட்டவணை 3.1

உலகப் பொருளாதார உற்பத்தி (1700 முதல் 1950 வரை)

(மில்லியன் 1990 சர்வதேச டாலர்களில்)

நாடு/வருடம்	1700	1820	1870	1913	1950
பிரிட்டன்			1.1	1.8	1.9
பிரான்சு	21,180	38,180	72,100	1,44,489	2,20,492
ஜெர்மனி	13,410	26,349	71,429	2,37,332	2,65,354
இத்தாலி	14,630	22,535	41,814	95,487	1,64,957
பிரிட்டன்	10,709	36,232	1,00,179	2,24,618	3,47,850
மேற்கு ஐரோப்பா	83,395	1,63,722	3,70,223	9,06,374	14,01,551
கிழக்கு ஐரோப்பா	10,647	23,146	45,448	1,21,559	1,85,023
சோவியத் ரஷ்யா	16,222	37,716	83,646	2,32,351	5,10,243
அமெரிக்கா	527	12,548	98,374	5,17,383	14,55,916
ஜப்பான்	15,390	20,739	25,393	71,653	1,60,966
சீனா	82,800	2,28,600	1,89,740	2,41,344	2,39,903
இந்தியா	90,750	1,11,417	1,34,882	2,04,241	2,22,222
ஜப்பான் தவிர்த்த ஆசியா	2,14,117	3,90,503	3,96,795	5,92,584	8,24,703
உலகம்	3,71,369	6,94,442	11,01,369	27,02,782	53,36,101

ஆதாரம் : மாடிசன் (2003), பக்கம் 261

மேற்குறித்த காலங்களில் உலகப் பொருளாதாரத்தில் வெவ்வேறு நாடுகளின் சதவிகிதப் பங்களிப்பை புரிந்துகொள்ள அட்டவணை 3.2-ஐப் பார்ப்போம்.

அட்டவணை 3.2

உலகப் பொருளாதாரத்தில் நாடுகளின் பங்களிப்பு

(1700 முதல் 1950 வரை) (சதவிகிதத்தில்)

நாடு/வருடம்	1700	1820	1870	1913	1950
பிரான்சு	5.7	5.5	6.5	5.3	4.1
ஜெர்மனி	3.6	3.2	3.8	3.5	3.1
இத்தாலி	3.9	3.2	3.8	3.5	3.1
பிரிட்டன்	2.9	5.2	9.1	8.3	6.5
மேற்கு ஐரோப்பா	22.5	23.6	33.6	33.5	26.3
கிழக்கு ஐரோப்பா	2.9	3.3	4.1	4.5	3.5
சோவியத் ரஷ்யா	4.4	5.4	7.6	8.6	9.6
அமெரிக்கா	0.1	1.8	8.9	19.1	27.3
ஜப்பான்	4.1	3	2.3	2.3	3
சீனா	22.3	32.9	17.2	8.9	4.5
இந்தியா	24.4	16	12.2	7.6	4.2
ஜப்பான் தவிர்த்த ஆசியா	57.6	56.2	36	21.9	15.5
உலகம்	100	100	100	100	100

ஆதாரம் : மாடிசன் (2003), பக்கம் 263

1700-ம் வருடம் தொடங்கி உலகப் பொருளாதாரத்துக்கான இந்தியப் பங்களிப்பு தொடர்ந்து சரிந்துகொண்டே செல்வதை அட்டவணை 3.2 உணர்த்துகிறது. அதன் பலனாக, 1700 முதல் 1820 வரையிலான 120 வருடங்களில், உலகப் பொருளாதாரத்தில் மூன்றில் ஒரு பங்கு இருந்த இந்தியப் பொருளாதாரம் பாதியளவு அழிக்கப்பட்டுவிட்டது தெரிகிறது. பழங்காலம் தொட்டு அளப்பரிய பொருளாதார வல்லரசாக விளங்கிய இந்தியா, தன்னுடைய முதன்மை நிலையை 1820-ல் விட்டுக் கொடுத்தது. அதற்கு அடுத்த 130 ஆண்டுகளில், 1820-ம் வருடம் இருந்த

பொருளாதார மதிப்பில் வெறும் 25 சதவிகிதத்துக்கு இந்தியா சுருங்கிப் போய்விட்டது. 1700 முதல் 1950 வரையான 250 வருட காலத்தில் இந்தியப் பொருளாதாரத்தின் 83 சதவிகித மதிப்பு அழிக்கப்பட்டுவிட்டது.

1820-ல் இந்தியாவிடமிருந்து முதலிடத்தை சீனா எடுத்துக் கொண்டாலும், பின்வந்த ஆண்டுகளில் அதன் பங்களிப்பும் வெகுவாகக் குறைந்தது. அதன் பலனாக 1950-ம் வருடம் சீனாவின் பங்களிப்பு இந்தியாவை விட வெறும் 0.3 சதவிகிதம் மட்டுமே அதிகமாக இருந்தது.

மேற்கூறிய 250 வருடங்களில் ஆசியாவின் பங்களிப்பு 57.6 சதவிகிதத்திலிருந்து 15.5 சதவிகிதமாகக் குறைந்திருந்தது. ஆரம்ப காலம் முதலே உலகப் பொருளாதாரத்துக்கு தொடர்ந்து அதிக அளவு பங்களித்துக்கொண்டிருந்த ஆசியா, 1913-ல் அந்தப் பெருமையை மேற்கு ஐரோப்பிய நாடுகளிடம் இழந்தது.

இந்தியா, சீனா உள்ளிட்ட ஆசிய நாடுகளின் நிலைமை இவ்வாறு இருக்க, அந்தக் காலக்கட்டத்தில்தான் மேற்கு நாடுகளின் பங்களிப்பு பன்மடங்கு அதிகரித்தது. பிரிட்டனின் பங்கு 1700-க்கும் 1870-க்கும் இடைப்பட்ட 170 ஆண்டுகளில் 319 சதவிகிதம் அதிகரித்தது. 1870-ல்தான் பிரிட்டனின் பங்களிப்பு உச்சபட்சமாக உலகப் பொருளாதாரத்தில் 9.1 சதவிகிதமாக இருந்தது. பின்னர் அந்நாட்டினுடைய செல்வாக்கு குறைந்து 1950-ல் அதன் பங்களிப்பு 6.5 சதவிகிதமாக ஆனது. அப்போது இந்தியாவின் பங்களிப்பு 4.2 சதவிகிதமாக இருந்தது.

1700-ல் இந்தியாவின் பங்களிப்பு பிரிட்டனைவிட எட்டு மடங்குக்கு மேல் அதிகம். ஆனால் 1913-ல், அதாவது 200 வருடத்துக்குச் சற்று மேற்பட்ட காலத்தில், இந்தியாவைவிட பிரிட்டனின் பங்களிப்பு 0.7 சதவிகிதம் அதிகம். 1820-ம் வருடத்திலிருந்து அமெரிக்காவின் பங்களிப்பு மிக வேகமாக அதிகரித்தது. அதனால் 1913-ம் வருடத்தில் 19.1 சதவிகிதத்துடன் உலகிலேயே அதிகமான பங்களிப்பைக் கொடுக்கும் நாடாக அமெரிக்கா உருவெடுத்தது. பின்னர் 1950-ல் அமெரிக்காவின் பங்களிப்பு 27.3 சதவிகிதமாக மேலும் உயர்ந்தது. 1820-ல் தொடங்கிய அடுத்து 130 வருட காலத்தில் அதிவேக வளர்ச்சியைக் கண்ட நாடு அமெரிக்காதான்.

1870-ல் மேற்கு ஐரோப்பாவின் உச்சகட்ட காலத்தில் பிரிட்டன் 9.1 சதவிகிதமும் பிரான்சு மற்றும் ஜெர்மனி தலா 6.5 சதவிகிதமும் தத்தமது பங்குகளாக அளித்தன. மேற்கு ஐரோப்பிய நாடுகள் என்று நாம் குறிப்பிடுவது, பதினான்கு நாடுகள் சேர்ந்த ஓர் அமைப்பு. அதே காலகட்டத்தில் இந்தியாவும், சீனாவும், மொத்தத்தில் ஆசியாவும் பெரும் சரிவுகளைச் சந்தித்தன.

250 வருட காலத்தில் இந்தியப் பொருளாதாரம் எப்படிப் பெருமளவு சரிந்தது? இந்தியா ஒரு சாதாரணப் பொருளாதாரமாக இருந்திருக்கவில்லை; மிக வலுவான அஸ்திவாரங்களுடன், அதிசயிக்கத்தக்க பிரம்மாண்டமான ஒரு பொருளாதார வல்லரசாக விளங்கி வந்த நாடு. உலகமே வியந்து அதிசயித்த பொருளாதாரத்தைக் கொண்டிருந்த நாடு. பல்வேறு இன்னல்களுக்கு இடையிலும் பல நூற்றாண்டுகள் தொடர்ந்து உலகின் முதல் தரப் பொருளாதாரமாக விளங்கி வந்த நாடு. அப்படிப்பட்ட ஒரு நாட்டுக்கு மிகக் குறுகிய காலத்தில் பெரும் சரிவு ஏற்பட்டது எப்படி?

அதுபற்றிய உண்மைகளை அறிய பிரிட்டிஷ் காலத்தில் ஏற்பட்ட முக்கியமான சில மாற்றங்களை நாம் கவனிக்க வேண்டும். எனவே பொருளாதாரத்தின் அடிப்படைத் துறைகளான தொழில், விவசாயம் மற்றும் வாணிபம் ஆகியவற்றில் அந்தக் காலகட்டத்தில் ஏற்பட்ட மாறுதல்களைக் கவனமாகப் பார்ப்போம்.

தொழில்

ஐரோப்பிய நாடுகள் காலனியாகப் பிடித்த வேறு எந்த நாட்டையும்விட மிகப் பெரிய தொழில் நாடாகவும், காலனியாதிக்கக் காலங்களுக்கு முன்பு ஏற்றுமதியில் தனித் தன்மை பெற்ற நாடாகவும் இந்தியா விளங்கி வந்தது. ஆனால், அதன் பெரும்பகுதித் தொழில்கள் பிரிட்டிஷ் ஆட்சிக் காலத்தில் அழிக்கப்பட்டன என்று மாடிசன் கூறுகிறார். அதிகாரத்தைத் தன் வசப்படுத்திய காலத்திலிருந்தே, இந்தியாவைத் தனது நாட்டின் உற்பத்தியாளர்களுக்கு மூலப்பொருட்கள் தரும் நாடாக மாற்றுவதே இங்கிலாந்தின் முடிவான கொள்கையாக இருந்தது என்று சுரேந்திரநாத் பானர்ஜி தெளிவாக எடுத்துரைத்துள்ளார். ஆங்கிலேய உற்பத்தியாளர்களுக்குப் போட்டியாக ஏதாவது இந்தியத் தொழில் வந்துவிடும் என்று அவர்கள் சிறிது

சந்தேகப்பட்டாலும், அதை ஆரம்பக் கட்டத்திலேயே நசுக்கி விடுவது என்பதுதான் பிரிட்டிஷாரின் குறிக்கோளாகவும் கொள்கையாகவும் இருந்தது என பெரோஷ் ஷா மேத்தா ஆணித்தரமாகக் கூறியுள்ளார்.

1750 முதல் இந்தியா, சீனா ஆகியவற்றின் உற்பத்தித் துறை பங்களிப்பு தொடர்ந்து குறைந்து வந்ததை பிரிட்டிஷ் வரலாற்றாசிரியர் கென்னடி கீழ்க்கண்ட அட்டவணையில் உள்ள புள்ளிவிவரங்கள் கொண்டு விளக்கியுள்ளார்.

அட்டவணை 3.3

உலக உற்பத்தித் துறையில் நாடுகளின் பங்கு

(1750 முதல் 1900 வரை) (சதவிகிதங்களில்)

நாடுகள்	1750	1800	1830	1860	1880	1900
ஐரோப்பா	23.2	28.1	34.2	53.2	61.3	62.0
பிரிட்டன்	1.9	4.3	9.5	19.9	22.9	18.5
ஹாஸ்பர்க் பேரரசு	2.9	3.2	3.2	4.2	4.4	4.7
பிரான்ஸ்	4.0	4.2	5.2	7.9	7.8	6.8
ஜெர்மன் அரசுகள் / ஜெர்மனி	2.9	3.5	3.5	4.9	8.5	13.2
இத்தாலிய அரசுகள் / இத்தாலி	2.4	2.5	2.3	2.5	2.5	2.5
ரஷ்யா	5.0	5.6	5.6	7.0	7.6	8.8
அமெரிக்கா	0.1	0.8	2.4	7.2	14.7	23.6
ஜப்பான்	3.8	3.5	2.8	2.6	2.4	2.4
சீனா	32.8	33.3	29.8	19.7	12.5	6.2
இந்தியா	24.5	19.7	17.6	8.6	2.8	1.7

ஆதாரம் : கென்னடி (1988), பக்கம் 190

1750-ல் உலக உற்பத்தியில் இந்தியாவின் பங்கு *24.5* சதவிகிதமாக இருந்ததை அட்டவணை *3.3* காட்டுகிறது. அப்போது இந்தியாவைவிட உற்பத்தியில் முன்னிலையில் இருந்த ஒரே நாடு சீனாதான். இந்தியாவின் சரிவு *1750*-ல் தொடங்கியது.

சீனாவின் சரிவு 1800-ல் தொடங்கியது. ஆனால், இந்தியாவுடன் ஒப்பிடும்போது சீனாவின் சரிவு விகிதம் குறைவாகவே உள்ளது.

அதே சமயத்தில் 1750 முதல் 1900 வரையிலான 150 வருட காலத்தில் பிரிட்டனின் பங்கு 1.9 சதவிகிதத்திலிருந்து 18.5 சதவிகிதமாக அதிகரித்துள்ளது. அதிலும் 1800 முதல் 1860-ம் ஆண்டு வரையிலான 60 ஆண்டுக் காலத்தில் ஏறத்தாழ ஐந்து மடங்கு உற்பத்தி அதிகரித்துள்ளது. மற்ற ஐரோப்பிய நாடுகளிலும் உற்பத்தி அதிகரிப்பு இருந்தது. ஆனாலும் பிரிட்டன்தான் அதிக அளவிலான வளர்ச்சி விகிதத்தைக் கண்டது. தனி நபர் தொழில்மயம் என்ற அடிப்படையில் பார்த்தால், மேற்குறிப்பிட்ட 150 ஆண்டுகளில் அது இந்தியாவில் 86 சதவிகிதம் குறைந்தது என்றும், பிரிட்டனில் 70 சதவிகிதம் அதிகரித்தது என்றும் கென்னடி குறிப்பிட்டுள்ளார்.

இந்தியத் தொழில்கள் ஆங்கிலேயர்களால் அழிக்கப்படுவதைக் குறித்து ஆங்கிலேயர்களே தங்களது கவலையை வெளியிட்டனர். கிழக்கிந்திய மற்றும் சீன அமைப்புக்குத் தலைவராக இருந்த லார்பென்ட் (GG de H Larpent), இந்தியாவின் உற்பத்தியை பிரிட்டன் அழித்துவிட்டதாக வெளிப்படையாகவே கூறினார். சர் சார்ல்ஸ் டிரெவெல்யான் (Sir Charles Trevelyan), இந்தியாவின் உற்பத்திகளை பிரிட்டன் சுத்தமாக அழித்துவிட்டதாகவும், எனவே இந்தியர்களுக்கு நிலத்தின் விளைச்சலைச் சார்ந்திருப்பதைத் தவிர வேறு வழியில்லை எனவும் குறிப்பிட்டார். ஆகையால் இந்தியர்களது மூலப் பொருட்களுக்காவது இங்கிலாந்து சந்தையில் விதிக்கப்படும் அநியாயமான வரிகளிலிருந்து சலுகை அளிக்கவேண்டும் என அவர் ஆங்கிலேயே அரசுக்கு ஆலோசனை கூறினார்.

இந்தியத் தொழில்களை நசுக்குவதற்கு ஆங்கிலேயர்கள் எல்லா வழிமுறைகளையும் நடைமுறைப்படுத்தினர். அதில் அதிகார துஷ்பிரயோகமும் ஒன்று. அநியாயமான வரி முறைகள் மூலம் இந்தியத் தொழில்கள் அழிக்கப்பட்டன. அதனால் பன்னெடுங் காலமாக தமது உயர்தர பொருட்களால் உலகமே வியக்கும் வண்ணம் ஏற்றுமதியாளராக இருந்துவந்த இந்தியா, இறக்குமதியாளராக ஆக்கப்பட்டது.

1800-ம் ஆண்டு வரை உலகிலேயே இந்தியாதான் அதிக அளவு ஜவுளி உற்பத்தியும் ஏற்றுமதியும் செய்துவந்தது. ஆனால்

அடுத்த 30 ஆண்டுகளில், சர்வதேசச் சந்தையிலிருந்து இந்திய ஜவுளிப் பொருட்கள் முற்றிலுமாக அகற்றப்பட்டன. இந்திய ஜவுளித் துறைக்கு இழைக்கப்பட்ட அநீதி குறித்து எண்ணற்ற நிபுணர்கள், பேராசிரியர்கள் மற்றும் அதிகாரிகள் தங்களது வருத்தத்தையும் கருத்துகளையும் வெளியிட்டுள்ளனர்.

ஜெர்மன் பொருளாதார நிபுணர் பிரடெரிக் லிஸ்ட், நியாயமான முறையில் தொழில்கள் நடக்க அனுமதிக்கப்பட்டால், இந்தியர்களின் தரமான பொருட்களால் ஆங்கிலேயர்களின் ஜவுளி உற்பத்தி நின்றுபோகும் என்றும் ஆங்கிலேயர்களது தவறான அணுகுமுறை மூலமே இந்திய ஜவுளித்துறை அழிந்து போகிறது என்றும் 1844-ம் வருடத்தில் குறிப்பிட்டார்.

அதுபற்றி வில்சன் குறிப்பிடும்போது அநியாயமான வரிகளும் அரசு ஆணைகளும் இல்லாமல் இருந்திருந்தால் மான்செஸ்டர் ஜவுளி ஆலைகள் ஆரம்பத்திலேயே நின்றுபோயிருக்கும் என்றும், நீராவி இயந்திரங்களின் துணையுடன்கூட அவற்றை இயக்கியிருக்க இயலாது என்றும் சொன்னார்.

ஒரு நூற்றாண்டுக்கு முன் (1901-ல்) ரொமேஷ் தத் எழுதி இரு பகுதிகளாக வெளியிடப்பட்ட 'இந்தியப் பொருளாதாரத்தின் வரலாறு' என்னும் பிரசித்தி பெற்ற நூல், இந்தியத் தொழில்கள் அழிந்துபோன விதம் பற்றித் தெளிவாக விளக்குகிறது. பதினெட்டாம் நூற்றாண்டில் விவசாய வளமும் தொழில் வளமும் மிக்க நாடாக இந்தியா விளங்கி வந்ததையும், ஆங்கிலேயரின் தொழில்களை எப்படியாவது பெருக்கும் நோக்கில் கிழக்கிந்தியக் கம்பெனியும் பிரிட்டிஷ் நாடாளு மன்றமும் சுயநலக் கொள்கைகளைக் கடைப்பிடித்ததையும் நாம் அறிய முடிகிறது. அதிகாரம் மற்றும் அச்சுறுத்தல்கள் மூலம், ஆங்கிலேய அரசின் தொழிற்சாலைகளில் வேலை செய்யுமாறு இந்தியர்கள் கட்டாயப்படுத்தப்பட்டதையும், ஒருதலைப் பட்சமான வரிக் கொள்கை மூலம் இந்தியப் பொருட்கள் பிரிட்டனுக்குள் செல்ல முடியாததையும் பிரிட்டிஷ் பொருட்கள் மட்டும் இந்தியாவில் தாராளமாக அனுமதிக்கப்பட்டதையும் அந்தப் புத்தகம் எடுத்துக்காட்டியது.

நியாயமான முறைகளில் போட்டியிட்டு ஜெயிக்க முடியாத இந்தியாவை, பிரிட்டிஷ் உற்பத்தியாளர்கள் அதிகார துஷ்பிரயோ

கத்தின் மூலம் கீழே போட்டு மிதித்து கடைசியில் நசுக்கி விட்டனர் என வில்சன் தெளிவாக எடுத்துச் சொல்லியுள்ளார். இந்தியாவின் தரமான பொருட்களைச் சமாளிக்க முடியாததால், இந்தியத் தொழில்களை முடக்க பல வகையான வழிகளை ஆங்கிலேயர்கள் கையாண்டனர். உதாரணமாக, ஜவுளி உற்பத்தி யாளர்கள்மீது அடக்குமுறை மூலம் சில ஒப்பந்தங்கள் திணிக்கப் பட்டன. அந்த ஒப்பந்தங்களைச் செயல்படுத்த முடியாத உற்பத்தியாளர்களின் பொருட்கள் கைப்பற்றப்பட்டு அங்கேயே விற்பனை செய்யப்பட்டன. பட்டு நூல் சுற்றுபவர்களின் கட்டைவிரல்கள், அவர்களை வேலை செய்யவிடாமல் தடுக்கும் நோக்குடன் வெட்டப்பட்டன.

அவ்வாறு பல்வேறு இன்னல்களுக்கு உட்படுத்தப்பட்ட பெரும் பாலான இந்தியத் தொழில்கள், பத்தொன்பதாம் நூற்றாண்டின் இறுதியில் பெரும்பாலும் அழிந்துவிட்டன அல்லது அழிவை நோக்கி வேகமாகச் சென்றுகொண்டிருந்தன. அதேசமயம் நவீனத் தொழில்களும் சொல்லிக்கொள்ளும் அளவுக்கு வளர வில்லை. தொழில்கள் நசிந்து போனதால் மக்கள் கிராமப் பகுதிகளுக்குச் சென்று விவசாயத்தைச் சார்ந்து இருக்கும் நெருக்கடி ஏற்பட்டது. அதனால் பொருளாதாரத்தின் வெவ்வேறு அங்கங்களுக்கு இடையே பன்னெடுங்காலமாக நிலவி வந்த இணக்கமான உறவு கெட்டுப்போய், தேவைக்கு அதிகமான எண்ணிக்கையில் மக்கள் விவசாயத்தைச் சார்ந்திருக்கும் நிலைக்குத் தள்ளப்பட்டனர்.

தொழில்துறையைச் சார்ந்திருந்த மக்களில் நிறையப் பேர் வேறு வழியின்றி பிழைப்புக்காக விவசாயத்துக்குத் தள்ளப்பட்டதால், விவசாயத் துறையிலும் பிரச்னைகள் ஏற்பட்டன.

விவசாயம்

தொழில்கள் அழிந்துபோனபின் விவசாயத்துறை மட்டும்தான் நாட்டுக்கு வருமானம் தரும் முக்கியத் தொழிலாக இருக்கும் நிலை உருவானது. அதனால் விவசாயத்தை நம்பி வாழ்வோர் மக்கள் தொகையில் 80 சதவிகிதம் அளவு ஆகிவிட்டனர். அதில் மேலும் வருத்தம் தரக்கூடிய விஷயம், ஆங்கிலேயர்கள் விவசாயத் துறைக்கும் பல்வேறு இடையூறுகளைத் தந்ததுதான். எனவே விவசாயமும் பல்வேறு சிரமங்களைச் சந்திக்க வேண்டியிருந்தது.

விவசாயத் துறையிலும் பிரிட்டிஷ் அரசு தன் மூக்கை நுழைத்து பல்வேறு தொந்தரவுகளைக் கொடுத்தது. அதனால் வரலாறு காணாத உற்பத்தித் திறனைப் பெற்றிருந்த இந்திய விவசாயம், பெரும் சரிவைச் சந்திக்க நேர்ந்தது. ஆங்கிலேயர் ஆட்சி ஆரம்பித்த சில ஆண்டுகளுக்குள்ளேயே உணவுப் பற்றாக்குறை ஆரம்பித்தது. ஆங்கிலேயர்கள், இந்திய விவசாய அமைப்பு முறைகளை மாற்றி, நிலத்தின் மூலம் மிக அதிக அளவில் வருவாய் ஈட்டத் திட்டம் தீட்டினர். அதனால் நிறைய விளை நிலங்களில் விளைச்சல் நின்று போனது. உற்பத்தித் திறன் வெகுவாகக் குறைந்தது.

உதாரணமாக செங்கல்பட்டு பகுதியில் 1788-ம் ஆண்டு வரை ஒரு ஹெக்டேருக்கு 2.5 டன் விளைச்சல் இருந்து வந்தது. ஆனால் அடுத்த பத்தாண்டுகளில், அதாவது 1798-ல், உற்பத்தித் திறன் ஒரு ஹெக்டேருக்கு வெறும் 0.63 டன்னாகக் குறைந்துவிட்டது. உற்பத்தியும் உற்பத்தித் திறனும் வெகுவாகக் குறைந்து விட்டதால், அடுத்தவர்களுடன் உணவைப் பங்கிட்டு உண்ணக் கூடிய நிலைமையும் குறைந்தது.

தங்களது அதிகாரிகளின் வருமானத்தைப் பெருக்குவதும், இந்தியாவிலிருந்து செய்யும் இறக்குமதிகளுக்கு ஈடாகத் தங்கத்தைத் தருவதற்குப் பதில், வரி விதிப்புகள் மூலம் வருமானம் ஈட்டுவதும்தான் கிழக்கிந்தியக் கம்பெனியின் குறிக்கோள்களாக இருந்தன என்று மாடிசன் குறிப்பிடுகிறார்.

ஆகையால், வரிகள் மிக அதிக அளவில் நிர்ணயிக்கப்பட்டன. உதாரணமாக, கிழக்கிந்தியக் கம்பெனி மெட்ராஸில் முதல் முறையாக விதித்த நில வரி, நில உற்பத்தியில் 50 சதவிகிதம் இருந்தது. வரி கடுமையானதாக மட்டுமல்லாமல், அடிக்கடி மாறக்கூடியதாகவும், நிலையற்ற தன்மை கொண்டதாகவும் இருந்தது.

இங்கிலாந்தில் நில வரி 5 முதல் 20 சதவிகிதம் மட்டுமே இருந்தபோது, 1793-க்கும் 1822-க்கும் இடையில் வங்காளத்தில் 90 சதவிகிதமாகவும், வட இந்தியாவில் 80 சதவிகிதத்துக்கு மேலும் இருந்தது. நில வரியைப் பொருத்தவரை முந்தைய முகமதிய ஆட்சியில் முடிவு செய்ததுபோல அதிக அளவு வரிகளையே ஆங்கிலேயர்களும் பின்பற்றினர்.

முகமதிய ஆட்சியாளர்களால் அவர்கள் நிர்ணயித்த வரியை வசூல் செய்ய இயலவில்லை. ஆனால் ஆங்கிலேயர்களோ தாம் நிர்ணயித்த வரியை தீவிரமான நடவடிக்கைகள் மூலம் வசூல் செய்தனர். வங்காளத்தின் கடைசி முகலாய ஆட்சியாளர் தன் நிர்வாகத்தின் இறுதி ஆண்டான 1764-ல் 817,833 பவுண்ட் தொகையை நில வருவாயாக ஈட்டினார். அடுத்த முப்பது வருடங்களுக்குள் அதே பகுதியில் பிரிட்டிஷ் ஆட்சியாளர்கள் 2,680,000 பவுண்ட் தொகையை, அதாவது மூன்று மடங்கு அதிகமாக வரியை ஈட்டியதாக ரொமேஷ் தத் சுட்டிக் காட்டுகிறார்.

மக்களுக்கு அதிக அளவு கஷ்டம் வந்தபோதுகூட, நிலவரியைக் குறைக்கும் எண்ணம் ஆங்கிலேயர்களுக்கு வரவில்லை. மாறாக முந்தைய வருடங்களைவிட அதிகமான வரியை வசூலிக்க முற்பட்டனர். அதனால் உணவு உற்பத்தி குறைந்து, வங்காளத்தில் ஏற்பட்ட பஞ்சத்தின் காரணமாக ஒரு கோடி பேர் மடிந்தனர். மூன்றில் ஒரு பங்கு நிலம் விளைச்சல் செய்ய முடியாத நிலமாக மாறியது. கிழக்கிந்தியக் கம்பெனியின் கவர்னர் ஜெனரலாக இருந்த வாரன் ஹேஸ்டிங்ஸ், கம்பெனியின் இயக்குநர் குழுவுக்கு 1772-ல் பெருமையுடன் ஒரு கடிதத்தை எழுதினார். அதில், மூன்றில் ஒரு பங்கு மக்கள் மடிந்து விளைச்சல் குறைந்த பின்னரும், 1768-ம் வருடத்தைவிட 1771-ம் வருடத்தில் வரி வருவாய் அதிகமாக இருந்ததாகவும், அதற்குக் காரணம் தாங்கள் வரி வசூல் செய்வதில் காட்டிய கடுமையான அணுகுமுறைகளே எனவும் குறிப்பிட்டார்.

18, 19-ம் நூற்றாண்டுகளில் பல இடங்களில் அதிக விளைச்சல் தரும் நிலங்களின் உற்பத்தியை விடவும் நில வரிகள் அதிகமாக இருந்ததை தரம்பால் சுட்டிக்காட்டியுள்ளார். அதன் விளைவாக நிறைய பகுதிகளில் விளைச்சல் நிறுத்தப்பட்டது. 1800-க்கும் 1850-க்கும் இடைப்பட்ட ஆண்டுகளில் மெட்ராஸ் பிரசிடென்சியில் மட்டும் மூன்றில் ஒரு பகுதி அளவு அதிக விளைச்சல் தரும் நிலங்களில் விவசாயம் செய்வது நிறுத்தப்பட்டது.

நிலவரி மிகக் கடுமையான அளவு விதிக்கப்பட்டதையும், வரி வசூல் ஈவு இரக்கமின்றி, கொடுமையான முறையில் செய்யப்பட்டதையும் அப்போதைய ஆங்கிலேய அதிகாரிகளே ஒப்புக் கொண்டுள்ளனர். ஜான் ஷோர் (John Shore) என்னும் அதிகாரி, தங்கள் அதிகாரத்தில் இருந்த ஒவ்வொரு பகுதியும் அதிக அளவு

அறுவடைக்கான களமாக மாறியது என்று கூறினார். மற்ற நாடுகளைவிட இந்தியாவில்தான் அதிக அளவு வரிகள் விதிக்கப் படுகின்றன என்பதை விளக்கி, 'திவாலான இந்தியா' என்ற தலைப்பில் எச்.எம். ஹைண்ட்மான் (H.M. Hyndman) என்னும் ஆங்கிலேயர், தான் எழுதிய புத்தகத்தில் தன் கவலையை வெளிப் படுத்தினார். ஆங்கிலேய அரசின் எதிர்மறையான கொள்கை களால், சுயச்சார்பு பெற்ற விவசாய முறையைப் பெற்றிருந்த இந்தியக் கிராமங்கள் தங்களின் தன்மையை இழக்க நேரிட்டதாக பம்பாய் பிரசிடென்சியின் விவசாய இயக்குநராக இருந்த கீட்டிங் (G.K. Keating) எடுத்துரைத்தார். அதனால் காலங் காலமாகக் கடைப்பிடிக்கப்பட்டு வந்த, இந்நாட்டு மக்களுக்கே உரித்தான, விவசாய முறைகளில் பெரும் மாற்றம் ஏற்பட்டது.

அவ்வாறு கொடுமையாக வசூலிக்கப்பட்ட வரிகள் எங்கு சென்றன? எதற்காகச் செலவிடப்பட்டன? வரி மூலம் கிடைத்த வருமானங்கள் ஆங்கிலேயர்களின் ராணுவத்துக்காகச் செலவு செய்யப்பட்டது. ஆசியா, மத்தியக் கிழக்கு மற்றும் ஐரோப்பா வில் ஆங்கிலேயர் நலன்களை முன்னிறுத்தி ஆங்கிலேயப் பேரரசை விரிவுபடுத்தவதற்காக அந்தத் தொகை செலவு செய்யப்பட்டது என்று மாடிசன் கூறுகிறார். 19-ம் நூற்றாண்டில் மட்டும் பிரிட்டன் 111 போர்களை நடத்தியதாகவும், அதற்கு இந்தியத் துருப்புகளே பயன்படுத்தப்பட்டன என்றும், அந்தப் போர்களுக்கான செலவுகள் அனைத்தும் இந்தியாவில் வசூல் செய்த வரி மூலம் ஈடுகட்டப்பட்டது என்றும் வில் துராந்த் கூறியுள்ளார். தங்களது அந்தச் செயல்களுக்காக தங்களைத் தாங்களே ஆங்கிலேயர்கள் பாராட்டிக்கொண்டதாகவும் அவர் மேலும் குறிப்பிட்டுள்ளார்.

நிலத்தின்மேல் மட்டும் வரிகள் விதிக்கப்படவில்லை. மக்கள் அடிப்படையாகப் பயன்படுத்தும் உப்பு போன்ற அத்தியா வசியப் பொருட்கள் மீதும் விதிக்கப்பட்டன. அதனால் சாதாரண மனிதர்கள் துன்பப்பட்டனர். அது குறித்து பால் கங்காதர திலகர், கேசரி பத்திரிகையில் வேதனையுடன் எழுதினார். இந்தியர்களை விடத் துயர் நிலையிலுள்ள மக்களே இல்லை என்றும், உப்பு வரி என்பது மக்களின் இன்னல் நிறைந்த வாழ்க்கையைக் கருத்தில் கொள்ளாமல் எடுக்கப்பட்ட மனிதாபிமானமற்ற செயல் என்றும் அவர் எடுத்துரைத்தார். மேலும், ஆங்கிலேயர்கள் வரி விதிக்காத சில பொருட்கள் பாக்கி உள்ளன என்றும், இந்தியர்களின்

தோலுக்கும் ஆகாயத்துக்கும் வரியை விதித்துவிட்டால் ஆங்கி லேயர்களின் வெற்றி முழுமை பெற்றுவிடும் என்றும் பெரும் மன வருத்தத்துடன் தனது எண்ணங்களை திலகர் வெளிப்படுத் தினார்.

வணிகம்

'பிரிட்டனின் பொருட்களுக்குச் சந்தையாகத்தான் இந்தியாவை ஆட்சி கொண்டோம்; கத்தியால் பிடித்த ஆட்சியை கத்தியா லேயே தக்கவைத்துக்கொள்வோம்' என்று பிரிட்டிஷ் அரசின் உள்துறை அமைச்சர் சர் வில்லியம் ஜாய்சன்-ஹிக்ஸ் ஆங்கிலேய ஆட்சியின் நோக்கத்தைத் தெளிவுபடுத்தினார். ஏற்றுமதிக்குப் பெயர் பெற்ற நாடாக இருந்த இந்தியா, ஆங்கிலேயர் ஆட்சிக் காலத்தில் தன்னுடைய பெருமையை இழந்து எதிர்த்திசையில் செல்ல வேண்டியிருந்தது.

பழங்காலம் முதல், உற்பத்திப் பொருட்களை ஏற்றுமதி செய்து, மதிப்புமிக்க கற்களையும், ஆடம்பரப் பொருட்களையும் இறக்குமதி செய்து வந்த இந்தியா, 1855-ம் ஆண்டுக்குப் பின் விவசாயக் கச்சாப் பொருட்களையும் உணவு தானியங்களையும் ஏற்றுமதி செய்து, உற்பத்தியான பொருட்களை இறக்குமதி செய்யும் நாடாக மாறியது. பருத்தித் துணி, பட்டு ஜவுளி மற்றும் வழக்கமான ஏற்றுமதிப் பொருட்களுக்கு பதிலாக பஞ்சு, சணல், தேயிலை, காபி, எண்ணெய் வித்துகள், கோதுமை, அரிசி உள்ளிட்ட பலவகையான விவசாயப் பொருட்கள் ஏற்றுமதி செய்யப்பட்டன. அதனால், 1904-ல் கோதுமையும் அரிசியும் மட்டுமே மொத்த ஏற்றுமதியில் 26 சதவிகிதம் இருந்தன. இறக்குமதிகளைப் பொருத்தவரை, பருத்தி நூல், துணி, உலோகங்கள், இயந்திரம், சர்க்கரை, எண்ணெய் ஆகியன அதிகமாக இருந்தன. 1904-05-ல் பருத்திப் பொருட்களின் அளவு இறக்குமதியில் 39 சதவிகிதமாக இருந்தது.

1815-ம் வருடம் இந்தியாவிலிருந்து ஏற்றுமதி செய்யப்பட்ட பருத்திப் பொருட்களின் மதிப்பு 1,00,000 பவுண்டாகவும், இங்கிலாந்திலிருந்து இறக்குமதி செய்யப்பட்ட பருத்தி உற்பத்தி களின் மதிப்பு 26,300 பவுண்டாகவும் இருந்தது. ஆனால் 1832-ம் வருடம் இறக்குமதி 4,00,000 பவுண்டுகளைத் தாண்டியது. அதனால் இந்தியாவின் உற்பத்தித் துறை வெகுவாகப் பாதிக்கப் பட்டது. 1813-ல் கல்கத்தா துறைமுகத்திலிருந்து பிரிட்டனுக்கு

20,00,000 பவுண்ட் அளவு பருத்தி ஜவுளிகள் ஏற்றுமதி செய்யப் பட்டன. மாறாக, 1830-ம் ஆண்டு பிரிட்டனின் ஜவுளிப் பொருட் களை 20,00,000 பவுண்ட் அளவுக்கு கல்கத்தா இறக்குமதி செய்தது.

பிரிட்டனுடைய ஒருதலைப்பட்சமான வணிகக் கொள்கை அவர் களது நலனுக்காகவே உருவாக்கப்பட்டது. அந்தக் கொள்கை யால் இந்திய-ஆங்கிலேயே வாணிபம் மட்டுமின்றி, இந்தியா பிற நாடுகளுடன் செய்து வந்த வாணிபமும் பாதிக்கப்பட்டது. அதன் விளைவாக, 1800-க்குப் பிறகு, அமெரிக்கா, டென்மார்க், போர்ச்சுகல் மற்றும் அரபு நாடுகளுக்கான இந்திய ஏற்றுமதியும் வெகுவாகக் குறைந்தது.

இந்தியர்கள் பட்டினியால் வாடிக்கொண்டிருந்தபோது, இந்தியாவிலிருந்த உணவு தானியங்களை பிரிட்டிஷ் அரசு ஏற்று மதி செய்தது. பட்டினிக்குக் காரணமே மக்களுக்குக் கிடைக்க வேண்டிய உணவு தானியங்கள் ஏற்றுமதி செய்யப்பட்டதுதான் என்று இந்தியத் தலைவர்கள் எடுத்துரைத்தனர். 'வாணிபம் என்ற பெயரில் நடந்த கொள்ளை' என்று ஜவாஹர்லால் நேரு அதைக் குறிப்பிட்டார். பல வருடங்களாக வெவ்வேறு பெயர்களில் அவ்வாறு தொடர்ந்து நடைபெற்று வந்ததாகவும், அதனால்தான் கொள்ளை அடிப்பதைக் குறிக்கும் லூட் (loot) என்ற இந்துஸ்தானி வார்த்தையே ஆங்கில அகராதியில் இடம்பெற்று விட்டது என்றும் நேரு குறிப்பிட்டுள்ளார்.

இதுவரை பொருளாதாரத்தின் முக்கியத் துறைகளான தொழில், விவசாயம், வாணிபம் ஆகியவை முதலில் கிழக்கிந்தியக் கம்பெனியாலும், பின்னர் ஆங்கிலேயர்களின் நேரடி ஆட்சி யாலும் சிதைக்கப்பட்டன என்று பார்த்தோம். இந்தியாவின் பொருளாதார வளங்கள் தொடர்ந்து சுரண்டப்பட்டு நாட்டுக்குத் தேவையான மூலதனம், நிதி ஆதாரம் போன்றவை எப்படிக் கிடைக்காமல் போனது என்பது பற்றி அடுத்து பார்ப்போம்.

செல்வங்கள் சுரண்டப்பட்டன

இந்தியாவின் நிகர வருவாயில் பாதிக்குமேல் நாட்டை விட்டுச் சென்றதாக ரொமேஷ் தத் கணக்கிட்டார். வருடா வருடம் ஒன்றரை மில்லியன் பவுண்டுக்கு அதிகமான தொகை நாட்டை விட்டுச் செல்வதாக அவர் சுட்டிக்காட்டினார். அந்தத் தொகை

கிழக்கிந்தியக் கம்பெனியின் லாபமாக அதன் பங்குதாரர்களுக்குச் சென்றது.

காங்கிரஸ் கட்சி நிறுவனர்களுள் ஒருவரான தாதாபாய் நௌரோஜி, பிரிட்டிஷ் நாடாளுமன்ற உறுப்பினராகஇருந்தவர். அத்துடன் அவர் ஒரு பொருளாதார நிபுணரும்கூட. இந்தியாவிலிருந்து ஆங்கிலேயர்கள் வெளியில் எடுத்துச் சென்ற தொகை குறித்து அறிய, அவர் பல முயற்சிகளை எடுத்தார். 1835 முதல் 1872 வரை இந்தியாவிலிருந்து எடுத்துச் செல்லப்பட்ட தொகைகளைப் பட்டியலிட்டார். உதாரணமாக, 1870 முதல் 1872 வரை, சராசரியாக ஆண்டுக்கு 2,76,00,000 பவுண்டு பணம் எடுத்துச் செல்லப்பட்டது என்று எடுத்துக் காட்டினார்.

பணம் எந்த வழிகளில் சுரண்டப்பட்டது? இரண்டு முக்கிய வழிகளில் சுரண்டப்பட்டதாக நௌரோஜி கணக்கிட்டார். முதலாவது, ஆங்கிலேய அதிகாரிகள் இந்தியாவிலிருந்து தமது நாட்டுக்கு அனுப்பியவை, அவர்களுக்குக் கொடுக்கப்பட்ட சம்பளம், ஓய்வு ஊதியம் மற்றும் ஆங்கிலேய அரசு அவர்களுக்காக இந்தியாவிலும் இங்கிலாந்திலும் செலவு செய்த தொகைகள். இரண்டாவது, அதிகாரிகள் அல்லாத பிற ஐரோப்பியர்களின் கணக்கில் மேற்கூறிய வகைகளில் அனுப்பப்பட்ட தொகை. அந்தத் தொகைகளில் பல, அநியாயமாக அனுப்பப்பட்டவை. அதைப் பற்றிக் குறிப்பிடும்போது, சுரண்டல்கள் மூலம் இந்தியாவின் உயிருக்குத் தேவையான ரத்தம் ஆங்கிலேயர்களால் உறிஞ்சப்பட்டது என்று நௌரோஜி குறிப்பிட்டார்.

இந்தச் சமயத்தில் ஒரு முக்கியமான விஷயத்தை நாம் கவனத்தில் கொள்ள வேண்டும். மேற்கூறிய சுரண்டல்கள், சட்டங்கள் மற்றும் கொள்கைகள் மூலமாகவும், சட்டங்களை மீறியும் நடத்தப்பட்டன. அதனால் நிறைய ஆங்கிலேயர்கள் கொழுத்த பணக்காரர்கள் ஆனார்கள்.

உதாரணமாக, இந்தியா வந்தபோது கையில் காசே இல்லாதவராக இருந்த ராபர்ட் கிளைவ் இருபது வருட காலத்தில் மிகப் பெரிய செல்வந்தராக ஆனார். வருடாந்திரக் கப்பமாகக் கிடைத்த 1,40,000 பவுண்ட் தவிர, இந்திய அரசர்களிடமிருந்து 'அன்பளிப்பாக' மேலும் 1,17,000 பவுண்ட் தொகையை அவர் பெற்றுக்கொண்டார். அந்த வெட்கம் கெட்ட செயலுக்காக அவர் வருத்தப்படவே இல்லை. மாறாக தன்னுடைய

செயல்களை ஆங்கிலேய நாடாளுமன்றக் குழுவின் முன் நியாயப்படுத்தினார். 'கிழக்கிந்தியக் கம்பெனிக்காகத் தன்னை அர்ப்பணித்தபின், வாழ்க்கையில் செல்வம் சேர்க்கக் கிடைத்த ஒரே வாய்ப்பை எப்படி இழக்க முடியும்?' என்று எதிர் கேள்வி கேட்டார். மேலும் இந்தியாவின் மிகப்பெரிய செல்வத்தில், தான் எடுத்துக்கொண்டது மிகக் குறைவுதான் என்றும், தன்னுடைய அடக்கமான நடவடிக்கை குறித்துத் தானே ஆச்சரியப்படுவ தாகவும் அவர் விளக்கம் கூறினார்!

தொடர்ந்து பல வருடங்களாக அநியாயமாக நடந்து கொண்டிருந்த அந்தச் சுரண்டல்கள் இந்தியப் பொருளாதாரத்தை அழித்துக் கொண்டிருப்பதாக அப்போதைய ஆங்கிலேய அதிகாரிகளே ஒப்புக்கொண்டனர். 1838-ல் அது குறித்து எழுதிய மாண்ட்கோமரி மார்ட்டின், வருடா வருடம் 30,00,000 பவுண்ட் தொகை இந்தியாவை விட்டு எடுத்துச் செல்லப்படுவதாகவும், அதைக் குறைவாகக் கணக்கிட்டு வட்டியைச் சேர்த்தால் ஐம்பது வருட காலத்தில் அந்தத் தொகை 840,00,00,000 பவுண்ட் அளவு வரும் என்றும் கூறினார். அவ்வளவு பெரிய தொகையை தொடர்ந்து இங்கிலாந்தில் இருந்து எடுத்தால் அந்த நாடுகூட ஏழையாகிவிடும் என்றும், அப்படி இருக்கையில் ஏற்கெனவே கஷ்டத்தில் இருக்கும் இந்தியாவில் அதன் விளைவுகள் எவ்வளவு கடுமையாக இருக்கும் எனவும் கேள்விகள் கேட்டார்.

அந்தச் சுரண்டல்களின் விளைவு என்ன? இந்தியா ஏழை ஆக்கப் பட்டு, மக்கள் சொல்ல முடியாத அளவு துயருக்கு உள்ளானது என்று நௌரோஜி குறிப்பிட்டார். அதன் விளைவாக, தொழில்கள் சிதைய நேரிட்டு, மக்கள் தங்களது தேவைக்காக அரசுக்கு வேண்டுகோள் விடுக்கத் தொடங்கினார். காலம் காலமாக சுயச்சார்புத் தன்மை கொண்டிருந்த மக்கள், ஏன் அந்த நிலைமைக்கு வந்தனர்? வறுமையும் உணவுப் பற்றாக்குறையும் மட்டும் அதற்குக் காரணமல்ல. ஆங்கிலேய அரசு உள்ளூர் நிர்வாக அதிகார முறைகளை அடியோடு ஒழித்துவிட்டதால், மக்களுக்கு அரசை நாடுவதைத் தவிர வேறு வழியில்லாமல் போனது என பிரடெரிக் ஜான் ஷோர் கூறியுள்ளார். சுரண்டலால் ஏற்பட்ட விளைவுகள் நாடு முழுமையையும் பாதித்ததாக பல ஆங்கிலேய அதிகாரிகள் தெரிவித்தனர்.

1867-68-ல் இந்தியாவின் தனிநபர் ஆண்டு வருமானம் 20 ரூபாயாக, அதாவது 2 பவுண்ட் ஆக இருந்தது என்று நௌரோஜி

கணக்கிட்டார். இங்கிலாந்தில் தனி நபர் ஆண்டு வருமானம் 41 பவுண்ட் ஆகவும் அமெரிக்காவில் 27.2 பவுண்ட் ஆகவும் இருந்த போது, இந்திய தனிநபர் வருமானம் 2 பவுண்ட் மட்டுமே இருந்தது.

ஆங்கிலேயர் ஆட்சியின் கீழ் அதிக காலம் இருந்து வந்த பகுதிகள், அதிக ஏழைமையில் சிக்குண்டதாக நேரு குறிப்பிட்டார். உதாரணமாக, ஆங்கிலேயர்களின் வருகைக்கு முன் வங்காளம் வளமான செல்வம் கொழிக்கும் பகுதியாக இருந்தது. 200 வருட பிரிட்டிஷ் ஆட்சிக்குப் பின் அது வறுமையில் உழலும் ஏழை மக்கள் மிகுந்த பிரதேசமாக மாறிப்போனது. இந்தியாவின் பெரும்பகுதிச் சொத்துகள் சுரண்டப்பட்டு ஒரு சிலரின் நன்மைக்காக பல லட்சக்கணக்கான மக்களின் நலன்களெல்லாம் தியாகம் செய்யப்பட்டதாக வங்காளத்தின் நிர்வாகியாக இருந்த ஷோர் குறிப்பிட்டார். அந்த விதமான சூழ்நிலையில் எந்த நாடும் தன்னைக் காப்பாற்றிக்கொள்ள இயலாது. அதற்கு இந்தியாவும் விதிவிலக்கல்ல.

தொடர்ந்து செல்வங்கள் சுரண்டப்பட்டதால் இந்தியாவில் அடிக்கடி பஞ்சங்கள் ஏற்பட்டு அதன் காரணமாக வரலாறு கண்டிராத அளவு உயிர்கள் பறிபோயின. வறுமையும் ஏழைமையும் தாண்டவம் ஆடின.

இந்தியச் செல்வங்களும் ஆங்கிலேயரின் தொழில் புரட்சியும்

ஆங்கிலேயர்களின் தொழில் புரட்சிதான் ஐரோப்பிய மற்றும் மேற்கத்திய நாடுகளின் முன்னேற்றத்துக்கும், பின்னர் உலகம் முழுவதும் ஏற்பட்ட தொழில் வளர்ச்சிக்கும் காரணம் என்று சொல்லப்படுகிறது. ஆங்கிலேயரின் தொழில் புரட்சிக்கு ஆதாரமாக அமைந்தது இந்திய வளங்களா?

இந்தக் கேள்விக்கு ஆம் என்று பதில் அளிக்கும் வகையில் பல நிபுணர்கள் தொடர்ந்து வாதங்களை முன்வைக்கின்றனர். ஆங்கிலேயர் ஆட்சியில் இந்தியாவுக்குள் வெளிநாட்டு மூலதனம் ஏதும் வரவில்லை; மாறாக இந்தியாவிலிருந்து ஆரம்பம் முதலே மூலதனம் வெளியேறியது என்று நௌரோஜி கருத்து வெளியிட்டார். பிளாசி யுத்தத்துக்கும் வாட்டர்லூ போருக்கும் இடைப்பட்ட 57 வருட காலத்தில் ஐந்து பில்லியன் டாலர் வரையான சொத்து இந்தியாவிடமிருந்து சுரண்டப்பட்டது என்று

அமெரிக்க வரலாற்றாசிரியர் ப்ரூக்ஸ் ஆடம்ஸ் கணக்கிட்டார். இந்தியாவிலிருந்து திருடப்பட்ட செல்வம் மூலம் இயந்திரக் கண்டுபிடிப்புகளுக்குத் தேவையான நிதி இனாமாகக் கிடைத்தது என்று மெக்காலே குறிப்பிட்டார். 1757 முதல் இந்தியாவிலிருந்து சுரண்டப்பட்ட செல்வம், இந்தியாவிலேயே முதலீடாகப் போடப்பட்டிருந்தால், அது 400 பில்லியன் டாலர் அளவு இருந்திருக்கும் என 1930-ம் வருடத்தில் தான் எழுதிய புத்தகத்தில் வில் துராந்த் குறிப்பிட்டார்.

வங்காளம் மற்றும் கர்நாடகப் பகுதியிலிருந்து சுரண்டிய செல்வங்கள்தாம் ஆங்கிலேயர்களின் தொழில் மேன்மைக்குக் காரணம் எனவும், பிளாசி யுத்தத்தில் கிடைத்த வெற்றிக்குப் பின் இங்கிலாந்து நோக்கிச் செல்வம் செல்லும்வரை ஆங்கிலேயர் களின் தொழில்கள் கீழ்நிலையில் இருந்ததாகவும் பிரிட்டிஷ் நாடாளுமன்ற உறுப்பினர் வில்லியம் டிக்பி வெளிப்படையாக ஒப்புக்கொண்டார். இங்கிலாந்தில் தொழில் புரட்சி தோன்றியது என்று கூறுவது தவறு என்று பேராசிரியர் பிராங்க் ஆணித்தர மாகக் கூறுகிறார்.

ஏனெனில், ஐரோப்பிய, அமெரிக்க நாடுகள் உலகப் பொருளா தார வரைபடத்தில் 16-ம் நூற்றாண்டில்தான் காலடி எடுத்து வைக்கின்றன. அப்போதுகூட அந்நாடுகளின் பொருளாதார முன்னேற்றத்துக்கு அவர்களது அதிக உற்பத்தி காரணமில்லை, மாறாக அவர்களது காலனி ஆதிக்கக் கொள்கைகளும் உலகின் பல பகுதிகளிலும் அப்பாவி மக்களைக் கொள்ளை அடித்ததுமே காரணங்கள் எனவும் பிராங்க் எடுத்துரைக்கிறார்.

19-ம் நூற்றாண்டில், தொழிலில் ஈடுபட்டு வந்த இந்தியர்களின் எண்ணிக்கை வெகுவாகக் குறைந்ததை பொருளாதார நிபுணர் அமியா பக்ஷியின் ஆய்வை மேற்கோள் காட்டி ஹார்வர்ட் பல்கலைக்கழகத்தின் வில்லியம்சன் குறிப்பிட்டுள்ளார். கங்கை நதியைச் சார்ந்த பீகார் பகுதிகளில் வெவ்வேறு தொழில்களைச் செய்து வந்த மக்கள், 1809-1813 வருடங்களில் 21.6 சதவிகிதத் திலிருந்து, 1901-ம் வருடம் 8.5 சதவிகிதமாகக் குறைந்துள்ளனர். சுமார் 90 வருட காலகட்டத்தில் ஒரு குறிப்பிட்ட பகுதியில் மட்டும் வேலை வாய்ப்புகள் 60 சதவிகிதம் குறைந்துள்ளன.

மேற்கூறிய ஆய்வுகளையும் கருத்துக்களையும், அப்போது உயர் பொறுப்பில் இருந்த ஆங்கிலேயர்களின் வாக்குமூலங்களையும்

வைத்துப் பார்க்கும்போது, ஆங்கிலேயர்களின் தொழில் புரட்சிக்கு இந்தியாவின் செல்வம் ஆதாரமாக இருந்துள்ளது என்பது மறுக்க முடியாத உண்மையாகவே தோன்றுகிறது.

வரலாற்றில் முதன்முறையாக இந்தியா கடனாளி நாடு

ஆங்கிலேய அதிகார வர்க்கம், இந்தியாவை, தமது பேரரசின் 'பால் சுரக்கக் கூடிய நாடா'கக் கருதியது. எவ்வளவுதான் செல்வத்தை இந்தியாவிலிருந்து எடுத்துச் சென்றாலும், அவர்களுக்குத் திருப்தி ஏற்படவே இல்லை. எனவே இந்தியாவிலிருந்து மேலும் மேலும் செல்வத்தை வெளியில் எடுக்க புதுப்புது உத்திகளை கையாளத் தொடங்கினர். அதன் ஒரு பகுதியாக இந்தியாவின் பொதுக் கடன் (Public Debt of India) என்ற தலைப்பில் ஒரு புதுக் கணக்கை உருவாக்கி, இந்தியர் களின் பணத்தை அதற்குத் திருப்பி விட்டனர். இந்திய வரலாற்றில் மிக மோசமான நிகழ்வு அதுதான் என ரொமேஷ் தத் இது பற்றிக் குறிப்பிடுகிறார்.

கிழக்கிந்தியக் கம்பெனியின் கொடுங்குற்றங்கள் அதிகமாகி எதிர்ப்புகள் கிளம்பியதால் 1858-ல், இந்தியாவை பிரிட்டிஷ் முடியாட்சி தன் ஆளுகைக்குகீழ் கொண்டு வந்தது. அதற்காக இந்தியாவுக்கான விலையாக ஒரு பெரிய தொகையை பிரிட்டிஷ் அரசு கிழக்கிந்தியக் கம்பெனிக்குக் கொடுத்தது. அந்த விலையும் பொதுக்கடனில் சேர்க்கப்பட்டு வட்டியுடன் இந்திய மக்களின் தலைமீது சுமத்தப்பட்டது.

மேலும் கம்பெனியின் அனைத்துக் கடன்களும் பொதுமக்கள்மீது வரிகளாகச் சுமத்தப்பட்டன. அந்தச் செயல்களைத்தான் 'சட்டங்கள், விதிமுறைகள் என்ற போர்வையில் நடைபெற்ற கொள்ளை' என்று வில் துராந்த் வர்ணித்தார்.இது மட்டுமின்றி பிரிட்டன் மற்ற நாடுகளுடன் புரிந்த போர்களுக்காகவும் இந்தியப் பணம் செலவிடப்பட்டது. 19-ம் நூற்றாண்டில் இந்தியத் துருப்புகளை வைத்து பிரிட்டன் வேற்று மண்ணில் புரிந்த போர்களுக்காக 450 மில்லியன் டாலர் மதிப்புள்ள தொகை இந்தியாவிலிருந்து செலவிடப்பட்டது. மேலும் நட்பு நாடுகளின் போர்ச் செலவுகளுக்காக 500 மில்லியன் டாலர், போர்க்கடன்களுக்குச் சந்தாவாக 700 மில்லியன் டாலர் ஆகியவற்றையும் பிரிட்டன், இந்தியப் பணத்திலிருந்து எடுத்துக்கொண்டது. இவை தவிர, இந்தியாவுக்கு வெளியில்

பிரிட்டிஷ் பேரரசைப் பாதுகாப்பதற்காக 8 லட்சம் ராணுவ வீரர்கள், 4 லட்சம் வேலையாட்கள் ஆகியோரையும் இந்தியா கொடுத்து உதவியது. அதுபோன்ற வெவ்வேறு வகையான செயல்படுகளால் 1929-ல் இந்தியாவின் தேசியக் கடன் 3.5 மில்லியன் டாலர் அளவு உயர்ந்தது.

சிதைக்கப்பட்ட பொருளாதாரம்

தனது நீண்ட நெடிய வரலாற்றில் முதன் முதலாக இந்தியா ஒரு கடனாளி நாடாக ஆக்கப்பட்டது. இந்தச் சமயத்தில் நாம் ஒரு முக்கியமான விஷயத்தை நினைவுபடுத்திக்கொள்ள வேண்டும். இந்தியா பிரிட்டனிடமிருந்து கடன் எதுவும் வாங்கவில்லை. எனவே இந்தியா கடனாளி நாடானதற்கு நமது நாட்டவர் வாங்கிய கடன்கள் காரணமல்ல; மாறாக பிரிட்டிஷ்காரர்கள் தமது நன்மைக்காக இந்திய நாட்டுக் கணக்கில் செய்த செலவுகளே காரணமாகும்.

விவசாயத்துக்கும் தொழில்துறைகளுக்கும் இடையே நிலவி வந்த அடிப்படையான உறவு அழிந்துபோனது என்று ஏற்கெனவே பார்த்தோம். அதன் விளைவாக விவசாயம், உற்பத்தித் துறை, கைவினைத் தொழில்கள் என எல்லாத் துறைகளிலுமே நீண்ட கால பாதிப்புகள் ஏற்பட்டன. அதனால் ஆங்கிலேயர் ஆட்சிக்காலத்தின் இறுதிக் கட்டத்தில், நிலமற்ற தொழிலாளர்களாகவும் துப்புரவுப் பணியாளர்களாகவும் இருந்து வந்த 17 சதவிகித மக்கள், வெறும் 4 சதவிகித வருமானத்தை நம்பி வாழ்ந்துவந்தனர். 1951-ம் வருடத்தில் விவசாயத்தை நம்பி 75.7 சதவிகித மக்களும், தொழில் துறையைச் சார்ந்து 11.9 சதவிகித மக்களும் இருந்ததாக ரிசர்வ் வங்கியின் முன்னாள் ஆளுநர் பிமல் ஜலான் கூறுகிறார். எனவே ஆங்கிலேயர்களின் நடவடிக்கைகளின் விளைவாக பொருளாதாரத்தில் மட்டுமின்றி, சமூகத்திலும் பெரிய சீரழிவு ஏற்பட்டது. அன்று ஏற்பட்ட தாக்கங்களின் விளைவால், பல துறைகளுக்கு இடையே இருந்துவந்த சரியான பிணைப்பை இன்றுவரை நம்மால் மீண்டும் உருவாக்க முடியவில்லை.

அந்தக் காலகட்டத்தில் இந்தியாவின் பொருளாதாரச் செயல்பாடுகளைப் பற்றித் தெரிந்துகொள்ள, இந்தியா, பிரிட்டன் மற்றும் உலக நாடுகளின் வளர்ச்சி விகிதங்கள் பற்றிப் பார்ப்போம்.

அட்டவணை 3.4

இந்தியா, பிரிட்டன் மற்றும் உலக நாடுகளின் பொருளாதார வளர்ச்சி விகிதம் (1500 முதல் 1950 வரை)

[வருடாந்திர சராசரி கூட்டு வளர்ச்சி விகிதங்கள்]

நாடு	1500-1820	1820-1870	1870-1913	1913-1950
இந்தியா	0.19	0.38	0.97	0.23
பிரிட்டன்	0.80	2.05	1.90	1.19
உலகம்	0.32	0.93	2.11	1.85

ஆதாரம் : மாடிசன் (2003), பக்கம் 262

மேற்கண்ட அட்டவணைமூலம், *1500-1870* காலகட்டத்தில் பிரிட்டனின் வளர்ச்சி விகிதம் உலக வளர்ச்சி விகிதத்தைவிட அதிகமாகவும், இந்தியாவின் வளர்ச்சி விகிதம் உலக விகிதத்தை விடக் குறைவாகவும் இருந்ததைப் பார்க்கமுடிகிறது.

அடுத்து, இந்தியா, பிரிட்டன் மற்றும் உலக நாடுகளில் இருந்த தனிநபர் வருமானத்தின் வளர்ச்சி விகிதங்களைக் காண்போம்.

அட்டவணை 3.5

இந்தியா, பிரிட்டன் மற்றும் உலக நாடுகளின் தனிநபர் பொருளாதார வளர்ச்சி விகிதங்கள்

(1500-1820 முதல் 1913-1950 வரை)

[வருடாந்திர சராசரி கூட்டு வளர்ச்சி விகிதங்கள்]

நாடு	1500- 1820	1820-1870	1870-1913	1913-1950
இந்தியா	-0.01	0.00	0.54	-0.22
பிரிட்டன்	0.27	1.26	1.01	0.92
உலகம்	0.05	0.53	1.30	0.91

ஆதாரம்: மாடிசன் (2003), பக்கம் 265

1500-1950 காலகட்டத்தில் குறுகிய காலம் தவிர்த்து, இந்தியர்களின் வருமானம் எதிர்மறையாகவே இருந்துள்ளது. அதே காலகட்டத்தில் பிரிட்டனில் தனிநபர் வருமானம் அதிகரித்தபடி

இருந்துள்ளது. எனவே ஒட்டுமொத்தப் பொருளாதார வளர்ச்சி மற்றும் தனிநபர் வளர்ச்சி விகிதங்கள், ஆங்கிலேயர் ஆட்சிக் காலத்தில் இந்தியாவில் மிக மோசமான நிலைமையில் இருந்தது என்று நமக்குத் தெளிவாகத் தெரிகிறது.

ஏழைமையும் பஞ்சமும்

ராபர்ட் கிளைவ் முதன்முதலாகப் பார்த்து, 'அளவிட முடியாத செல்வமுள்ள நாடு' என்று வர்ணித்த இந்தியா, ஆங்கிலேயர் ஆட்சிக் காலத்தில் ஏழைமையும் பஞ்சமும் நிறைந்த நாடாக மாறியது. 1867-ம் வருடம் நௌரோஜி, இந்தியப் பொருளாதாரம் பற்றிய தனது முதல் கட்டுரையை வெளியிட்டார். அதன் பின்னர் 40 ஆண்டுகள் தொடர்ந்து இந்தியப் பொருளாதாரம் பற்றி தனது கருத்துகளை கட்டுரைகளாகவும் சொற்பொழிவுகளாகவும் பரப்பினார். 'இந்தியாவின் ஏழைமை' என்ற தலைப்பில் அவர் எழுதிய இரண்டு நீண்ட கட்டுரைகளும், பின்னர் அவர் எழுதிய புத்தகமும்தான் படித்த வர்க்கத்தின் சிந்தனைகளை புரட்டிப் போட்டன. இந்தியாவில் நிலவிய ஏழைமையின் தன்மை குறித்து நௌரோஜியின் புத்தகம் மூலமே தான் தெரிந்து கொண்டதாக மகாத்மா காந்தி பின்னர் கூறினார்.

ஆங்கிலேய அதிகாரிகளுக்கிடையில் நடைபெற்ற கடிதப் போக்குவரத்துகளை மேற்கோள் காட்டி இந்திய விவசாயிகளின் வறுமையை நௌரோஜி படம் பிடித்துக் காட்டினார். அவர்கள் பழைய மண் குடிசைகளில், வாய்க்கும் வயிற்றுக்குமாக வாழ்ந்த தாகவும், இங்கிலாந்தில் உபயோகப்படுத்தும் செங்கல்லைவிட மோசமான மண் பாண்டங்களில், சுடு தண்ணீரில் வேக வைத்த அரிசியை உண்டு, கீழ்நிலையான வாழ்க்கையை வாழ்ந்து வந்த தாகவும், விவசாயிகளிடையே நிலவி வந்த ஏழைமையை அவர் உருக்கமாக விவரித்தார். பழங்காலம் தொட்டு உலகின் முன்னோடி விவசாயிகளாக, அளவுக்கு மிஞ்சிய உற்பத்தியை தனது உழைப்பால் பெருக்கிக் காட்டி, பகிர்ந்தளிப்பது தனது கடமை எனக் கருதி, அனைவருக்கும் விருப்பமுடன் தனது விளைபொருட்களைப் பகிர்ந்தளித்து, பெருமையுடன் காலம் காலமாக வாழ்ந்துவந்த இந்தியன், தனது வயிற்றுக்குகூட உணவு இல்லாத நிலைமைக்குத் தள்ளப்பட்டான்.

விவசாயம் நசித்துப்போனதால், நிலமற்ற விவசாயத் தொழி லாளர்கள் எண்ணிக்கையில் அதிகரித்தனர். அவர்களது

நிலையோ விவசாயிகளின் நிலையை விடவும் மோசமானதாக இருந்தது. போதுமான அளவு உணவுக்கும், குறைந்த அளவு உடைக்கும்கூட வருமானம் போதாத நிலை பரவலாக நிலவியது. அவர்களது தங்குமிடம் மோசமானதாக இருந்தது. கல்வி என்பது அவர்களிடத்தில் துளியும் இல்லை.

ஆங்கிலேயர் ஆட்சிக்காலத்தில்தான் பஞ்சம் அடிக்கடி ஏற்பட்டது. அதனால் தொற்றுநோய்கள் பரவின. 19-ம் நூற்றாண்டின் கடைசிக் கால் நூற்றாண்டு காலத்தில் நிலவிய பஞ்சம் இந்திய வரலாற்றில் அதுவரை கண்டிராதது என ரொமேஷ் தத் குறிப்பிட்டார். 1877, 1878, 1889, 1892, 1897, 1900 ஆகிய ஆண்டுகளில் நிலவிய பஞ்சங்கள் சுமாராக ஒன்றரை கோடி மக்களைப் பலி கொண்டன. இங்கிலாந்து மக்கள் தொகையில் பாதியளவு, ஒரு 25 வருட காலத்தில் கண் முன்னால் அழிந்துபோனது.

இரக்கமில்லாச் சுரண்டல்களும் கொடுமையான வரி வசூல்களும் பஞ்சத்தின் தன்மையை மேலும் அதிகரித்தன. கடும் வறுமையால், இந்தியர்கள் உடம்பில் தெம்பு இல்லாதவர்களாகவும், சுலபமாக நோய்களுக்கு ஆட்படுபவர்களாகவும் ஆனார்கள். மோசமான உடல்நிலை காரணமாக மக்கள் வேலைக்குச் செல்லாமல் அடிக்கடி வீட்டிலேயே படுத்திருக்க நேரிட்டது. சராசரியாக 34 சதவிகித மக்கள் தங்கள் உடல்நிலை பாதிப்பு குறித்த காரணங்களால் வேலைக்குச் செல்லமுடியாத நிலையில் இருந்ததாக வில் துராந்த் குறிப்பிடுகிறார். சத்தான உணவையோ காய்கறிகளையோ வாங்கிச் சாப்பிட்டு உடல் நலத்தை நல்ல நிலைக்குக் கொண்டுவர இயலாமல் அவர்கள் இருந்தனர்.

பல ஆண்டுகள் ஆங்கிலேயர்கள் ஆண்ட பின்னரும், குடிநீர் விநியோகம் மிக மோசமாக இருந்தது. மலேரியாவும் வயிற்றுப் போக்கும் மக்களை வாட்டின. 1918 வரை எடுக்கப்பட்ட புள்ளிவிவரங்கள், மத்திய மற்றும் மாகாண அரசுகள் பொதுச் சுகாதாரத்துக்காக தலைக்கு இரண்டு சென்ட் மட்டுமே செலவு செய்வதாகத் தெரிவித்தன. அதனால் ஒரு காலகட்டத்தில், உலகிலேயே மிகச் சுகாதாரமாக வாழ்ந்து வந்த இந்தியர்களால் அடிப்படைச் சுகாதாரத்தைக்கூடக் கடைப்பிடிக்க இயலாமல் போனது. எனவே, 1833-ல் இந்தியனின் சராசரி ஆயுள் 21 வயதாக மட்டுமே இருந்தது. 1921-ல் பம்பாயில் குழந்தைகள் இறப்பு விகிதம் 1000-க்கு 666 என்ற அளவில் மிக அதிகமாக இருந்தது. அப்போது ஒவ்வொரு 1000 பேரில் 828 பேர் ஓர் அறை கொண்ட

குடியிருப்பில் தங்கி வாழ்க்கை நடத்தவேண்டிய அவல நிலையில் இருந்தனர்.

கல்வி - அழகான மரம் அழிந்தது

ஆங்கிலேயர்கள் இந்தியாவுக்குள் நுழைந்தபோது, காலம் காலமாக உருவாக்கப்பட்டு நெறிப்படுத்தப்பட்ட ஒரு உயர்தரக் கல்விமுறை இங்கு இருந்தது. அந்தக் கல்விமுறைதான், இந்தியா உலகின் பொருளாதாரச் சக்தியாகத் தொடர்ந்து பல நூற்றாண்டு கள் இருந்து வந்ததற்குக் காரணமாகவும் அமைந்திருந்தது. அத்தகைய கல்வி முறை, சமூகத்தாலும் அரசுகளாலும் மேற் பார்வை செய்யப்பட்டு நாடு முழுவதும் பரவலாக இருந்தது.

கிழக்கிந்தியக் கம்பெனி, கிராமச் சமூகங்களை அழித்தபோது, கிராமக் கல்விக்கூடங்கள் பராமரிப்பின்றி அழியத் தொடங்கின. பின்னர் ஆங்கிலேயர்கள் நமது நாட்டுக் கல்வி முறையை மாற்றி, அவர்களது முறையைக் கட்டாயமாகப் புகுத்தினர். பாரம்பரிய மாக இந்தியாவில் பரவலாக அனைத்து மக்களுக்கும் கொடுக்கப் பட்டு வந்த இலவசக் கல்வியை மெக்காலே தன்னுடைய 1835-ம் வருடத்திய குறிப்பில் ஏளனம் செய்தார். உலகம் முழுவதும் தங்களுக்குப் பயன்தருவதும் தேவையானதுமான ஒன்றைப் பெறுவதற்கு மக்கள் பணம் செலுத்துகின்றனர்; அதற்கு இந்தியா மட்டும் விதிவிலக்காக இருக்கக்கூடாது என்ற வாதத்தை அவர் எடுத்து வைத்தார். இந்தியர்கள் அனைவருக்கும் அரசாங்கம் மூலம் இலவசக் கல்வி கொடுக்கமுடியாது என்றார் அவர்.

ஆங்கிலேயக் கல்விமுறையால் இந்தியாவில் கல்வியின் நிலைமை சீரழிந்தது. கல்வி பெறுவோர் எண்ணிக்கை வேக மாகக் குறைந்தது. பரவலாகக் கொடுக்கப்பட்டு வந்த கல்வி, குறிப்பிட்ட மக்களுக்காக மட்டும் என்று மாறியது. இந்தியக் கல்விநிலை குறித்து வில் துராந்த் 1930-ல் எழுதும்போது, ஆண் களில் 7 சதவிகிதமும் பெண்களில் 1.5 சதவிகிதமும், மொத்தத் தில் 4 சதவிகிதம் மக்கள் மட்டுமே பள்ளிக் கல்வி பெற்றுக் கொண்டிருப்பதாக எழுதினார். நாட்டில் அப்போது இருந்த 7,30,000 கிராமங்களுக்கும் சேர்த்து மொத்தமாக 1,62,015 ஆரம்பப் பள்ளிக்கூடங்கள்தான் இயங்கி வந்தன. அரசுப் பள்ளிகளில் படிக்கக் கட்டணம் செலுத்தவேண்டியிருந்ததால், நிறையப் பெற்றோர்களால் தங்கள் குழந்தைகளை பள்ளியில் சேர்க்க இயலவில்லை.

ஆங்கிலேய அரசு கல்விக்காக தலைக்கு 8 சென்ட் மட்டுமே செலவு செய்தது; ஆனால் ராணுவத்துக்கு 83 சென்ட் செல வழித்தது. கல்வி குறித்த அரசின் அணுகுமுறை பற்றிச் சொல்லும்போது, கல்வியை ஊக்குவிக்காமல் மக்களைக் குடிக்க ஊக்குவிப்பதாக, வில் துராந்த் குற்றம் சாட்டினார். ஆங்கிலேயர் கள் தமது முதல் வியாபார மையத்தை இந்தியாவில் ஆரம்பித்த போது, குடிபோதை விற்பனைக்கான கடைகளை ஆரம்பித்ததை யும் அதன்மூலம் கிழக்கிந்தியக் கம்பெனி நிறைய லாபம் சம்பாதித்ததையும் இந்தச் சமயத்தில் நாம் நினைவில் கொள்ள வேண்டும்.

மகாத்மா காந்தி 1931-ல் லண்டனில் பேசும்போது, நூறு வருடத் துக்கு முன்பு இருந்ததைவிட அப்போதிருந்த இந்தியாவில் எழுத்தறிவின்மை அதிகரித்து இருப்பதாகக் குற்றம்சாட்டி, அழகிய மரம்போல இருந்த கல்விமுறை அழிந்துவிட்டது என்று கூறியதற்கு மேற்கூறிய உண்மைகளே காரணமாக இருந்தன.

இப்படியாக உயரிய கொள்கைகளின் அடிப்படையில் அமைந் திருந்த இந்தியக் கல்விமுறை சிதைக்கப்பட்டது. செழிப்பான பொருளாதார வழிமுறைகளுக்குக் காரணமாக இருந்து, அதே சமயத்தில் உயர்தரமான நெறிகளை ஒட்டி அமைந்த வாழ்க்கை முறையை உருவாக்கி வந்த கல்விமுறை அழிக்கப்பட்டது. புதிய கல்விமுறையின் நோக்கம் பற்றி மெக்காலே தெளிவாகச் சொன்னார்: 'நமக்கும் நாம் ஆட்சி செலுத்திக்கொண்டிருக்கும் பல லட்சக்கணக்கான மக்களுக்கும் இடையில் ஒரு வகுப்பை உருவாக்க வேண்டும்; அவர்கள் ரத்தத்திலும் நிறத்திலும் மட்டும் இந்தியர்களாக இருக்கவேண்டும்; ஆனால் ஆசைகளிலும், கருத்துக்களிலும், நெறிமுறைகளிலும், அறிவியலிலும் ஆங்கிலேயர்களைப் போல இருக்கவேண்டும்.'

எனவே ஆங்கிலேயர்கள் புகுத்திய கல்விமுறையில் இந்திய வழிமுறைகளும், நெறிகளும், சிந்தனையும், எண்ணமும் சிறிதுகூட இல்லை. ஆங்கிலேயர் கல்வி முறை, இந்தியர்களை அவர்களது இயற்கையான வாழ்க்கை மற்றும் சிந்தனை முறை யிலிருந்து பிரித்து, அந்நியர்களது வாழ்க்கை முறையைப் பின்பற்றும் மக்களை உருவாக்கும் நோக்கிலேயே ஏற்படுத்தப் பட்டது.

இந்தியப் பொருளாதாரத்தின் உயிர்நாடி துண்டிக்கப்பட்டது

ஆங்கிலேயர் ஆட்சிக் காலத்தில், உலக அரங்கில் கொடிகட்டிப் பறந்த இந்திய வாணிபம் நின்றுபோனது. இந்தியத் தொழில்கள் நசுக்கப்பட்டன. வாழ்வின் ஆதாரமான விவசாயம் அழிக்கப் பட்டது. இங்கிருந்த செல்வங்கள் சுரண்டி எடுத்துச் செல்லப் பட்டன. பல லட்சக்கணக்கானோர் பஞ்சத்திலும் பட்டினியிலும் உயிரிழந்தனர். பெரும்பகுதி மக்களை வறுமை வாட்டியது. செழிப்புக்கும் அமைதியான வாழ்வுக்கும் பேர் பெற்ற இந்தியா, ஏழை நாடாக ஆக்கப்பட்டு சமூகச் சிதைவுகளை சந்தித்தது.

உயர்ந்த நெறிகளின் அடிப்படையில் அமைந்திருந்த அமைப்பு முறைகள் பெரும் இடர்பாடுகளைச் சந்தித்தன. வாழ்வின் எல்லாச் செயல்பாடுகளுக்கும் அடிப்படை அம்சமாக இருந்து வந்த தார்மீக முறைகள் ஒதுக்கிப் புறந்தள்ளப்பட்டன. இம்மண்ணுக்கு முற்றிலும் வேறான அந்நிய அணுகுமுறை களைக் கடைப்பிடிக்குமாறும், நாட்டுக்குப் பொருந்தாத நடை முறைகளில் நம்பிக்கை வைக்குமாறும் மக்கள் கட்டாயப் படுத்தப்பட்டனர். கால ஓட்டத்தில் அந்நிய அணுகுமுறைகளும் நடைமுறைகளும் இம்மண்ணில் காலூன்றத் தொடங்கின. பண்டைய காலம்தொட்டு உலகத்துக்கே முன்னோடியாக இருந்துவந்த பாரதீயப் பொருளாதார முறைகள் அடையாளம் தெரியாமல் அழிந்து கொண்டிருந்தன. திறமையையும் தார்மீக நெறிகளையும் இணைத்து அமைக்கப்பட்ட உயர்தரமான பொருளாதார வாழ்வியல் முறைகள் வலுவிழந்து செத்துக் கொண்டிருந்தன. உலகப் பொருளாதார வரலாற்றின் ஓர் உன்னத மான சகாப்தம் வேகமாக முடிந்துபோய்க் கொண்டிருந்தது.

ஆங்கிலேயர்களின் அடிப்படை நோக்கமே இந்தியர்களை எல்லா வகைகளிலும் அடிமைப்படுத்தி வைத்திருப்பதுதான் என்று 1857-ம் வருடத்தில் ஷோர், பிரிட்டிஷ் நாடாளுமன்றக் குழு முன் தெரிவித்தார். கீழ்நிலையில் உள்ள ஓர் ஆங்கிலேய னுக்குக் கிடைக்கக்கூடிய எந்த ஒரு பெருமையோ, அதிகாரமோ கூட இந்தியர்களுக்குக் கொடுக்கப்படுவதில்லை; எனவே இந்தியாவை ஆட்சி செய்த அரசுகளிலேயே தங்களதுதான் மிகக் கொடுமையானது எனவும் அவர் தெளிவாகக் கூறினார்.

ஆங்கிலேயர் ஆட்சி பற்றிக் குறிப்பிடும்போது வில் துராந்த், வரலாற்றிலேயே மிகக் கொடுமையான முறையில் ஒரு நாடு

இன்னொரு நாட்டைச் சுரண்டியது இந்தியாவில்தான் நடந்தது என்று எழுதினார். உலகின் ஓர் உயர்ந்த நாகரிகம் ஒரு வாணிபக் கம்பெனியால் கீழ்த்தரமான முறையில் கொள்ளையடிக்கப் பட்டு, பின்னர் ஆட்சியாளர்களால் எல்லா வழிகளிலும் தொடர்ந்து பாதிக்கப்பட்டதையும், அளவில்லாத வறுமையில் வாடும் இதே நாடுதான் தன்னுடைய செல்வச் செழிப்பால் பதினெட்டாம் நூற்றாண்டில் ஆங்கிலேய, பிரெஞ்சு கடற் கொள்ளையர்களைக் கவர்ந்து இழுத்தது எனவும் துராந்த் குறிப்பிட்டார்.

ஆங்கிலேயர்கள் ஆட்சியில் இந்தியாவுக்கு ஏற்பட்டது பொருளாதார இழப்புகள் மட்டுமல்ல; தங்களது திறமைகள், அனுபவங்கள், வழிமுறைகள், கலாசாரம் மற்றும் பெருமைகள் அனைத்திலும் பெரும்பகுதியை மக்கள் இழந்தனர். அதனால் தங்களிடமிருந்த தன்னம்பிக்கையையும் இழக்கத் தொடங்கினர். ஆகவேதான் எந்தச் சமயத்திலும் அதீத மன உறுதி கொண்டவ ரான மகாத்மா காந்திகூட இந்தியர்கள் தன்னம்பிக்கையை இழந்துவிட்டதாக வெளிப்படையாக அறிவித்தார்.

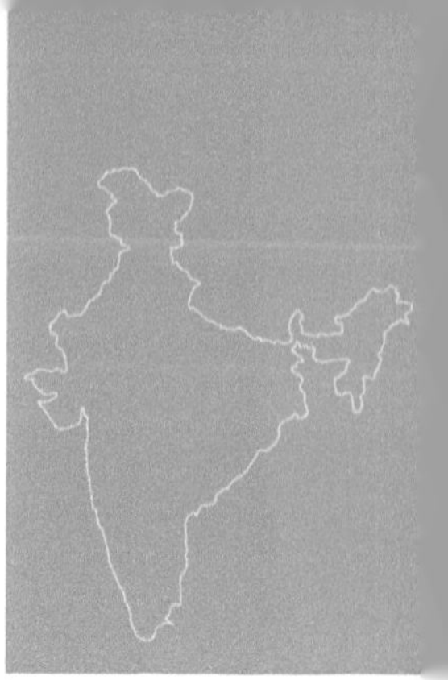

4

சுதந்தரத்துக்குப் பிந்தைய இந்தியப் பொருளாதாரம்

பல்லாயிரக்கணக்கான மக்கள் தம் உயிரையும் உடைமைகளையும் இழந்து, நீண்ட போராட்டத்துக்குப் பின் 1947-ல் இந்தியாவுக்குச் சுதந்தரம் கிடைத்தது. அப்போது நாட்டில் பரவலாக வறுமையும், கல்வி அறிவின்மையும், வளர்ச்சி குறைந்த நிலைமையும் இருந்தது. அதனால், இந்தியப் பொருளாதாரம் மிக மோசமான நிலையில் இருந்தது. ஏறத்தாழ 70 சதவிகிதம் மக்கள் விவசாயத்தில் ஈடுபட்டு வந்தனர். அப்படியிருந்தும் உணவு மற்றும் தொழில் துறைக்குத் தேவையான கச்சாப் பொருட்கள் உற்பத்தியில் தன்னிறைவு இல்லை. விவசாயத்தில் குறைந்த அளவு உற்பத்தித் திறன் கொடுக்கும் உத்திகளே கையாளப்பட்டு வந்தன. எனவே உணவுப் பற்றாக்குறை நிலவியது.

தொழில்துறை மிகவும் பின்தங்கிய நிலையில் இருந்தது. 200 வருடங்களுக்கு மேல் ஆங்கிலேயர்களின் தொடர்ந்த சுரண்டல்களாலும் எதிர்மறையான அணுகுமுறைகளாலும் தொழில் துறை அழிந்துபோயிருந்தது. பிரிட்டிஷ் அரசுக்கு இந்தியர்கள்மீது அக்கறை இல்லாததால் போதுமான கட்டமைப்புகளை ஏற்படுத்த

வில்லை. பாரம்பரியத் தொழில்கள் அழிக்கப்பட்டதால், தொழில் வல்லுநர்களும் தொழிலாளர்களும் உற்பத்தியாளர் களும் செய்வது அறியாது, தங்கள் தொழில் ஞானங்களை மறந்து விட்டிருந்தனர். புதிதாக ஏற்பட்டிருந்த தொழில்களுக்குத் தேவையான திறமைகளை வளர்த்துக்கொள்ள அவர்களுக்கு வாய்ப்புகள் ஏற்படுத்தித் தரப்படவில்லை.

முந்தைய 200 வருடங்களில் பொருளாதாரத்தை முன்னேற்ற நீண்டகாலத் திட்டம் எதையும் பிரிட்டிஷ் அரசு வகுக்கவில்லை; தேவையான முதலீடுகளைச் செய்யவும் இல்லை. உலகிலேயே சேமிப்பு குணம் அதிகம் கொண்ட இந்தியர்களுக்கு, சேமிப்ப தற்கு என்று கையில் பணம் இருக்கவில்லை. வாழ்க்கைத் தரம் மிக மோசமாக இருந்தது.

1951 புள்ளிவிவரப் படி வறுமைக்கோட்டுக்குக் கீழே வாழும் மக்கள் 45 சதவிகிதம் இருந்தனர். 1950-51-ல் சராசரி இந்தியனின் ஆயுள் வெறும் 32.1 வருடங்களாக மட்டுமே இருந்தது. சுமார் 1700-ல் தொடங்கி அடுத்த 250 வருடங்களில் இந்தியப் பொருளாதாரம் படு வீழ்ச்சியை அடைந்திருந்தது. 1750-ம் வருடத்தில் உலகப் பொருளாதாரத்துக்கு 24.4 சதவிகிதம் பங்களித்துக்கொண்டிருந்த இந்தியா, 1950-ம் வருடம் வெறும் 4.2 சதவிகிதம் அளவே பங்களித்தது.

நாட்டுக்குச் சுதந்தரம் கிடைத்தபோது, நமக்கு பொருத்தமான பொருளாதார, சமூக மற்றும் அரசியல் தொடர்பான கொள்கை களை நாமே வகுத்துக் கொள்வதற்கு வாய்ப்பும் உரிமையும் கிடைத்தது. நமக்குக் கிடைத்த சுதந்தரம், வெறும் அரசியல் சுதந்தரமாக மட்டும் இல்லாமல் ஒட்டுமொத்த முன்னேற்றத் துக்கும் அடித்தளம் போடக்கூடிய கொள்கைகளை வகுத்துக் கொள்ள அமைந்த சுதந்தரமாகவும் இருந்தது. மகாத்மா காந்தி அதனால்தான், சுதந்தரத்துக்குப் பின் இந்தியாவில் கடைப் பிடிக்க வேண்டிய அணுகுமுறைகள் மற்றும் கொள்கைகள் குறித்து விவாதம் நடத்தி பொதுவான கொள்கை முடிவுகளை எட்டவேண்டும் என விரும்பி, அதற்கான முயற்சிகளில் சுதந்தரத்துக்கு முன்னரே இறங்கினார். துரதிர்ஷ்டவசமாக அவருடைய கருத்தை அப்போதைய தலைமை ஏற்கவில்லை. 1948-ல் பின்னர் மகாத்மா காந்தி கொல்லப்பட்டபின், அது தொடர்பான முயற்சிகளை முன்னெடுத்துச் செல்லப் பொருத்த மான தலைவர்கள் இல்லாமல் போயினர்.

எனவே சுதந்தரம் கிடைத்தபின், நாம் எந்த விதமான பொருளாதார முறையைக் கடைப்பிடிக்க வேண்டும் என்பது குறித்த சிந்தனையில் தெளிவு இருக்கவில்லை. அதனால், இந்திய நாட்டின் வாழ்க்கைக்கும் தன்மைக்கும் ஏற்ற பொருளாதார முறையைக் கடைப்பிடிக்க வேண்டும் என்ற எண்ணம் அன்றைய ஆட்சி அதிகாரத்தில் இருந்தவர்களிடம் அதிகமாக இல்லை. பொருளாதார முறை என்றவுடனே அவர்கள் கண்களின் முன் தோன்றியது மேற்கத்திய முறைகள்தாம். எனவே அப்போது வழக்கத்தில் இருந்த முதலாளித்துவ, சோசலிச மற்றும் கம்யூனிச முறைகளை மட்டுமே அவர்கள் கவனத்தில் எடுத்துக் கொண்டனர். அவற்றில் சோசலிச முறை அவர்களுக்குச் சரியான முறையாகத் தோன்றியது. எனவே அந்த முறையை ஒட்டி கொள்கைகளை வகுத்துக்கொள்ளத் தீர்மானித்தனர். அப்படித் தான் சுதந்தர இந்தியாவின் பொருளாதாரக் கொள்கைகள், மேற்கு நாடுகளின் சித்தாந்தங்களை மட்டுமே மையமாக வைத்துத் தீர்மானிக்கப்பட்டன.

அந்தச் சமயத்தில் காந்தி விரும்பியவாறு, பொருத்தமான பொருளாதார முறைகள் குறித்த கருத்துப் பரிமாற்றங்களோ அல்லது பொது விவாதங்களோ நடத்தப்படவில்லை. எனவே உலகின் தொன்மையான நாடுகளில் ஒன்றான இந்தியா, மிக வெற்றிகரமான பொருளாதார முறைகளின் மூலம் தொடர்ந்து பல நூறாண்டுகள் அசைக்க முடியாத சக்தியாக விளங்கி வந்த இந்தியா, சுதந்தரத்துக்குப் பின் மேலை நாட்டுச் சித்தாந்தங்களின் அடிப்படையில் தன்னுடைய கொள்கைகளை அமைத்துக் கொண்ட வேதனையான சூழ்நிலை ஏற்பட்டது.

அதன் விளைவாக, தொழில் வளர்ச்சியும் பொருளாதார வளர்ச்சியும் பெரிய அளவில் ஏற்பட முடியாமல் போனது. தொழில் துறை, 'லைசென்ஸ் - பெர்மிட் ராஜ்' என்று கூறப்படும் அதிகார வர்க்கம் சார்ந்த நடைமுறையை ஒட்டியதாக அமைந்திருந்தது. அதனால் அரசு அதிகாரிகளின் தலையீடு தொழில் துறையில் அதிகமாக இருந்தது. ஆகவே, தொழில் செய்பவர்கள் அவதிக்கு உள்ளாயினர். திறமையான தொழில் நிறுவனங்கள்கூட தங்களின் உற்பத்திகளைப் பெருக்கிக் கொள்ளவோ, தொழில்களை விரிவுபடுத்தவோ போதுமான வாய்ப்புகள் கிடைக்காமல் தங்களது நடவடிக்கைகளைச் சுருக்கிக்கொள்ள வேண்டி வந்தது.

அரசாங்கத்தின் கொள்கைகள் அவ்வாறு இருக்க, மக்கள், தங்களுக்குக் கிடைத்த குறைந்தபட்ச வாய்ப்புகளையும் அதிக பட்சமாகப் பயன்படுத்திக்கொண்டு, தங்களால் முடிந்த பொருளாதார நடவடிக்கைகளில் ஈடுபடத் தொடங்கினர். ஆங்கிலேயர் ஆட்சியில் எந்தவிதச் சுதந்தரமும் இன்றி எல்லா வகைகளிலும் அல்லல்பட்டு வந்த அவர்கள் தங்களுக்குக் கிடைத்த அரசியல் சுதந்தரத்தை மட்டும் வைத்தே தமக்குப் பொருத்தமான தொழில்களில் ஈடுபடத் தொடங்கினர். பல தலைமுறைகளாக அந்நியர்களைக் கண்டு பயந்து தங்களது சுய தன்மையை இழந்து வாழ்ந்து வந்தவர்கள், அந்நியர்கள் அகன்ற துமே தங்களுக்கு நிறைய உரிமைகள் கிடைக்கப் பெற்றதைப் போல் உணர்ந்தனர். அந்நியர் ஆட்சிக் காலங்களில், அரசாங் கங்களை எதிர்பார்க்காமலே வாழ்ந்து பழகியவர்கள், சுதந்தரத் துக்குப் பின்னரும் இந்திய அரசிடமிருந்து நிறைய எதிர்பார்க்க வில்லை. எனவே அரசு அணுகுமுறைகளைப் பற்றிப் பெரிதும் கவலைப்படாமல், தங்களது உழைப்பை மட்டுமே நம்பி வெவ்வேறு தொழில்களில் ஈடுபடத் தொடங்கினர்.

அந்தச் சமயத்தில் மத்தியிலும் மாநிலங்களிலும் இருந்த அரசுகள் விவசாயம், தொழில், கட்டமைப்பு மற்றும் சமூக முன்னேற்றம் சம்பந்தப்பட்ட துறைகளில் பொது முதலீடுகளை தங்களால் இயன்ற அளவு பெருக்கின. கலப்புப் பொருளாதார முறையின் அடிப்படையில் தொழில்கள் பொதுத்துறை, தனியார் துறை என்று பிரிக்கப்பட்டு, திட்டங்கள் தீட்டப்பட்டன. நிதி நிறுவனங்கள் மற்றும் வங்கிகள் மூலம் மக்களுக்கு நிதி வசதிகள் கிடைக்க ஏற்பாடுகள் செய்யப்பட்டன. வங்கிகள் தேச உடைமை ஆக்கப்பட்டு, வங்கிச் சேவைகள் பொதுமக்களை நோக்கிச் செல்ல முயற்சிகள் மேற்கொள்ளப்பட்டன. பாசனத்துக்குத் தேவையான நீரைச் சேமித்துவைக்க பெரிய அணைகள் கட்டப்பட்டன. மின்சாரம், போக்குவரத்து, கல்வி, சுகாதாரம் உள்ளிட்ட துறைகளில் வளர்ச்சிக்கான உத்திகள் வகுக்கப்பட்டு கட்டமைப்புகள் ஏற்படத் தொடங்கின.

காலங்காலமாக நாட்டில் இயங்கிவந்த கிராமக் குடியரசுகள் அந்நியர்களால் சிதைக்கப்பட்டதன் விளைவாக, தொடர்ந்து வந்த காலங்களில் ஏற்பட்ட பொருளாதார, சமூக, அரசியல் சீரழிவுகளால் கட்டமைப்பு வசதிகளும் சிறுதொழில்களும் அழிந்துபோயிருந்தன. அதனால் அவற்றை உருவாக்கி இயங்க

வைக்கும் பெரும்பணி அரசுக்கு இருந்தது. பல்வேறு துறைகளில் முதலீடுகளும் சரியான திட்டங்களும் தேவைப்பட்டன. அவை எல்லாவற்றையும் அரசு இயந்திரங்கள் மூலமும், மேலை நாட்டு வழிமுறைகள் மூலமும் மக்களிடம் எடுத்துச் செல்வதில் அரசாங்கத்துக்கு நிறையச் சிரமங்கள் இருந்தன.

சிரமங்களுக்கிடையே வாழ்ந்து பழகிப்போன மக்கள், கிடைத்த சிறு சிறு வாய்ப்புகளையும் பயன்படுத்தி தங்களின் வாழ்க்கைத் தரத்தை உயர்த்தும் முயற்சிகளில் ஈடுபட்டார்கள். தங்களிடம் இயற்கையாக உள்ள சேமிப்புக் குணத்தையும், கடின உழைப்பையும், உறவுகளையும் மூலதனமாக வைத்து விவசாயத்திலும் வேறுபல தொழில்களிலும் ஈடுபட்டனர். அப்படித்தான் இன்றைக்குப் பொருளாதார வளர்ச்சிக்கு ஆதாரமாக விளங்கக் கூடிய பல தொழில் மையங்களுக்கு அஸ்திவாரம் போட்டனர். வாய்ப்புகள் அமையப்பெற்ற இடங்களில் சுதந்தரத்துக்கு முன்னரேகூட மக்கள் பலவித முயற்சிகளைத் தொடங்கியிருந்தனர். அதன் விளைவாக, தொழில்களும் பொருளாதாரமும் வளர்ச்சி பெறத் தொடங்கின.

1950-கள் முதல் 1980-கள் வரையான வளர்ச்சி

சுதந்தரத்துக்குப் பிந்தைய ஆரம்ப காலகட்டங்களில் வளர்ச்சி விகிதம் மோசமாக இருந்தது என நம்மில் பலர் எண்ணிக் கொண்டிருக்கிறோம். அது முழுவதும் உண்மையல்ல. வளர்ச்சி விகிதம் குறைவாக இருந்தது உண்மைதான். ஆனால் மோசமானதாக இல்லை. 1950-கள் முதல் 1980-கள் வரை ஒட்டுமொத்தப் பொருளாதார வளர்ச்சி ஆண்டுக்கு 3.5 சதவிகிதம் என்றும் தனிநபர் பொருளாதார வளர்ச்சி 1.3 சதவிகிதம் என்றும் இருந்தது. சுதந்தரத்துக்கு முந்தைய ஆங்கிலேயர் ஆட்சிக் காலத்தில் ஒட்டுமொத்தப் பொருளாதார வளர்ச்சி ஒரு சதவிகிதத்துக்குக் குறைவாகவும், தனி நபர் பொருளாதார வளர்ச்சி பூஜ்யத்துக்குக் கீழும் இருந்தது. எனவே மிக துரதிஷ்டவசமான பின்னணியில் இருந்து, சுதந்தரம் பெற்றபின் உயிர்த்து எழுந்தபோது ஏற்பட்ட மேற்கூறிய வளர்ச்சி விகிதங்களை, வரலாற்று அடிப்படையில் நோக்கினால் அவற்றின் முக்கியத்துவம் புரியும்.

அதே காலகட்டத்தில், மேற்கத்திய நாடுகளின் வளர்ச்சி விகிதங்களோடு ஒப்பிட்டுப் பார்த்தால், இந்தியாவின் வளர்ச்சி பற்றிய உண்மை நிலவரம் புரியும். 1952-78 வருடங்களில் ஒட்டு

மொத்தப் பொருளாதாரத்தின் வருடாந்திர சராசரி கூட்டு வளர்ச்சி விகிதம் இந்தியாவில் 4.02 சதவிகிதமாகவும், அமெரிக்காவில் 3.46 சதவிகிதமாகவும், ஐரோப்பாவில் 4.27 சதவிகிதமாகவும் இருந்தது. எனவே, இந்தியாவின் வளர்ச்சி விகிதம் அமெரிக்கா வின் வளர்ச்சி விகிதத்தை விடவும் அதிகமாக இருந்துள்ளது. அதனால்தான் தீபக் நய்யார் போன்ற பொருளாதார நிபுணர்கள் இந்தியப் பொருளாதாரத்தின் வளர்ச்சி 1950-களின் ஆரம்பத் திலேயே தொடங்கிவிட்டது என எடுத்துரைக்கின்றனர்.

கடந்தகால இந்தியப் பொருளாதார வளர்ச்சியைப் பொருத்த வரை பெரும்பாலான நிபுணர்கள் இரண்டு முக்கியமான வாதங்களை முன் வைக்கின்றனர். அவர்களில் ஒரு தரப்பினர், பொருளாதார முன்னேற்றம் 1990-களில்தான் ஆரம்பித்தது என்கின்றனர். இவர்கள் உலகமயமாக்கல் கொள்கையை ஆதரிப்பவர்கள். இரண்டாவது தரப்பினர், 1980-களிலேயே வேகமான முன்னேற்றம் ஆரம்பித்துவிட்டது என்கின்றனர். அவர்கள் பெரும்பாலும் உலகமயமாக்கல் கோட்பாட்டுக்கு எதிரான இடதுசாரிச் சிந்தனை கொண்டவர்கள்.

ஆனால் உண்மை இந்த இரண்டையும் தாண்டி வேறாக உள்ளது. 1950-51 முதல் 1979-80 வரை இந்தியா அடைந்துகொண்டிருந்த 3.5 சதவிகிதம் சராசரி வளர்ச்சி, பின்னர் 1980-களிலும், 1990-களிலும் அடைந்த வளர்ச்சிகளுக்கு ஊன்றுகோலாகவும், தற்போதைய வளர்ச்சிக்கு அடித்தளம் அமைப்பதாகவும் இருந்துள்ளது. 1950-களில் தொடங்கிய வளர்ச்சியில் ஏற்பட்ட பல முன்னேற்றங்கள் இந்தியப் பொருளாதாரத்துக்கு முக்கிய மானவையாக அமைந்தன. ஆனால் ஆரம்பகால வளர்ச்சி குறித்து, பல பொருளாதார நிபுணர்கள் கேலியாகப் பேசு கின்றனர். அந்த வளர்ச்சி விகிதத்தை 'இந்து வளர்ச்சி விகிதம்' என்ற பெயரில் கிண்டலாக அழைக்கின்றனர். இந்தியர்கள் மெதுவாகவும் மெத்தனமாகவும் வளர்பவர்கள் என்ற நோக்கில், குறைவான வளர்ச்சி விகிதம் என்பதை இந்தப் பெயரிட்டு அழைக்கின்றனர். அந்தப் பொருளாதார நிபுணர்களின் கண்ணோட்டமும் கருத்துக்களும் தவறு என்பதை பின்வந்த காலங்களுக்கான வரலாறு நிரூபித்துக் காட்டியுள்ளது.

இங்கு நாம் கவனத்தில் கொள்ளவேண்டிய முக்கியமான கருத்து ஒன்று உள்ளது. அரசாங்கமும் நிர்வாகமும் நாட்டுக்குப் பொருத்தமான கொள்கைகளை வகுப்பதில் தெளிவாக

இல்லாதபோதிலும், மக்கள் தங்களுக்குச் சுதந்தரம் கிடைத்த வுடன் எவ்வளவோ சிரமங்களுக்கு இடையிலும், கிடைக்கின்ற வாய்ப்புக்களைப் பயன்படுத்தி பல்வேறு பொருளாதார நடவடிக்கைகளில் ஈடுபட்டுள்ளனர். எனவே அரசுக்கும் படித்த அறிவாளிகளுக்கும் தெரியாமலேயே பொருளாதார முன்னேற்றம் ஏற்படத் தொடங்கியது. அப்படித்தான் பொருளா தார வளர்ச்சிக்கான தொடக்கம் ஆரம்ப காலங்களில் ஊன்றப் பட்டது. அதன் பலனாகத்தான் பின்வந்த காலங்களில் பெரிய அளவில் பயன்கள் கிட்டின. கொள்கை வகுப்போரும் அதிகார வர்க்கமும் நமது நாட்டுக்கு உரித்தான வகையில் பொருத்தமான கொள்கைகளை வகுத்திருந்தால், ஆரம்பத்திலேயே வலுவான அடித்தளங்கள் முறையாகப் போடப்பட்டு ஒரு சரியான வளர்ச்சிக்கான பாதையில் நாம் துரிதமாகச் சென்றிருக்க முடியும். ஆனால் துரதிர்ஷ்டவசமாக நம் நாட்டின் அடிப்படை ஆதாரங்களை அறியாதவர்கள்தான் கொள்கை வகுப்பவர்களாக இருந்தனர்.

அண்மைக்காலப் பொருளாதார வளர்ச்சி

1980-களின் இறுதி வரையிலும் பொருளாதார மற்றும் அரசியல் சித்தாந்தங்களின் அடிப்படையில் உலக நாடுகள் இரு தனிப் பிரிவுகளாகக் கருதப்பட்டன. முதலாவது பிரிவு முதலாளித்துவக் கொள்கைகளைக் கடைப்பிடிக்கும் நாடுகள். அமெரிக்கா மற்றும் பல ஐரோப்பிய நாடுகள் அந்தப் பிரிவில் முக்கியமானவை. அவை முதல் உலக நாடுகள் என்று அழைக்கப்பட்டன. இரண்டா வது பிரிவு நாடுகள் கம்யூனிச சித்தாந்தத்தைக் கடைப்பிடிக்கும் நாடுகள். அவற்றில் சோவியத் ரஷ்யா முக்கியமானது. அந்த நாடுகள் இரண்டாம் உலக நாடுகள் என்று அழைக்கப்பட்டன. அவை இரண்டிலும் சேராத நாடுகள் அணிசேரா நாடுகள் அல்லது மூன்றாம் உலக நாடுகள் என்று அழைக்கப்பட்டன. இந்தியா உள்ளிட்ட நாடுகள் அவற்றில் முக்கியமானவை.

அமெரிக்கா உள்ளிட்ட முதல் உலக நாடுகளும் சோவியத் ரஷ்யா தலைமையில் இயங்கிய இரண்டாம் உலக நாடுகளும் தத்தமது சித்தாந்தங்களையும் அமைப்பு முறைகளையும் உலகின் பல பகுதிகளிலும் நிலைநிறுத்த, நிழல் யுத்தங்களையும் போட்டிச் செயல்பாடுகளையும் நிகழ்த்தி வந்தன. ஆனால், 1980-களின் இறுதியில் சோவியத் ரஷ்யா கம்யூனிசத்தைக் கை கழுவியது.

அதனால், கம்யூனிச சித்தாந்தம் தோற்றுப் போனதாக அனை வரும் ஏற்றுக்கொண்டனர். உடனே, மேற்கத்திய பொருளாதார நிபுணர்கள் உலக முழுமைக்கும் மாற்று தங்களது முதலாளித் துவச் சந்தைப் பொருளாதார முறைதான் என்று மார்தட்டிக் கொண்டனர்.

அந்தக் காலகட்டத்தில் அரசு சார்ந்த சோசலிச வழிமுறைகள் இந்தியாவில் போதிய பலனைத் தரவில்லை என்பதும், சுதந்தரம் அடைந்து முப்பது ஆண்டுகளுக்கு மேலாகியும் மக்களின் அடிப்படையான பிரச்னைகள்கூடத் தீர்க்கப்படவில்லை என்பதும் வெளிப்படையாகத் தெரிந்தது. அதே சமயத்தில் இந்திய அரசுக்குக் கடுமையான அந்நியச் செலாவணிப் பற்றாக் குறை ஏற்பட்டது. இந்தியா முன்னேறுவதற்கான ஒரே வழி, மேற்கத்திய நாடுகளின் சந்தைப் பொருளாதார முறையைப் பின்பற்றுவதுதான் என கொள்கை வகுப்போரில் பெரும்பாலா னோரும் அதிகார வர்க்கத்தினரும் கருதினர்.

எனவே 1991-ல் பதவி ஏற்ற புதிய அரசு, சந்தைப் பொருளாதாரச் சித்தாந்தத்தின் அடிப்படையில் கொள்கைகளை வகுக்கத் தொடங்கியது. ஆகவே சுதந்தரம் பெற்றபின் இரண்டாவது முறையாக மேற்கத்திய நாடுகளின் மற்றுமொரு பொருளாதாரச் சித்தாந்தம் எந்தவித விவாதமும் இன்றி நாட்டில் பரவலாக ஏற்றுக்கொள்ளப்பட்டதாக அறிவிக்கப்பட்டது. மேற்கத்தியப் பொருளாதாரச் சித்தாந்தங்கள் நம் நாட்டில் நடைமுறைப் படுத்தப்பட்ட இரண்டு காலகட்டங்களிலும், அவற்றை முன் னெடுத்துச் சென்றவர்கள் அரசியல் மற்றும் ஆளும் வர்க்கத்தில் செல்வாக்கு பெற்றவர்களும், மேற்கத்திய கல்வியைக் கற்றுத் தேர்ந்தவர்களும்தான்.

அவர்களுக்கு நாட்டில் நடைபெற்று வரும் நடைமுறையிலான சமூக, பொருளாதார, வாழ்வியல் முறைகளைப் பற்றிய தெளிவான அறிவோ, அவற்றில் நம்பிக்கையோ இல்லை. அவர்கள் கற்றது மேற்கத்திய முறைகள் என்பதால், கம்யூனிசம், சந்தைப் பொருளாதாரம் என இரண்டே முறைகள்தான் உலகில் உள்ளதாகவும், ஒன்றுக்கு மாற்றாக மற்றொன்றுதான் அமைய முடியும் எனவும் நம்பினார்கள். இந்தியாவின் தொன்மையான பொருளாதார முறைகளையும், இந்தியா உலகின் பொருளாதாரச் சக்தியாக பல நூற்றாண்டுகள் விளங்கிவந்ததையும் மெக்காலே கல்விமுறை அவர்களுக்குக் கற்றுத் தரவில்லை.

மேலும் ஆளும் வர்க்கத்துக்கு எப்போதுமே சாதாரண மனிதன் மேல் ஒரு விதமான அவநம்பிக்கை - அவனுக்கு எதுவுமே தெரிந்திருக்க நியாயமில்லை என்னும் எண்ணம் - இருந்து வந்துள்ளது. எனவே சோசலிசப் பொருளாதாரக் கொள்கைகள் தோற்றுப் போனதாக உணர்ந்தவுடன் சந்தைப் பொருளாதார முறைதான் சரியான பலனைத் தரமுடியும் என அவர்கள் கருதினர். அதே நேரம் பன்னாட்டு அமைப்புகளான சர்வதேச நிதியம் (ஐ.எம்.எஃப்), உலக வங்கி ஆகியவையும் மேலை நாட்டு அறிவுஜீவிகளும் சந்தைப் பொருளாதாரச் சித்தாந்தமே உலகுக்கு ஏற்ற முறை என்ற அடிப்படையில் உலகின் பல நாடுகளுக்கும் ஆலோசனை வழங்கி வந்தனர். இந்தியாவுக்கும் அதே விதமான ஆலோசனைகளை வழங்கினர். அதன் விளைவாக, அவர்களது கருத்துக்கள் மேல்மட்டத்தில் ஒரு பெரிய தாக்கத்தை ஏற்படுத்தியது. ஆகையால், பெரிய விவாதங்கள் ஏதும் இன்றி, சந்தைப் பொருளாதார முறை அதிகாரபூர்வமாக அரசாங்கத்தால் ஏற்றுக்கொள்ளப்பட்டது.

சோசலிசக் கொள்கைகளுக்கு மாற்றாக இந்தியா எதிர்பார்த்தது சந்தைப் பொருளாதாரச் சித்தாந்தத்தை அல்ல. மாறாக, நாட்டின் அடிப்படைத் தன்மைகளை உணர்ந்து ஒட்டுமொத்த மக்களின் வாழ்க்கைத் தரத்தை எல்லா வகைகளிலும் உயர்த்த வழி செய்யும் சரியான பொருளாதார அணுகுமுறை ஒன்றைத்தான் மக்கள் எதிர்பார்த்தனர். ஆனால் மக்களுக்குக் கிடைத்ததோ, மேற்கு நாடுகளின் சிந்தனைகளையும் வழிமுறைகளையும் ஒட்டி உருவாக்கப்பட்ட இன்னொரு பொருளாதார முறை.

இங்கு நாம் ஒரு விஷயத்தைப் புரிந்துகொள்ள வேண்டும். மேற்கத்திய சந்தைப் பொருளாதார முறை என்பது, மேற்கு நாடுகள் உலக அரங்கில் தங்களது நிலையைத் தக்க வைத்துக் கொள்ள உருவாக்கப்பட்ட முறை ஆகும். இது தொடர்பாக நாம் மூன்று விவரங்களை நினைவில் கொள்ளவேண்டும். ஒன்று, மேற்கத்திய நாடுகள் கடைப்பிடிக்கும் கொள்கைகளும், பிற நாடுகளுக்கு ஆலோசனையாகச் சொல்லும் கொள்கைகளும் வெவ்வேறுஆனவை. இரண்டு, நாடுகள் பலவாக இருப்பினும், அவற்றின் சூழ்நிலைகள் மற்றும் அவை இருக்கும் நிலைமைகள் வெவ்வேறாக இருப்பினும் அவை எல்லாவற்றுக்கும் மேற்கத்திய நாடுகள் கொடுக்கும் ஆலோசனைகள் ஒரே மாதிரியானவை. மூன்று, மேற்கத்திய நாடுகளின் பொருளாதாரச்

சிந்தனை அவர்களின் வாழ்க்கை பற்றிய கண்ணோட்டத்தையும், அணுகுமுறையையும், கோட்பாடுகளையும் மட்டுமே ஒட்டி அமைந்தது.

சந்தைப் பொருளாதாரக் கோட்பாடுகளை ஒட்டி இந்தியப் பொருளாதாரத்தில் பல மாற்றங்கள் கொண்டுவரப்பட்டன. தாராளமயமாக்கல், தனியார்மயமாக்கல், உலகமயமாக்கல் என்ற அடிப்படைகளில் அவை அமைந்தன. சீர்த்திருத்தங்கள் என்ற பெயரில் முந்தைய கொள்கைகளில் பல முக்கிய மாற்றங்கள் ஏற்படுத்தப்பட்டன. போட்டிக்கான சூழ்நிலை உருவாக்கப்பட்டு வெளிநாட்டு நிறுவனங்கள் தடைகளின்றி இங்கு வந்து தொழில் மற்றும் வர்த்தகம் செய்வதற்கான வாய்ப்புகள் உருவாக்கிக் கொடுக்கப்பட்டன. அதனால் ஒரு சாராருக்கு அதிகப் பலன்களும், மற்றொரு சாராருக்கு கடும் சிரமங்களும் ஏற்பட்டன. புதிதாகக் கிடைத்த வாய்ப்புகளைப் பயன்படுத்திக்கொள்ளும் நிலையில் இருந்த பிரிவுகளைச் சேர்ந்த மக்கள், அவற்றை முழுமையாகப் பயன்படுத்திக்கொண்டு தங்களது தொழில்களையும் வியாபாரங்களையும் பெருக்கினர். அளவுக்கு அதிகமான கட்டுப்பாடுகளால் தடைபட்டுக் கிடந்த பொருளாதாரத்தில், பல தடைகள் அகற்றப்பட்டன. அதனால் பல துறைகளில் வாய்ப்புகள் அதிகரித்து பொருளாதார வளர்ச்சியும் அதிகரித்தது.

அண்மைக் காலங்களில் பொருளாதாரம் மிக வேகமான வளர்ச்சியைக் கண்டுவருகிறது. 1980-81 முதல் 2002-03 வரை நாட்டின் வளர்ச்சி சராசரியாக 5.7 சதவிகிதமாக இருந்தது. 1980-களில் தொடங்கிய அதிகமான வளர்ச்சி விகிதத்தை பாரதீய வளர்ச்சி விகிதம் என்று பொருளாதார நிபுணர் விர்மானி குறிப்பிடுகிறார். ஆரம்ப காலகட்டத்தில் இருந்த 3.5 சதவிகித வளர்ச்சி விகிதத்தை இந்து வளர்ச்சி விகிதம் என்று தவறாக நிபுணர்கள் குறிப்பிட்டதை இங்கு நாம் நினைவில் கொள்ளவேண்டும். உண்மையில் அந்தக் காலகட்டத்தில் இருந்த வளர்ச்சி விகிதத்தை சோசலிச வளர்ச்சி விகிதம் என்று அழைப்பதுதான் பொருத்தமாக இருக்கும்.

பின்னர், 1980-90-களில் வளர்ச்சி விகிதம் 5.5 சதவிகிதமாகவும், 1990-2000-களில் வளர்ச்சி விகிதம் 6 சதவிகிதமாகவும் இருந்தது. 1978 முதல் 1995 வரை இந்தியாவின் சராசரி வருடாந்திர கூட்டு வளர்ச்சி விகிதம் ஐரோப்பாவையும் அமெரிக்காவையும் விட

அதிகமாக இருந்தது. அந்தக் காலகட்டத்தில் இந்தியாவின் வளர்ச்சி 4.63 சதவிகிதமாக இருந்தபோது, அமெரிக்கா மற்றும் ஐரோப்பிய நாடுகளின் வளர்ச்சிகள் முறையே 2.47 மற்றும் 1.74 சதவிகிதம் என்று இருந்தன. மேலும் இந்தியாவின் வளர்ச்சி அப்போதைய உலக நாடுகளின் சராசரி வளர்ச்சியைவிட அதிக மானதாக இருந்தது. அதன் விளைவாக அண்மைக்காலங்களில் இந்தியாவின் தனிநபர் வருமானமும் அதிகரித்துள்ளது. 1980-1990-ல் 3.5 சதவிகிதமாக இருந்த தனிநபர் வளர்ச்சி விகிதம், 1990-2000-ல் 4.3 சதவிகிதத்தை எட்டியது. பின்னர் அது மேலும் உயர்ந்து 2003-04 முதல் 2007-08 வரையிலான காலத்தில் சராசரியாக 7.2 சதவிகிதம் ஆனது.

2003-04 முதல் 2007-08 வரையான ஒட்டுமொத்த வளர்ச்சி விகிதங்கள் அட்டவணை 4.1-ல் கொடுக்கப்பட்டுள்ளன.

அட்டவணை 4.1

ஒட்டுமொத்தப் பொருளாதார வளர்ச்சி விகிதங்கள்

(2003-04 முதல் 2007-08 வரை)

2003-04	2004-05	2005-06	2006-07	2007-08
8.5	7.5	9.4	9.6	8.7

ஆதாரம்: எகனாமிக் சர்வே, 2007-2008.

2003-04ல் தொடங்கி கடந்த ஐந்து ஆண்டுகளாவே வளர்ச்சி விகிதம் அதிகமாக இருந்துள்ளதை நாம் காணலாம். மேலும் இவ்விகிதம் தொடர்ந்து நல்ல நிலையில் இருக்கும் எனவும் எதிர்காலக் கணிப்புகள் தெரிவிக்கின்றன. அண்மை வருடங்களில் தொழில் மற்றும் சேவைத் துறைகள் நன்றாகச் செயல்பட்டு வருகின்றன. கம்பெனிகளின் வளர்ச்சி நல்ல முறையில் உள்ளது. நிறைய கம்பெனிகள், வெளிநாடுகளில் முதலீடுகளை அதிகரித்தும் தொழில்களை ஏற்படுத்தியும் வருகின்றன. இந்தியக் கம்பெனிகளின் பொருட்கள் வெளிநாடுகளில் அதிக அளவில் விற்பனை செய்யப்பட்டு வருகின்றன. அதனால் உலகின் பல நாடுகளிலும் இந்தியப் பொருட்கள் பிரபலமாகி வருகின்றன.

கம்பெனிகள் இல்லாத பிற தொழில் அமைப்புகளின் பங்களிப்பும் அதிகரித்துக்கொண்டே வருகிறது. திருப்பூர், கரூர், சூரத், லூதியானா போன்ற தொழில் மையங்கள் உலகின் பல

நாடுகளிலும் தங்களது பொருட்களை விற்பனை செய்கின்றன. அறிவு சார் துறைகளில், பல நாடுகளிலும் உள்ள நிறுவனங் களில், அதிக எண்ணிக்கையிலான இந்தியர்கள் முக்கியப் பொறுப்புகளை வகிக்கின்றனர். மேலும் இந்தியாவின் வளங் களையும் சந்தையையும் அறிந்தபின் உலகின் பல நிறுவனங்கள் போட்டி போட்டுக்கொண்டு இங்கு வந்துகொண்டிருக்கின்றன. அதிக அளவில் முதலீடுகள் செய்து தங்கள் தொழில்களை ஏற்படுத்தியும் அதிகரித்தும் வருகின்றன.

உலகின் முன்னணி நாடாக இந்தியா

உலகப் பொருளாதாரத்தின் முன்னணி நாடுகளில் ஒன்றாக இந்தியா இப்போது மீண்டும் உருவெடுத்துவிட்டது. மொத்த தேசிய வருமானத்தின் அடிப்படையில் இந்தியாவை நான்காவது பெரிய பொருளாதாரமாக உலக வங்கி மதிப்பிட்டுள்ளது. பொருளாதார வலிமையின் அடிப்படையில் உலகில் உள்ள முக்கியமான ஐந்து நாடுகள் பற்றிய விவரங்கள் அட்டவணை 4.2-ல் காட்டப்பட்டுள்ளன.

அட்டவணை 4.2

உலகின் ஐந்து பெரும் பொருளாதாரங்கள் (2006)

(மொத்த தேசிய வருமானம், டிரில்லியன் டாலர்களில், 2006)

உலகம்	66.59
அமெரிக்கா	13.23
சீனா	10.15
ஜப்பான்	4.22
இந்தியா	4.21
ஜெர்மனி	2.62

ஆதாரம்: உலக வளர்ச்சி அறிக்கை 2008,
உலக வங்கி, பக்: 334-335

2007-ம் வருடத்துக்கான புள்ளிவிவரங்களைப் பயன்படுத்தி இந்தியாவை உலகின் மூன்றாவது பெரிய பொருளாதாரம் என்று சர்வதேச நிதியம் குறிப்பிட்டுள்ளது. அமெரிக்காவுக்கும்

சீனாவுக்கும் அடுத்தபடியாக, 4.72 டிரில்லியன் டாலர் அளவு ஒட்டுமொத்தப் பொருளாதார மதிப்புடன் இந்தியா விளங்குவதாக அந்த அமைப்பு குறிப்பிட்டது. (தொடர்ந்து வந்த வருடங்களில் பொருளாதார உற்பத்தி பற்றிய கணக்கீட்டு முறைகளை சர்வதேச அமைப்புகள் மாற்றியுள்ளன. எனவே இந்தியா, சீனா உள்ளிட்ட நாடுகளின் பொருளாதார உற்பத்தி மற்றும் பங்களிப்புகள் குறைந்துள்ளன.)

உலக வங்கியின் மேற்கண்ட புள்ளி விவரங்களின்படி, உலகப் பொருளாதாரத்துக்கு இந்தியாவின் பங்களிப்பு 6.32 சதவிகிதமாக உள்ளது. ஜப்பான் 6.34 சதவிகிதம், சீனா 15 சதவிகிதம், அமெரிக்கா 20 சதவிகிதம் என்ற அளவில் பங்களித்து இந்தியா வுக்கு முன்னதாக உள்ளன. சர்வதேச நிதியத்தின் 2007-ம் வருடக் கணக்குப்படி உலக ஏற்றுமதியில் இந்தியாவின் பங்கு 1.4 சதவிகிதமாக உள்ளது.

வளர்ச்சி விகிதம் அதிகமாகி, தொழில்களும், கல்வியும் பெருகப் பெருக, உலக நாடுகள் இந்தியாவை அண்ணாந்து பார்க்க ஆரம்பித்துள்ளன. அதனால், விவசாயம் உள்ளிட்ட சில முக்கியமான துறைகளில் பெரிய தொய்வு உள்ளபோதும், எதிர்காலத்தைப் பற்றிய ஒரு நம்பிக்கை ஏற்பட்டுள்ளது.

இதுவரை இந்தியாவை அதிகமாகக் கவனத்தில் கொள்ளாமல் இருந்த மேலை நாட்டு நிபுணர்களும், கல்வி நிறுவனங்களும், ஆய்வு மற்றும் ஆலோசனை மையங்களும் இன்று நம்மை மிக முக்கியமான நாடாகக் கருதுகின்றன. இந்தியாவின் நடைமுறை களையும் செயல்பாடுகளையும் வாய்ப்பு கிடைத்த போதெல் லாம் ஏளனம் செய்து, அறிவுரை கூறிவந்த பன்னாட்டு அமைப்பு கள் இன்று நம்மை வெளிப்படையாகப் பாராட்டுகின்றன. சர்வதேச பொருளாதார, தொழில் அரங்குகளில் இந்தியா குறித்து மிகுந்த ஆர்வத்துடன் விவாதங்கள் நடைபெறுகின்றன. மேலைநாட்டு நிபுணர்கள் மட்டுமின்றி, பல பெரிய அமைப்பு களும் இந்தியாவின் பொருளாதார மற்றும் தொழில் முறைகள் தனித்தன்மை வாய்ந்தவையாக உள்ளன என வெளிப்படையாகப் பேச ஆரம்பித்திருக்கின்றன.

இந்தியா மீண்டும் தலையெடுத்துவிட்டது என்பதில் எந்தவிதச் சந்தேகமும் இல்லை. உலக அரங்கில் இனி யாரும் நம்மை ஒதுக்கித் தள்ளிவிட முடியாது. ஒரு பொருளாதாரச் சக்தியாக

மட்டுமின்றி, திறமையும் எதிர்காலமும் நிறைந்த மக்களைக் கொண்ட ஒரு மிகப் பெரிய நாடாகவும் இந்தியா உள்ளது. பல்வேறு விதமான பின்னணிகளைக் கொண்ட மக்களை அரவணைத்துச் செல்லும் ஓர் உயர்ந்த கலாசாரமாக, வேற்றுமை களில் ஒற்றுமை காணும் அமைதித் தன்மையை அடிப்படை யாகக் கொண்ட நாடாக இந்தியா விளங்கி வருகிறது. பல்வேறு விதமான வெளித் தாக்கங்கள் இருந்தாலும் வெளியாரைச் சார்ந்திருக்காமல், தன்னைத் தானே சுயமாக இயக்கிக் கொள்ளும் சக்தியைப் படைத்த நாடாகவும் இருந்து வருகிறது.

ஆனால், நமது நாட்டின் கொள்கை வகுப்பாளர்கள் மேலை நாட்டுச் சித்தாந்தங்களை ஒட்டியே திட்டங்களைத் தீட்டி வருவ தால், நம்மிடம் இருக்கும் முக்கியமான திறமைகளை நம்மால் இன்னமும் வெளிக்கொணர முடியவில்லை. நாகரிகமான எந்தச் சமூகத்திலும் விவசாயத்துக்குக் கிடைக்கவேண்டிய மரியாதையை சுதந்தரத்துக்குப் பின் வந்த அரசுகள் கொடுக்கத் தவறிவிட்டன. அதனால் உயர்தர விவசாய உற்பத்தியைக் கொண்டிருந்த நமது நாட்டில் இன்று நிறையப் பேரை வறுமை வாட்டுகிறது. விவசாயிகள் தொடர்ந்து தற்கொலை செய்துகொள்ளும் அவல நிலை நாட்டில் நிலவுகிறது. விவசாயத் தொழிலை விட்டு வெளியில் செல்வோர் அதிகரித்து வருகின்றனர். பாரம்பரியத் தொழில்களும் சிறுதொழில் துறையும் மிகுந்த பாதிப்புகளுக்கு உள்ளாகியுள்ளன. சமூக, வேலைவாய்ப்பு மற்றும் கட்டுமானத் துறைகளில் நாடு செய்ய வேண்டிய முக்கியமான பணிகள் இன்னும் முடிக்கப்படாமல் உள்ளன. 1990-களுக்குப் பிறகு வேலைவாய்ப்பின்மை மேலும் அதிகரித்துள்ளது.

எனவே தற்போதைய பொருளாதார வளர்ச்சி முழுமையானது அல்ல. பல துறைகளிலும் நாம் அடைய வேண்டிய இலக்குகள் இன்னும் நிறைய உள்ளன. நாட்டில் இருக்கும் வாய்ப்புகளும் திறமைகளும் இன்னமும் போதுமான அளவில் முழுமையாகப் பயன்படுத்தப்படவில்லை. அதனால் கடந்த காலங்களில் இந்தியா வின் வளர்ச்சி அதிகரித்து வந்தாலும், மேலும் நிறைய சாதிப்பதற் கான தேவைகளும் வாய்ப்புகளும் அதிகமாகவே உள்ளன.

சமூகங்களால் நடத்தப்படும் பொருளாதாரம்

இந்தியப் பொருளாதாரம் வேகமாக வளர்வதற்கான காரணம் என்ன? காலனி ஆதிக்கத்தால் முற்றிலுமாக அழிக்கப்பட்ட நாடு,

மீண்டெழுந்து 60 வருட காலத்தில் உலகில் முன்னணி நாடாக ஆனதன் அடிப்படை என்ன? இந்தப் புதிருக்கான ரகசியத்தை நாம் புரிந்துகொள்ள வேண்டும். சுதந்தரத்துக்குப் பிறகு எவ்வளவோ சிரமங்களுக்கு இடையிலும் இந்தியா வளர்வதற்கான முக்கியக் காரணம், சமூகத்தின் அடித்தளமான ஆதாரங்கள் எனத் தெரிகிறது.

1960-களின் தொடக்கத்தில் இந்தியாவுக்கான அமெரிக்க தூதராக இருந்தவர் ஜான் கென்னத் கால்ப்ரெய்த். அவர் ஒரு பொருளாதார நிபுணரும்கூட. அவர் 2001-ம் வருடம் இந்தியா வந்திருந்தபோது தன் கருத்துகளை ஒரு பேட்டியில் குறிப்பிட்டார். அதில், இந்தியாவின் சாதனைகள் அரசாங்கத்தைச் சார்ந்ததாக இல்லை என்றும், மாறாக அது மக்களின் சக்தி, அறிவு மற்றும் பிற தகுதிகளைச் சார்ந்துள்ளது என்றும் கூறினார். இந்தியாவின் முன்னேற்றத்துக்குக் காரணம் தனி நபர் மற்றும் சமூகங்களாக மக்கள் மிகப்பெரிய அளவில் எடுத்துவரும் நடவடிக்கைகளே என்றும் அவர் குறிப்பிட்டார்.

குடும்ப வாழ்க்கை, கடின உழைப்பு, சேமிப்பு, தொழில் முனையும் தன்மை, உறவுகளை ஒட்டிய வாழ்க்கை முறை, அரசு சார்ந்து வாழ நினைக்காத சிந்தனை ஆகியவையே நம்முடைய கலாசார, சமூகக் கோட்பாடுகள்மூலம் உருவான வாழ்வியல் முறைகளாகும். அம்முறைகள்தான் நம் நாட்டை மேலே உயர்த்திச் செல்லும் காரணிகளாகச் செயல்பட்டு வருகின்றன. வெளிநாட்டுப் பரிசோதனைகளை வைத்துத் தீட்டப்படும் திட்டங்களோ, புத்தகங்களில் விவரிக்கப்பட்டுள்ள மேல்நாட்டு நிபுணர்களின் கோட்பாடுகளோ நம் நாட்டுக்குப் பெரிய உதவியைக் கொடுத்துவிடவில்லை. அரசு இயந்திரங்கள் இந்தியப் பொருளாதாரத்தில் மிகக் குறைந்த அளவு பங்கையே ஆற்றுகின்றன. இந்தியாவைப் பொருத்தவரை அதன் வளர்ச்சியை, வெளிநாட்டுச் சித்தாந்தங்களைவிட உள்நாட்டு வாழ்க்கை முறைகள்தாம் பெரும்பான்மையான அளவில் தீர்மானிக்கின்றன.

ஆனால், அரசாங்கங்களும் கொள்கை வகுப்போரும் நாட்டுக்கான பொருளாதாரக் கொள்கைகளை வகுக்கும்போது, இங்குள்ள அடிப்படை நிலவரங்களைக் கவனத்தில் எடுத்துக் கொள்ளாமல், மேலை நாட்டு முறைகளையே பின்பற்றுகின்றனர். இந்தியாவில் பிபிசி தொலைக்காட்சியின் நிருபராக

இருந்த மார்க் டுல்லி இதுபற்றிக் குறிப்பிட்டுள்ளார். சோசலிசம் என்பது ஒரு கவர்ச்சியாக இருந்த காலத்தில், மகாத்மா காந்தி சொன்னபடி கிராமங்களை மேல்நோக்கி முன்னேற்றாமல், மேலிருந்து திட்டமிட்டு வரக்கூடிய தொழில்மயமாக்கல் திட்டங்களில் நேரு கவனம் செலுத்தினார்; மேற்கத்திய நாடுகள் சோசலிசத்தை ஒதுக்கித் தள்ளியபின்னர், தற்கால இந்திய அறிவு ஜீவிகள் தாராளமயமாக்கல் மூலமும் நுகர்வுக் கலாசாரம் மூலமும் பொருளாதாரத்தை வளர்ச்சியடையச் செய்வது குறித்து பேசி வருகின்றனர்; மேற்கத்திய நாடுகளின் பொருளாதாரச் சிந்தனைகளை ஒட்டியே இந்தியாவின் கொள்கைகள் அமைந் துள்ள காரணத்தால் வேலைவாய்ப்பில் எந்தவித வளர்ச்சியும் ஏற்படவில்லை என்று அவர் கூறியுள்ளார்.

எனவே, மேற்கத்திய நாடுகளை அப்படியே கடைப்பிடிப்பதுதான் இந்தியப் பொருளாதாரம் ஒட்டுமொத்தமாக அனைவருக்கும் பயனளிக்கும் வகையில் வளர்ச்சி அடையாததற்கு மிக முக்கியமான காரணமாகத் தெரிகிறது. சுதந்தரத்துக்கு பிறகு இந்தியப் பொருளாதாரம் வளர்ச்சி அடைந்துள்ளது என்பது மகிழ்ச்சியான விஷயம் என்பதில் சந்தேகமில்லை. ஆனால் விவசாயம் உள்ளிட்ட முக்கிய துறைகள் சரியான முறையில் வளராமல் இருப்பதும், பெரும்பான்மை மக்களின் அடிப்படைப் பிரச்னைகளைக்கூட நாடு பூர்த்தி செய்ய இயலாமல் இருப்பதும் வேதனைக்குரிய விஷயங்கள். மேலும், தற்போதைய வளர்ச்சியின் எதிர்மறை விளைவுகளும் வருத்தத்தை அளிக்கின்றன. மக்களுக்கு இடையே உள்ள பொருளாதார இடைவெளி அதிகரிப்பு, நுகர்வுக் கலாசாரத்தின் தாக்கங்கள், சுற்றுச்சூழல் பாதிப்புகள், சமூக கலாசார சீர்கேடுகள் ஆகியவை எதிர்காலம் குறித்த அச்சத்தை ஏற்படுத்துகின்றன. மேலும், இவை எல்லாம் ஒரு கட்டத்தில் தீர்க்கமுடியாத பிரச்னைகளுக்கு வழி வகுத்து விடக்கூடிய சூழ்நிலைகளும் நாளுக்கு நாள் அதிகரித்து வருகின்றன.

ஆகவே பொருளாதாரத்தின் கடந்த காலத்திய வளர்ச்சி குறித்து நாம் பெருமைப்படும் அதே நேரத்தில், முக்கியமான பல விஷயங்களில் தோல்வி அடைந்துகொண்டிருக்கிறோம் என்பதையும், அதன் விளைவுகள் எதிர்காலத்தில் கடுமையாக இருக்கும் என்பதையும் இப்போதே நாம் உணர்ந்து கொள்ள வேண்டும். அப்போதுதான் தேவையான நடவடிக்கைகளை உடனே எடுத்து நிலைமையைச் சரிசெய்ய முடியும்.

தனித்தன்மை வாய்ந்த இந்தியப் பொருளாதார முறை

20-ம் நூற்றாண்டின் வளர்ச்சி என எடுத்துக் கொண்டால், அதன் திருப்புமுனை 1951 வாக்கிலேயே ஏற்பட்டதாகவும், சுதந்தரத் துக்குப் பிந்தைய வளர்ச்சியை மட்டும் கணக்கிட்டால், திருப்பு முனை 1980-களில் அமைந்ததாகவும், டெல்லி பல்கலைக்கழக முன்னாள் துணைவேந்தர் தீபக் நய்யார் கூறுகிறார். மேலும் 1951 வாக்கில் ஏற்படுத்தப்பட்ட திருப்புமுனை மிக முக்கியத்துவம் வாய்ந்தது என்றும் அவர் விளக்குகிறார்.

ஆகையால் முதலில் இந்தியாவை தூங்கும் யானையாகவும், இப்போது ஓடும் புலியாகவும் வர்ணிப்பதை ஏற்றுக்கொள்ளக் கூடாது என அவர் அறிவுறுத்துகிறார். பொருளாதார வளர்ச்சி 1950-களிலேயே ஆரம்பித்துவிட்டதாகவும், தொடர்ந்து வந்த காலங்களில் மேலும் அதிகரித்துள்ளதாகவும் அவர் சொல்வது ஏற்கக்கூடியதாகவே உள்ளது. ஆகவே இந்தியப் பொருளாதாரத் தின் 60 ஆண்டுகால வளர்ச்சி அரசுகளின் சித்தாந்தங்களையும் மீறிய வளர்ச்சியாக நமது கண்ணுக்குத் தெரிகிறது.

பண்டைய காலந்தொட்டே இந்தியாவின் சமூக மற்றும் பொருளாதாரம் குறித்த அணுகுமுறைகள் தனித்தன்மையுடன் விளங்கி வந்துள்ளன. பதினெட்டாம் நூற்றாண்டுக்கு முந்தைய காலகட்டத்தில், தொடர்ந்து பலநூறு வருடங்கள், உலகின் தலைசிறந்த பொருளாதாரமாக இந்தியா விளங்கி வந்துள்ளது. அதுமட்டுமின்றி வாழ்வின் பல்வேறு துறைகளிலும் மிகப்பெரிய சாதனைகளை நிகழ்த்தி உலக முன்னேற்றத்துக்கு அடித்தளம் அமைத்துக் கொடுத்துள்ளது. செல்வச் செழிப்பான, அதே நேரம் கட்டுப்பாடான வாழ்க்கை முறைகளை அமைத்து, ஆன்மிக அடிப்படையை ஒட்டிய உயர்தரப் பொருளாதார முறைகளைப் பல்லாண்டு காலங்களாகக் கடைப்பிடித்து வந்துள்ளது. இத்தகைய வளர்ச்சி முறை நம்மில் பல கேள்விகளை எழுப்புகிறது.

தொடர்ந்து பல நூறாண்டுகள் உலகின் முன்னணி நாடாக இந்தியா எப்படி விளங்கி வந்தது? அபரிமிதமான செல்வச் செழிப்பு இருந்தபோதிலும், அமைதியான வாழ்க்கையை எப்படி அமைத்துக்கொண்டது? வேறுபட்ட பல துறைகளில் வியத்தகு சாதனைகளை எப்படி நிகழ்த்திக் காட்டியது? உலகின் வேறு எந்த நாடாவது வரலாற்றில் எந்தக் காலகட்டத்திலாவது இதுபோன்ற அமைப்பு முறைகளைப் பெற்றிருந்தது உண்டா?

பிந்தைய ஆண்டுகளில் ஆங்கிலேயரின் வருகையும், செயல்பாடுகளும் இந்தியாவின் நிலைமையைத் தலைகீழாக மாற்றியதன் விளைவாக, சுதந்தரம் பெற்றபோது நாடு வறுமையில் வாடி, மிக மோசமான நிலைமையில், நம்பிக்கை இழந்து இருந்தது. ஆனால் சுதந்தரம் பெற்ற உடனே, கிடைத்த வாய்ப்புகளை எல்லாம் பயன்படுத்தி, தங்களால் முடிந்த அளவு உபயோகமான வேலைகளில் மக்கள் ஈடுபடத் தொடங்கினர். 1950-51-ல் நாட்டின் சேமிப்பு பொருளாதார உற்பத்தியில் 8.6 சதவிகிதமாக இருந்தது. அதில் குடும்பம் சார்ந்த அமைப்புகளின் பங்கு மட்டும் 66 சதவிகிதமாக இருந்தது.

ஆனால் அந்தச் சமயத்தில் 45 சதவிகித மக்கள் வறுமைக் கோட்டுக்குக் கீழே வாடிக்கொண்டிருந்தனர். கல்வியறிவு பெற்றோர் வெறும் 17 சதவிகிதம் மட்டுமே இருந்தனர். அப்படி இருந்தும் சுமார் 9 சதவிகிதம் அளவு சேமிப்பை மக்கள் மேற்கொண்டிருந்தனர். வளர்ந்த நாடுகள் என்று இன்றைக்குச் சொல்லப்படும் பெரும்பாலான மேற்கத்திய நாடுகளில் 9 சதவிகிதம் சேமிப்பு என்பது கற்பனை செய்துகூடப் பார்க்க முடியாத அளவாகும். அமெரிக்கா, பிரிட்டன் உள்ளிட்ட நாடுகளில் சேமிப்பு என்பதே சுத்தமாக இல்லை. அந்தப் பின்னணியில் பார்த்தால் மிகக் கஷ்டமான காலத்தில்கூட இந்தியர்கள் எவ்வாறு தங்களால் இயன்ற அளவு சேமித்துக் கொண்டிருந்தனர் என்பது புரியும்.

பின் 1955-56-ல் சேமிப்பு 12.3 சதவிகிதமாக உயர்ந்தது. அதில் குடும்பம் சார்ந்த அமைப்புகள் மட்டும் 75 சதவிகித அளவைத் தம் பங்காக அளித்தன. பொருளாதாரத்தின் முக்கியத் துறையாகிய விவசாயத்தை எடுத்துக்கொண்டால், 1951-52-ல் நிறுவனங்கள் மூலமாக அதற்குக் கொடுக்கப்பட்ட நிதி உதவி வெறும் 7.3 சதவிகிதம் மட்டுமே. மீதமுள்ள 92.7 சதவிகிதம் அளவு நிதி, நிறுவனங்கள் சாராத அமைப்புகள் மூலம் விவசாயிகளாலேயே திரட்டப்பட்டது. இதன்மூலம் மக்கள் எவ்வாறு அரசு அமைப்புகளைச் சாராமல் தாங்களே தங்களின் சொந்த முயற்சியால் நிதியைத் திரட்டி விவசாயத்தை நடத்தினார்கள் என்பது நமக்குத் தெரிகிறது. 1950-களில் தொடங்கிய சேமிப்பு விகிதம் தொடர்ந்து அதிகரித்துக்கொண்டே சென்றது.

சுதந்தரத்துக்கு பிறகு நாட்டின் பொருளாதாரத்தை வழிநடத்திச் செலுத்தும் சக்திகள் எவை? பண்டைய காலம் முதல் பிரிட்டிஷ்

ஆட்சிக்காலம் ஆரம்பிக்கும்வரை, இந்தியப் பாரம்பரியத்தின் தாக்கம் சமுதாயத்தின் அடிப்படையாக இருந்துவந்தது எனலாம். ஆனால் 200 வருடத்துக்கு மேல் ஆங்கிலேயர்கள் அந்தப் பாரம்பரிய முறைகளை அழித்த பின்னர், சுதந்தரத்துக்குப் பிறகு 60 வருட காலத்தில், இந்தியா எவ்வாறு பெரிய அளவில் பொருளாதார முன்னேற்றத்தைக் கண்டுவருகிறது?

உலகில் அதி வேகமாக வளர்ந்துவரும் நாடுகள் இரண்டில் ஒன்றாக இன்று நமது நாடு விளங்கி, உலகையே நம் பக்கம் திரும்பிப் பார்க்க வைத்திருக்கும் காரணிகள் எவை? வளர்ந்த நாடுகள் அனைத்தும் சமாளிக்க முடியாத பிரச்னைகளில் தொடர்ந்து மூழ்கியிருக்கும்போது, எதிர்காலத்துக்கு ஒரு நம்பிக்கையாக இந்தியா உருவெடுத்துள்ளதற்கான ஆதாரங்கள் எவை? இவற்றுக்கெல்லாம் விடை காணும்போது, இந்தியப் பொருளாதார அணுகுமுறைகள் தனித்தன்மை வாய்ந்தவை என்பதை நிச்சயமாக யாராலும் மறுக்க முடியாது. மேலும் அவற்றின் வேர்கள் இந்த மண்ணில் ஆழமாகப் பதிந்துள்ளதை யும் சந்தேகிக்க முடியாது.

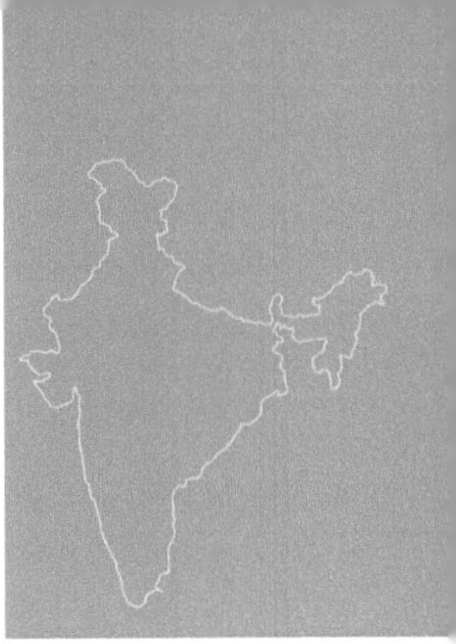

5

உலகப் பொருளாதார முறைகள்

உலக நாடுகள் ஒவ்வொன்றும் வெவ்வேறு விதமான பொருளாதார முறைகளைக் கடைப்பிடிக்கின்றன. பழைய கலாசாரங்களின் அழிவுகளுக்குப் பின்னர், கடந்த ஐநூறு வருட காலத்தில்தான் மேற்கத்திய நாடுகள், தனியான பொருளாதார அமைப்புகளாக உருவெடுத்து தமது பெயர்களைப் பதிவுசெய்து கொண்டன. கிழக்கு நாடுகளுடன் ஒப்பிடும்போது, மேற்கத்திய நாடுகளின் பொருளாதார முறை களில் அடிப்படையான வித்தியாசங்கள் இருப்பது நமக்குத் தெரிகிறது.

15-ம் நூற்றாண்டின் இறுதிக் காலத்திலிருந்து, உலகின் பல பாகங்களில் நடைமுறையில் இருந்துவந்த அனைத்து விதமான சமூக, கலாசார, பொருளாதார முறைகளும், படை யெடுப்பாளர்களாலும் காலனியாதிக்கச் சக்திகளாலும் அழிவுக்கு ஆட்படுத்தப்பட்டன. ஆனாலும் இன்னமும்கூட உலகின் பல பகுதி களிலும் ஆங்காங்கு, அவர்களது மண்ணுக்கே உரித்தான கலாசார, சமூக, பொருளாதார முறைகள் நடைமுறையில் இருந்து வருகின் றன. அவற்றை எல்லாம் நாம் இங்கு விவரிக்கப் போவதில்லை. மேற்கத்திய நாடுகளின்

முக்கியமான பொருளாதார சித்தாந்தங்களையும் முறைகளையும் மட்டும் சுருக்கமாக இப்போது நாம் பார்க்கலாம்.

மேற்கத்திய பொருளாதார முறைகள்

ஐரோப்பாவில் நிலவி வந்த நில உடைமை சார்ந்த பொருளாதார அமைப்பு முறை 14-ம் நூற்றாண்டின் இறுதியில் தனது முடிவைச் சந்தித்தது. நில உடைமை சார்ந்த முறையில் சிலபேர் மட்டுமே அதிகளவு நிலம் வைத்திருப்பவர்களாகவும், பெரும்பாலானோர் அடிமைகள்போல் அவர்களிடத்தில் வேலை செய்து வாழ்க்கை நடத்துபவர்களாகவும் இருந்து வந்தனர்.

16-ம் நூற்றாண்டு முதல் 18-ம் நூற்றாண்டு வரை வாணிபத்தை அடிப்படையாகக் கொண்ட வணிகத்துவ சித்தாந்தமே (Mercantilism) பெரும்பான்மையாக நிலவி வந்த பொருளாதார முறையாக இருந்தது. இதன்படி, ஒரு நாடு வைத்திருக்கக்கூடிய தங்கம் மற்றும் வெள்ளியின் கையிருப்புகள் மட்டுமே அந் நாட்டின் வளத்துக்கு அளவுகோலாகக் கருதப்பட்டது. எனவே, ஒவ்வொரு நாடும் அதிக அளவு தங்கத்தையும் வெள்ளியையும் தம்மிடம் வைத்துக்கொள்ள போட்டி போட்டன. மேலும் அவர்கள், உலக வியாபாரத்தின் அளவு நிலையானது என்ற கருத்தைக் கொண்டிருந்தனர். எனவே தமக்குச் சாதகமாக அதிக அளவு வியாபாரத்தைச் செய்து, தங்களது தங்க, வெள்ளி இருப்பை அதிகரித்துக்கொள்ள ஒவ்வொரு நாடும் கடுமையாகப் போட்டி போட்டது. அதற்காக கடல் கொள்ளை உட்பட பல வழிகள் கையாளப்பட்டன. ஒரு நாட்டின் வரவு என்பது மற்ற நாடுகளின் இழப்புகள் மூலமே அமைய முடியும் என அந்தச் சித்தாந்தத்தை நம்பினோர் கருதினர். அதனால், அரசாங்கக் கொள்கைகள் மற்றும் வரிகள் மூலம் இறக்குமதிகள் தடுக்கப் பட்டு, ஏற்றுமதிகள் ஊக்குவிக்கப்பட்டன. சர்வதேச வணிகத்தில் அரசாங்கங்கள் நேரடியாகத் தலையிட்டு ஏற்றுமதிக்கு உதவவும், இறக்குமதியைக் கட்டுப்படுத்தவும் செய்தன.

தங்கள் வியாபாரத்துக்காக புதிய புதிய சந்தைகளைக் கண்டுபிடிக்கும் எண்ணத்தை வணிகத்துவ சித்தாந்தம் நாடுகள் இடையே தோற்றுவித்தது. அதன் விளைவாக ஏற்பட்ட போட்டி மூலம் வன்முறை வெடித்தது. ஆங்கிலேயர்களுக்கும் டச்சுக் காரர்களுக்கும் இடையிலும், பிரெஞ்சுக்காரர்களுக்கும் டச்சுக் காரர்களுக்கும் இடையிலும் போர்கள் நிகழ்ந்தன. வணிகர்கள்

சந்தைகளைத் தேடி புதிய இடங்களுக்குப் போக ஊக்குவிக்கப் பட்டனர். அதனால் உலகின் பல இடங்களுக்கும் கடற் பயணங்கள் மேற்கொள்ளப்பட்டன.

இந்தியாவுக்கான கடல் வழியைத் தேடி கொலம்பஸ் மேற் கொண்ட பயணம் 1492-ல் அமெரிக்காவை 'கண்டுபிடிக்க' உதவியது. அதன்பின் ஆறு வருடங்கள் கழித்து, வாஸ்கோ ட காமா இந்தியாவின் மேற்குக் கடற்கரையை அடைந்தார். அடுத்து வந்த காலங்களில் அமெரிக்க நாடுகள், ஆப்பிரிக்கா, ஆசியா மற்றும் உலகின் பிற பகுதிகளை ஐரோப்பியர்கள் தமது ஆளுமைக்குக் கீழ் கொண்டு வந்தனர். அதன்மூலம் வணிகத்துவ சித்தாந்தம் பல நாடுகளைக் காலனியாக்கியதுடன், ஐரோப்பிய நாடுகள் பேரரசுகளாக மாறவும் வழி வகுத்துக் கொடுத்தது.

16-ம் நூற்றாண்டின் ஆரம்பத்தில் தொடங்கிய வணிகத்துவ சித்தாந்தம், தங்கம் மற்றும் வெள்ளியின் இருப்பை மட்டுமே முக்கியமாகக் கருதியது என்றாலும், உற்பத்தி சம்பந்தப்பட்ட தொழில்களை உள்நாட்டில் பெருக்குவதும், கச்சாப் பொருட் களின் ஏற்றுமதியை மொத்தமாக தடை செய்வதும் ஒரு நாட்டின் வளர்ச்சிக்கு வழி செய்யும் என்று பிந்தைய காலங்களில் அது நம்பியது. வணிகத்துவக் கொள்கை, உழைக்கும் மக்களை எவ்வாறு கையாண்டது என்பது பற்றி இங்கு குறிப்பிடுவது அவசியமாகிறது.

அதிக வருமானம், கல்வி, ஓய்வுநேரம் முதலியன தொழிலாளி களையும் விவசாயிகளையும் சோம்பேறிகளாக்கி அதன் மூலம் பொருளாதாரம் பாதிக்கப்படும் என்று அந்த சித்தாந்தம் நம்பியது. அதனால் அவர்கள் எப்போதும் வாய்க்கும் வயிற்றுக்கு மான ஒரு வாழ்க்கையில் உழலவேண்டும் என்று அச்சித்தாந்தம் கருதியது. வணிகத்துவக் கொள்கைகளை வணிகர்களும் அரசு ஊழியர்களும் மேலும் மேலும் ஊக்குவித்தனர். அதன் மூலம் வணிகர்கள் தொழில்களைப் பெருக்கிக் கொள்ள தனி உரிமைகள், தொழிலாளர்களுக்கு மிகக் குறைந்த ஊதியம் அளிக்கும் உரிமை போன்ற பயன்களைப் பெற்றனர். வணிகம் மற்றும் வரிகள் மூலம் அரசுகள் அதிக வருவாயைப் பெருக்கிக் கொண்டன. எனவே அடிப்படையில் அந்தச் சித்தாந்தம் ஐரோப்பியப் பேரரசு நாடுகளாலும் பேராசை கொண்ட வணிகர் களாலும் நீர் ஊற்றி வளர்க்கப்பட்டது. 17-ம் நூற்றாண்டில் அந்தச் சித்தாந்தம் அதன் உச்சகட்டத்தை எட்டியது.

பரவலான ஏமாற்றங்களுக்கிடையே பொருளாதார நிபுணர்கள் அந்தக் கோட்பாட்டைக் கேள்வி கேட்க ஆரம்பித்த பின்னர், 18-ம் நூற்றாண்டில் வணிகத்துவம் தன் பிடியை இழக்க ஆரம்பித்தது. 1776-ல் ஆடம் ஸ்மித் என்னும் ஆங்கிலேயப் பொருளாதார நிபுணர், தன்னுடைய 'நாடுகளின் சொத்து' (Wealth of Nations) என்ற புத்தகத்தின் மூலம் முதலாளித்துவ முறையில் அமைந்த புதிய சித்தாந்தத்தை முன்வைத்தார். அதன் பின்னர் வணிகத் துவக் கோட்பாட்டுக்கான ஆதரவு குறையத் தொடங்கியது. வணிகத்துவக் கொள்கைகளைத் தாங்கிப் பிடித்த வழிமுறைகள் மெதுவாகத் தளர்த்தப்பட்டன. அதன் விளைவாக, இரு நூற்றாண்டுகளுக்கு மேலாக மேற்கத்திய நாடுகளில் கோலோச்சி வந்த வணிகத்துவ சித்தாந்தம் தனது முக்கியத்துவத்தை இழந்தது.

முதலாளித்துவம்

ஆடம் ஸ்மித் முன் வைத்த முதலாளித்துவ சித்தாந்தம், நாட்டிலுள்ள தொழில் நிறுவனங்களை தனியார்கள் ஆரம்பித்து நடத்தவேண்டும் என்று கூறியது. தொழில் நிறுவனங்களில் அரசாங்கம் தலையிடக் கூடாது என்ற கருத்தை மையமாக வைத்து அந்த முறை உருவாக்கப்பட்டது. உற்பத்திக்கான தொழில் அமைப்புகள் தனியார்களால் தொடங்கப்பட்டு சந்தை மூலமாக நடத்தப்பட வேண்டும் என்ற அடிப்படை எண்ணம் அந்தச் சித்தாந்தத்தில் இருந்தது.

அப்போது ஐரோப்பாவில் நிலவிய பொருளாதார, சமூக நிலையை ஒட்டி அந்த முறையை ஸ்மித் முன்வைத்தார். பெரும்பான்மையான மக்களுக்குப் பயனளிக்காத வணிகத்துவ முறைக்கு மாற்றாக, அதிகம் பேர் பயன்பெறும் முதலாளித்துவ முறை அமையும் என அவர் நினைத்தார். டேவிட் ரிகார்டோ, ஜான் மேனார்ட் கீன்ஸ் உள்ளிட்ட பொருளாதார நிபுணர்கள் பின் வந்த காலங்களில் முதலாளித்துவச் சித்தாந்தத்துக்கு ஆதரவாக முக்கியமான பங்காற்றினர்.

19-ம் நூற்றாண்டின் கடைசிக் காலங்களில் முதலாளித்துவச் சித்தாந்தத்தில் புதிய பரிமாணங்கள் ஏற்பட்டன. அதன் விளைவாக தனிநபர்களின் திருப்தியை பூர்த்தி செய்யக்கூடிய நோக்கை ஒட்டிய வாதங்கள் அதிகமாக முன் வைக்கப்பட்டன.

இரண்டாம் உலகப் போரின் விளைவாக இரண்டு முக்கிய பன்னாட்டு அமைப்புகளான சர்வதேச நிதியமும் உலக

வங்கியும் தோற்றுவிக்கப்பட்டன. தங்கத்துக்குப் பதிலாக, நிர்ணயிக்கப்பட்ட அளவில் டாலரை பரிவர்த்தனை செய்து கொள்ள அமெரிக்கா ஒப்புக்கொண்டதால், அமெரிக்க டாலர் சர்வதேச நாணயமாக உருவெடுத்தது. ஆனால் பின்னர் அமெரிக்கா, தனது வார்த்தையிலிருந்து பின்வாங்கியதால், 1970-களின் ஆரம்பத்தில் அந்த முறை கைவிடப்பட்டது.

அதற்குப் பின்னர், தொடர்ந்து வந்த காலங்களில் உலகப் பொருளாதார அரங்கில் அமெரிக்கா அதிக அளவில் பங்கு வகிக்கத் தொடங்கியது. மற்ற நாடுகளுக்கான பொருளாதாரக் கருத்துக்களை அமெரிக்கா உருவாக்கி அவற்றை பன்னாட்டு அமைப்புகள் மூலமும் இன்னபிற வழிகளிலும் அறிவுரை களாகவும் ஆலோசனைகளாகவும் வழங்கியது. ஒரே மாதிரியான அடிப்படைக் கொள்கைகளே உலகின் பல நாடுகளுக்கும் வழங்கப்பட்டன.

அந்தக் கொள்கைகளால் லத்தீன் அமெரிக்கா, ஆசியா உள்ளிட்ட பல பகுதியிலுள்ள நாடுகள் 1980-கள் முதல் பலவிதமான சிரமங்களை அனுபவிக்கத் தொடங்கின. அதன் விளைவுகள் மிகக் கடுமையாக இருந்தன. பல லட்சக்கணக்கான மக்கள் பாதிக்கப்பட்டனர். அதனால் பல நாடுகளில் பொருளாதார, சமூக பிரச்னைகள் பெருகின.

சந்தை அமைப்பின் குறைபாடுகள்

நவீன முதலாளித்துவச் சித்தாந்த முறையில் சந்தைக்கு அதி முக்கியமான இடம் கொடுக்கப்பட்டது. சந்தை என்பதை பொருட்களை விற்பவர்களும் வாங்குபவர்களும் கூடும் ஓர் இடம் என்பதாக வைத்துக்கொள்ளலாம். அது ஓர் இடத்தைக் குறிப்பதாக முதலில் இருந்தாலும், இன்று, ஒரு கருத்தைக் குறிப்பதாக ஆகியுள்ளது. அவரவர் இருக்கும் இடத்தி லிருந்தே, தகவல் தொடர்பு சாதனங்களான தொலைபேசி, இணையம் ஆகியவற்றை வைத்துக்கொண்டு, விற்கும் விலை, வாங்கும் விலை ஆகியவற்றை ஒப்பிட்டு, விற்பவராகவோ, வாங்குபவராகவோ இருந்தால், அவர் சந்தையில் ஈடுபடு கிறார் என்று சொல்லலாம். சந்தை என்பது இன்றைய நவீன மேற்கத்திய பொருளாதார அமைப்பில் அளவுக்கு அதிகமான முக்கியத்துவம் பெற்று, மிகவும் பலம் பொருந்திய தன்மை யுடன் விளங்குகிறது.

சந்தை அமைப்பில் நிறையக் குறைபாடுகள் உள்ளன. சந்தைக்கு உயிர் கிடையாது. எனவே அதற்கு சிந்திக்கும் பக்குவம் இல்லை. சந்தை என்பது மனிதர்கள் உருவாக்கிய ஓர் அமைப்பு. அதற்கு அளவுக்கதிகமான பலம் கிடைக்கும்போது, அது கட்டுமீறிப் போகும் வாய்ப்பு உள்ளது. ஒரு வசதியான வியாபாரி ஏழைகளுக்குக் குறைந்த விலையில் பொருள்களை விற்பதும், வசதியான வாடிக்கையாளர்கள் ஓர் ஏழை வியாபாரிக்குச் சற்றே அதிகமான விலை கொடுப்பதும் சந்தை கோட்பாடுகளின்படி சரியான செயல்பாடுகள் அல்ல. சந்தை அமைப்புக்கு இதயத்தில் ஈரம் இல்லை. பொருட்களை விற்பதற்காக அந்த அமைப்பு, மனித வாழ்வுக்குத் தேவையான வேறு பல முக்கியமான விஷயங்களை பின்னுக்குத் தள்ளிவிடுகிறது. மேன்மேலும் லாபத்தை அதிகப்படுத்துவது மட்டுமே அந்த அமைப்பின் ஒரே நோக்கமாகக் கருதப்படுகிறது. அதனால் சந்தை அமைப்பு பற்றி ஆரம்பகாலம் முதலே விமர்சனங்கள் எழுந்து வந்துள்ளன.

கடந்த கால் நூற்றாண்டு காலமாக, கடுமையான விமர்சனங்கள் தொடர்ந்து வந்தவண்ணம் உள்ளன. தற்காலப் பொருளாதாரக் கோட்பாடுகள் பெரும்பாலும் வாழ்க்கைக்குத் தொடர்பில்லாத தத்துவங்களின் அடிப்படையிலும், சந்தை சம்பந்தமான குறுகிய அணுகுமுறைகளை மையமாக ஒட்டியுமே அமைந்துள்ளதாக பல்வேறு தரப்பினரும் குற்றம் சாட்டுகின்றனர். மனித வாழ்வுக்கு அடிப்படையான அன்பு, நம்பிக்கை, பாசம், உதவி ஆகிய குணாதிசயங்கள் புறந்தள்ளப்பட்டு, சுய திருப்தியும் பணம் சேர்ப்பதும் மட்டுமே சந்தைக் கோட்பாட்டில் முக்கியமான இடத்தைப் பிடித்துள்ளன. எனவே சமூகவியலாளர்கள் மட்டுமின்றி, சர்வதேச நிதிச் சந்தைகளில் பெரிய அளவில் வர்த்தகம் செய்து அனுபவம் பெற்றவரான ஜார்ஜ் சோரோஸ் போன்ற நபர்கள்கூட தற்போதைய சந்தை அமைப்புமுறை மனித குலத்துக்குப் பெரும் கேடு விளைவிக்கிறது என்னும் கருத்தை வலியுறுத்தி வருகின்றனர்.

நிதிச் சந்தைகளின் ஆதிக்கம்

அண்மைக் காலங்களில் பொருளாதார அமைப்பு முறையின்மீது நிதிச் சந்தைகள் அதிக அளவில் ஆதிக்கம் செலுத்தி, அவற்றை வலுவிழக்கச் செய்து வருகின்றன. நிதிச் சந்தை என்பது பொருள்களுக்கான சந்தையில் இருந்து சற்றே மாறுபட்டது. பணத்தைக் கடனாகக் கொடுத்து வாங்குதல், பண மதிப்புடைய

கடன் பத்திரங்கள் போன்றவற்றை விற்பனை செய்தல், டாலருக்கு நிகராக பவுண்ட், பவுண்டுக்கு நிகராக ரூபாய் என்ற செலாவணி மாற்றுதல் போன்ற செயல்பாடுகள் நிதிச் சந்தைகளில் மேற்கொள்ளப்படுகின்றன.

நிதிச் சந்தைகளில் நடக்கும் வியாபாரம், நாடுகளின் மொத்தப் பொருளாதார மதிப்புகளைவிடப் பன்மடங்கு அதிகமாக உள்ளது. உதாரணமாக, உலகிலுள்ள நாடுகளுக்கு இடையில் ஒரு வருடம் முழுவதும் நடக்கும் மொத்த பொருள் வர்த்தகம் 12 டிரில்லியன் டாலர் என்று மதிப்பிடப்பட்டுள்ளது. அதே சமயம் அந்நியச் செலாவணிச் சந்தையில் தினசரி நடக்கும் நாணய வியாபாரம் மட்டும் 2 டிரில்லியனுக்கும் அதிகமாக இருக்கலாம் எனக் கருதப்படுகிறது. இதன் விளைவாக அந்நியச் செலாவணி வர்த்தகத்துக்கும், பொருட்கள் மற்றும் சேவைப் பரிவர்த்தனை மூலமான வர்த்தகங்களுக்கும் இடையே உள்ள வித்தியாசம் மட்டும் சுமார் 90 மடங்குக்கு மேல் இருப்பதாகக் கணக்கிடப் பட்டுள்ளது. இது ஆரோக்கியமான பொருளாதாரத்தின் அறிகுறி அல்ல.

அந்நியச் செலாவணிச் சந்தை தவிர, பங்குச் சந்தைகளிலும் தினந்தோறும் ஏராளமான தொகை அளவில் வர்த்தகம் நடக்கிறது. பங்குச் சந்தைகளில் கம்பெனிகளின் பங்குகளும் கடன் பத்திரங்களும் வாங்கி விற்கப்படுகின்றன. பல நாடுகளில் பங்குச் சந்தைகளின் சந்தை மதிப்பு, நாட்டின் ஒட்டு மொத்தப் பொருளாதார மதிப்பை விடவும் அதிகமாக இருப்பதை நாம் காணமுடிகிறது. உதாரணமாக அமெரிக்காவின் ஒட்டு மொத்தப் பொருளாதார மதிப்பு சுமார் 13 டிரில்லியன் டாலர். ஆனால் அவர்களின் பங்குச் சந்தையின் மதிப்பு சுமார் 17 டிரில்லியன் டாலர்!

இவை எல்லாவற்றுக்கும் மேலாக ஊக வணிகத்தின் மூலம் பலகோடி ரூபாய் மதிப்பில் நிதிச் சந்தைகளில் தினசரி வியாபாரம் நடக்கிறது. அங்கு பொருள்களையோ பங்குகளையோ நேரடியாக வாங்காமல், அவை எதிர்காலத்தில் என்னென்ன விலைகளில் இருக்கலாம் என்பதை ஊகித்து, அந்த 'ஊகத்தை' வாங்குவது அல்லது விற்பது நடைபெறுகிறது. அவ்வாறு நடை பெறும் ஊக வணிகத்தில் கம்பெனிகளின் பங்குகள் மற்றும் கடன் பத்திரங்களை ஒட்டி, செயற்கையான முறையில் நிதிப் பத்திரங் கள் உருவாக்கப்படுகின்றன. அவ்வாறு உருவாக்கப்படும்

பத்திரங்களுக்கும் கம்பெனிகளுக்கும் எவ்வித நேரடித் தொடர்பும் இல்லை. பல சமயங்களில் அந்தப் பத்திரங்களின் மதிப்பு, உண்மையான பங்குகளின் மதிப்பைவிடப் பலமடங்கு அதிகமாக உள்ளது. அதனால் பல சமயங்களில் உண்மையான பங்குகளின் பரிவர்த்தனையும், விலைகளும் அதிக அளவில் பாதிக்கப்படுகின்றன. எனவே நிதிச் சந்தைகளே பெரும்பாலான சமயங்களில் ஊக வணிகத்தால் இயக்கப்படுவதாகச் சந்தேகங்கள் எழுந்துள்ளன.

நிதிச் சந்தை கோட்பாடுகள்

நிதிச் சந்தையின் அமைப்பு மற்றும் செயல்பாடுகள் குறித்து கடந்த 40 வருடங்களுக்கும் மேலாக பல்வேறு கோட்பாடுகள் வந்தவண்ணம் உள்ளன. அண்மைக் காலங்களில் உலக அளவில் ஆய்வுக் கட்டுரைகள் எழுதுவதற்காக எடுத்துக் கொள்ளப்பட்ட தலைப்புகளில் நிதிச் சந்தைகள் தொடர்பானதே அதிகமானவை ஆகும். அந்த ஆராய்ச்சிகளுக்கெல்லாம் அடிப்படையாக அமைவது அமெரிக்காவின் நிதிச் சந்தை கோட்பாடுகளும் ஆய்வுகளும்தான். அந்தக் கோட்பாடுகளும் ஆய்வுகளும் எந்த அளவுக்கு உண்மை நிலையைப் பிரதிபலிக்கின்றன, மற்றும் எதிர்காலத்துக்கு உதவப் போகின்றன என்பது குறித்த விவாதங்கள் கடந்த சில வருடங்களாக அதிக அளவில் எழுந்து வருகின்றன. அதற்குக் காரணம் அந்தக் கோட்பாடுகளின் தோல்வியாகும்.

அந்தக் கோட்பாடுகள் அனைத்தும் மேற்கத்திய நாடுகளின் சூழ்நிலைகளையும் அவற்றின் அடிப்படையில் எழுப்பப்படும் ஊகங்களையும் வைத்து எழுதப்பட்டவையாகும். எனவே பலவித வேறுபாடுகளைக் கொண்ட மக்கள் வாழும் பிற நாடுகளுக்கு அவை பொருத்தமானதாக இருக்காது என்ற கருத்தும் இன்று பரவலாக விவாதிக்கப்பட்டு வருகிறது. ஆனால் எதிர் வாதங்கள் எல்லாவற்றையும் மீறி அந்தக் கோட்பாடுகள் இன்னமும் உலகம் முழுவதும் பல்கலைக்கழகங்களிலும் கல்லூரிகளிலும் போதிக்கப்பட்டு வருகின்றன.

பொருளாதாரத்துக்கான 1997-ம் வருட நோபல் பரிசு 'ப்ளாக்-ஷோல்ஸ் மாதிரி' (Black-Scholes Model) என்ற முயற்சிக்காகக் கொடுக்கப்பட்டது. அமெரிக்கப் பேராசிரியர்கள் மூவரால் நிதிச் சந்தையில் விலைகளைக் கணிப்பதற்காக உருவாக்கப்பட்ட பல

மாதிரிகளில் அது பிரபலமான ஒன்று. நிதிச் சந்தைகள் குறித்து பல கோட்பாடுகளையும் மாதிரிகளையும் பொருளாதாரப் பேராசிரியர்கள் தொடர்ந்து பல வருடங்களாக வகுத்துக் கொடுத்து வந்துள்ளனர். அதனால் 1980-90-களில் பொருளாதார நோபல் பரிசு நிதிச் சந்தை ஆய்வு பற்றிய கோட்பாடுகளுக்கும், மாதிரிகளுக்கும் தொடர்ந்து கொடுக்கப்பட்டு வந்தது. ப்ளாக்-ஷோல்ஸ் மாதிரிக்காக நோபல் பரிசு பெற்ற பேராசிரியர்கள் மைசன் ஷோல்ஸ், ராபர்ட் மெர்ட்டன் ஆகியோர் பரிசுத் தொகையைப் பெற்றபின் எல்.டி.சி.எம் (Long Term Capital Mangement) என்ற நிதி முதலீட்டுக் கம்பெனியில் இயக்குநர்களாகச் சேர்ந்தனர். இந்தக் கம்பெனியில் முன்னமே பல நிதித் துறைப் பேராசிரியர்கள் சம்பந்தப்பட்டிருந்தனர். அதனால் இந்தக் கம்பெனிக்கு மக்களிடையே நிறைய வரவேற்பும் எதிர்பார்ப்பும் இருந்தன.

ஆனால் 1998-ம் வருடம், வெறும் நான்கு மாத காலத்துக்குள் அந்த கம்பெனி 4.6 பில்லியன் டாலர் நஷ்டத்தைச் சந்தித்தது. அதனால் முதலீட்டாளர்கள் நம்பிக்கையை இழந்து தங்கள் முதலீடுகளை வெளியில் எடுக்கத் தொடங்கினர். பின்னர் நியூ யார்க் பெடரல் ரிசர்வ் வங்கி மற்ற சில வங்கிகளையும் இணைத்துக் கொண்டு 3.6 பில்லியன் டாலருக்கு மேல் சேர்த்துக் கொடுத்து உதவி செய்த பின்னரே, எல்.டி.சி.எம் கம்பெனி காப்பாற்றப்பட்டது. இல்லை என்றால் நிதிச் சந்தைகளில் பெரிய பாதிப்பு ஏற்பட்டு மக்களுக்கு மேலும் நிறைய இழப்புக்கள் ஏற்பட்டிருக்கும். ப்ளாக்-ஷோல்ஸ் மாதிரியை வைத்து வியாபாரம் செய்து, அதை உருவாக்கியவர்களாலேயே சந்தையில் வெற்றிபெற்று லாபம் ஈட்ட இயலவில்லை. மாறாக அவர்கள் இயக்கி வந்த கம்பெனி பெரும் நஷ்டத்தை சந்தித்தது. ஆனாலும் இன்றுவரை அதே ப்ளாக்-ஷோல்ஸ் கோட்பாடு, உலகம் முழுவதும் உள்ள மேலாண்மை நிறுவனங்களிலும் பல்கலைக்கழகங்களிலும் பாடத்திட்டத்தில் வைக்கப்பட்டு கற்பிக்கப்பட்டு வருகிறது. அதுபோலவே நிறையக் கோட்பாடுகள் இன்னமும் பாடத்திட்டத்தில் இருந்து வருகின்றன.

அவற்றைக் கற்பிக்கும் ஆசிரியர்களும், படிக்கும் மாணவர்களும் அவையெல்லாம் உண்மைதானா, சாத்தியம் ஆகக்கூடியவை தானா என்று சிந்திக்கக்கூட முடியாத நிலையில் உள்ளனர். அதற்குக் காரணம் பொருளாதாரம், சமூகம் மற்றும் அரசியல்

துறைகளின் மேல் நிதிச் சந்தை மற்றும் அது சம்பந்தப்பட்ட கோட்பாடுகள் செலுத்தும் அபரிமிதமான தாக்கமே. இந்தக் கோட்பாடுகளின் தன்மையைப் புரிந்துகொண்டு, அவை பற்றிக் கேள்வி கேட்கும் நிலையில் அதிகம் பேர் இல்லை என்பதும் வருத்தத்துக்குரிய விஷயமே.

சிக்கலின் விளிம்பில் அமெரிக்கப் பொருளாதாரம்

உலகிலேயே பணக்கார நாடாகக் கருதப்படும் அமெரிக்காவில் பொருளாதாரம் தள்ளாடிக் கொண்டிருக்கிறது. அரசாங்கத்தின் கடன்சுமை நாளுக்கு நாள் அதிகரித்துக்கொண்டே போகிறது. சர்வதேசச் சந்தையில் ஒரு நாளைக்கு சுமார் மூன்று பில்லியன் டாலர் அளவுக்கு மேல் கடன் வாங்கிச் செயல்பட வேண்டிய நிலையில் அந்த நாடு உள்ளது. கடன்கள் அதிகமாவதால், நாட்டின் வரவு செலவுப் பற்றாக்குறை பெருகிக்கொண்டே போகிறது. மக்கள் செலவு செய்தே பழகிப்போனதால் மேலும் மேலும் கடன்களை வாங்கிச் செலவு செய்கின்றனர். மக்களுக்கு இடையே நிலவும் இடைவெளியும் அதிகமாகிக்கொண்டே செல்கிறது. சில குறிப்பிட்ட துறைகளில் உள்ளவர்கள் மட்டும் மேன்மேலும் வருமானம் பெருக்கும் வாய்ப்பைப் பெருகிற போது, நடுத்தர மற்றும் கீழ்த்தட்டு மக்களுக்கான அத்தியா வசியத் தேவைகள்கூட போதுமான அளவு கிடைப்பதில்லை.

உதாரணமாக அந்நாட்டின் அதிகப்படியான மக்களுக்கு மருத்துவ வசதிகள் அரிதாகிக்கொண்டே போகின்றன. அதனால் ஒட்டுமொத்தமான அவநம்பிக்கையும் வெறுப்புணர்வும் அதிகரிக்கும் அபாயம் அங்கு ஏற்பட்டு வருகிறது. அமெரிக்க நாணயமான டாலரின் மதிப்பு நிலையாகச் செல்லுமா என்ற கேள்வி கடந்த சில வருடங்களாக உலகெங்கிலும் எழுந்துள்ளது. டாலரின் மதிப்பு வீழ்ச்சி அடையும்போது, அமெரிக்கப் பொருளாதாரத்தின் நிலை என்னவாகும் என்ற எண்ணமும் மக்களிடையே ஒரு வித அச்சத்தை ஏற்படுத்தி உள்ளது.

உலகப் பொருளாதார நெருக்கடி

2008-ம் வருடத்தின் பின்பாதியில் நாட்டையே உலுக்கும் அளவுக்கு ஒரு பெரிய நிதி நெருக்கடி அமெரிக்காவில் வெளிப் பட்டது. அதன் விளைவாக உலகின் பல பகுதிகளிலும் பெரிய அளவில் செயல்பட்டு வந்த பல முக்கியமான அமெரிக்க

நிறுவனங்கள் பலத்த நெருக்கடியில் இருப்பதாகத் தெரிய வந்தது. வீட்டுக் கடன்கள் தரும் நிறுவனங்களில் தொடங்கி, மூலதன நிறுவனங்கள், காப்பீட்டு நிறுவனங்கள், வங்கிகள் என நிதிச் சந்தைகள் சம்பந்தப்பட்ட பலவகையான நிறுவனங்களும் சிக்கல்களில் இருப்பது வெளியானது.

அதன் பின்னர், முக்கிய வாகன தயாரிப்பு நிறுவனங்கள் உள்ளிட்ட உற்பத்தித் துறை சார்ந்த நிறுவனங்களும் நஷ்டத்தில் இயங்கிக்கொண்டிருப்பதாக அறிவித்தன. லட்சக்கணக்கான வேலை இழப்புகளும், கோடிக்கணக்கான டாலர் நஷ்டங்களும், கடுமையான பொருளாதாரப் பின்னடைவும் ஏற்பட்டன. நிதிச் சந்தையில் வெளிப்பட்ட நெருக்கடி, ஒட்டுமொத்தப் பொருளா தாரத்தையே பாதித்தது. சௌகரியமாக வாழ்ந்துவந்த பலர் வீடுகளை இழந்து, வேலை இன்றி, வாழ்க்கை நடத்தவேண்டிய சூழ்நிலைக்குத் தள்ளப்பட்டனர்.

அமெரிக்காவில் ஆரம்பித்த நிதி நெருக்கடி, தொடர்ந்து ஐரோப்பிய நாடுகளுக்கு வேகமாகச் சென்று பாதிப்புகளை ஏற்படுத்தி, பின்னர் ஆசியா உள்ளிட்ட பிற பாகங்களுக்கும் பரவியது. அதன் விளைவாக பல நாடுகளிலும் சிரமங்கள் ஏற்பட்டன. பிரிட்டனிலும் குறிப்பிடத்தக்க நிதி நிறுவனங்கள், முதலீட்டு நிறுவனங்கள், வங்கிகள் ஆகியவை மிகுந்த பாதிப்புக்கு உள்ளாகின. சில சிறிய நாடுகளில் நெருக்கடியின் தாக்கம் மிகவும் கடுமையாக இருந்தது. உதாரணமாக, பின்லாந்து என்ற நாடே, தான் திவாலாகிவிட்டதாக வெளிப்படையாக அறிவித்தது.

கம்பெனிகள் ஒன்றன்பின் ஒன்றாக பல கோடிக்கணக்கான டாலர் அளவில் நஷ்டத்தில் இருப்பதாக அறிவிப்புகளைக் வெளி யிடவே, அவை திவாலாவதைத் தவிர்க்க அமெரிக்க அரசு நடவடிக்கைகளில் இறங்கியது. அதன் விளைவாக நஷ்டத்தில் உள்ள கம்பெனிகளுக்கும், நாட்டின் பொருளாதாரத்துக்கும் உதவும் வகையில் சுமார் 780 பில்லியன் டாலர் அளவில் நிதி உதவி அளிக்கும் திட்டம் ஒன்று உருவாக்கப்பட்டது. பிற நாடுகளிலும் அவற்றின் பொருளாதாரங்களுக்கு ஏற்பட்ட நெருக்கடிகளைச் சமாளிக்கும் வகையில் புதிய திட்டங்கள் தீட்டப்பட்டன.

தற்போதைய பொருளாதார நெருக்கடியானது, கடந்த எண்பது வருடகாலத்தில் அமெரிக்காவில் ஏற்பட்ட மிகப் பெரிய

வீழ்ச்சியாகக் கருதப்படுகிறது. அதன் விளைவாக மேற்கத்திய பொருளாதார சித்தாந்தத்தின் அடிப்படை ஆதாரங்களே வலு இழந்துவிட்டன. அவர்களது பொருளாதாரக் கோட்பாடுகள் அனைத்துமே எந்தவிதமான அரசாங்கத் தலையீடுகளும் இல்லாமல், கட்டுப்பாடுகள் இன்றி இயங்கக்கூடிய சந்தை அமைப்பு முறைகளை வலியுறுத்துகின்றன.

ஆனால் தற்போது நெருக்கடி தொடங்கியதும், முதல் வேலை யாக அந்த நாடுகளின் கம்பெனிகள் அரசு உதவியைத்தான் நாடி ஓடின. சில கம்பெனிகளின் தலைமை நிர்வாகிகள் அமெரிக்கக் குடியரசுத் தலைவரின் வெள்ளை மாளிகைக்கே நேராகச் சென்று அரசாங்கம் உடனே தலையிட்டு தங்களுக்கு உதவி செய்ய வேண்டும் என்று மன்றாடினர். அரசாங்கமும் கம்பெனிகளுக்கு நிதி கொடுத்து உதவியது. அதன் விளைவாக, சிக்கலில் இருந்த பல கம்பெனிகள் தொடர்ந்து இயங்க முடிந்துள்ளது.

எனவே சந்தைப் பொருளாதாரத் தத்துவம், அடிப்படையில் தோல்வி அடைந்துவிட்டதாக பல நிபுணர்கள் கருதுகின்றனர். நியூ யார்க் பல்கலைக்கழகப் பேராசிரியர் நூரியல் ரௌபினி (Nouriel Roubini), நோபல் பரிசு பெற்ற பொருளாதார நிபுணர் பால் க்ருக்மன் (Paul Krugman) போன்ற பலரும், மேலும் பல நிறுவனங்களும் அரசுடமை ஆக்கப்படவேண்டும் என்று வெளிப் படையாகவே ஆலோசனை தெரிவித்துள்ளனர். அதனால் அமெரிக்கப் பொருளாதாரத்தின் செல்வாக்கு பெருமளவு சரிந்துவருகிறது.

உலகப் பொருளாதாரத்தில் முன்னணியில் இருந்துவரும் அமெரிக்காவின் தகுதிகள் குறித்து முக்கியமான ஐரோப்பிய நாடுகளே எதிர்ப்புக்குரல்களை எழுப்பி வருகின்றன. அதிக அளவில் நிதி உதவிகள் கொடுத்தபின்னராவது அமெரிக்கப் பொருளாதாரம் மீண்டுவருமா என்பது குறித்தும் நிபுணர்கள் கேள்விகளை எழுப்புகின்றனர். அதனால் மற்ற நாடுகளுக்கு ஆலொசனை சொல்லக்கூடிய தகுதியை அமெரிக்கா பெருமளவில் இழந்துவிட்டதாகவே பலரும் கருதுகின்றனர்.

உலக நாடுகளில் பொருளாதார ஏற்றத் தாழ்வுகள்

உலக நாடுகளின் பொருளாதாரங்களை எடுத்துக்கொண்டால், வருடத்துக்கு வருடம் அவற்றுக்கிடையே உள்ள ஏற்றத்

தாழ்வுகள் அதிகரித்துக்கொண்டே இருப்பதைக் காண முடிகிறது. நாடுகளுக்கு இடையே நிலவும் இடைவெளிகள் மட்டுமின்றி, நாடுகளுக்கு உள்ளே நிலவும் இடைவெளிகளும் அதிகமாகிக் கொண்டே செல்கின்றன. உலகின் 500 பெரிய பணக்காரர்களின் வருமானம், சுமார் 42 கோடி ஏழை மக்களின் மொத்த வருமானத்தை விடவும் அதிகமாக இருப்பதாக 2005-ம் வருடத்திய மனித முன்னேற்ற அறிக்கை தெரிவிக்கிறது. குறிப்பிட்ட சிலர் அதிக அளவில் பணம் சேர்ப்பதும், பெரும் பான்மையான மக்கள் வறுமையில் வாடுவதும் கண்ணெதிரில் தெரிகிறது.

ஆடம்பரத்துக்காகக் கோடிக்கணக்கில் செலவு செய்யும் மக்கள் உள்ள மேற்கத்திய நாடுகள் ஒருபுறமும், ஒரு பிடி உணவுகூட கிடைக்காமல் மாண்டுகொண்டிருக்கும் மக்கள் உள்ள ஆப்பிரிக்கப் பகுதிகள் இன்னொருபுறமும் இருவேறு உலகங்களைப் படம் பிடித்துக் காட்டுகின்றன. நவீன யுகம் தொடங்கி பல வருட காலத்துக்குப் பின் ஏற்பட்டுள்ள முன்னேற்றமும் வளர்ச்சியும் இதுதானா? இதே நிலை நீடித்தால் எந்தவிதமான உலகத்தை நாம் எதிர்காலத்தில் காணப்போகிறோம்? பெரும்பாலான மக்களின் பசியைக் கூடப் போக்கமுடியவில்லை என்றால், அந்தப் பொருளா தாரக் கோட்பாடுகளின் உபயோகம்தான் என்ன? இது போன்ற கேள்விகள் நம் முன்னே எழுகின்றன.

உலகமயமாக்கல் என்னும் பிரச்னை

1980-கள் முதல் அமெரிக்கா மற்றும் பன்னாட்டு அமைப்புகள் உலகமயமாக்கல் கருத்துக்களை பல நாடுகளிலும் தீவிரமாகப் பரப்ப ஆரம்பித்தன. அதன் விளைவாக உலக நாடுகள் அந்தக் கருத்துக்களின் தாக்கத்துக்கு ஆட்பட்டன. உலகமயமாக்கல் என்பது உலகின் பல நாடுகளும் ஒரேவிதமான சந்தைப் பொருளாதார வழிமுறைகளைக் கடைப்பிடிப்பதைக் குறிப்ப தாகும். தடையில்லாத வர்த்தகம், தடையில்லாத அந்நிய முதலீடுகள், கட்டுப்பாடுகள் இல்லாத தொழில்முறைகள் ஆகியன உலகமயமாக்கலின் மையக் கருத்துகள் ஆகும்.

நாடுகளின் முன்னேற்றத்துக்கு உலகமயமாக்கல் ஒன்று மட்டுமே தீர்வாக இருக்க முடியும் என்ற பிரசாரம் பல வழிகளிலும் மேற் கொள்ளப்பட்டது. அதனால் அந்தக் கருத்துக்களில் நம்பிக்கை

யில்லாத நாடுகளில்கூட அவை திணிக்கப்பட்டன. வெவ்வேறு சமூக அமைப்புகளையும் வாழ்க்கை முறைகளையும் கொண்ட பலவகைப்பட்ட நாடுகள் அனைத்துக்கும், அவை எந்த நிலையில் இருந்தாலும், உலகமயமாக்கல் கொள்கைகள் மட்டுமே முன்னேற்றத்துக்கான வழிகளைக் காண்பிக்கும் என்ற எண்ணம் ஏற்படுத்தப்பட்டது. அதன் விளைவாக உலக நாடுகள் பலவற்றிலும் அவற்றின் அடிப்படையான கொள்கைகளில் பெரிய மாற்றங்கள் கொண்டுவரப்பட்டன.

வளரும் மற்றும் ஏழை நாடுகளின் சந்தைகள், வளர்ந்த நாடுகளின் பொருட்கள் மற்றும் சேவைகளுக்காகத் திறந்துவிடப்பட்டன. நாடுகளுக்கு உள்ளிருந்த கட்டுப்பாடுகள் தளர்த்தப்பட்டு விதிமுறைகள் எளிமை ஆக்கப்பட்டன. பின்னர் ஒவ்வொரு நாடும் பெரிய எதிர்பார்ப்புகளுடன் தாம் அடையப்போகும் பலன்களை எண்ணிக் காத்திருந்தன.

ஆனால் உலகமயமாக்கல் மீதான எதிர்பார்ப்புகள் பெரும்பாலும் ஏமாற்றத்திலேயே முடிந்தன. பன்னாட்டு கம்பெனிகளும் வளர்ந்த நாடுகளும் பிறநாடுகளின் சந்தைகளை ஆக்கிரமித்துக் கொள்ளத் தொடங்கின. அதனால் பல நாடுகளின் விவசாயம் மற்றும் சிறு தொழில்கள் மிகுந்த பாதிப்புக்கு உள்ளாயின.

நுகர்வுக் கலாசாரம் பெருகியது. வேலையிழப்பு அதிரிகத்தது. சுற்றுச் சூழலும் இயற்கை வளங்களும் அழிவுகளுக்கு ஆட்பட்டன. சந்தைகளில் ஏற்பட்ட நெருக்கடிகளால் தென் அமெரிக்க, தென் கிழக்கு ஆசிய நாடுகள் பலவற்றில் பெரும் பொருளாதாரச் சிரமங்கள் ஏற்பட்டன. ஆரம்பம் முதல் இன்றுவரை உலகமயமாக்கல் கொள்கைகள் பெரும்பான்மை மக்களுக்கு ஏதாவதொரு வகையில் சிரமங்களைக் கொடுக்கும் வகையில்தான் செயல்பட்டு வந்துள்ளது.

அதனால் அந்தக் கொள்கைகளை முதலில் ஆதரித்தவர்கள்கூட இன்று அவை குறித்து பெரும் அச்சம் அடைந்துள்ளனர். ஆகையால், உலகமயமாக்கல் சித்தாந்தம் பெரும்பான்மை மக்களுக்குப் பயன்படும் வகையில் மாற்றி அமைக்கப்பட வேண்டும் என கருத்து தெரிவிக்கின்றனர். ஆனால் அந்தக் கொள்கைகளை மாற்றிக்கொள்ள அவற்றை உருவாக்கி அதனால் பயனடைந்த நாடுகள் இன்னமும் தயாராக இல்லை.

கம்யூனிசம்

கார்ல் மார்க்ஸ், பிரடெரிக் ஏங்கல்ஸ் ஆகியோர் எழுதிய 'தாஸ் கேபிடால்' (1867) என்ற நூலின் கருத்துக்களை ஒட்டியே கம்யூனிச சித்தாந்தம் அமைந்துள்ளது. அப்போதைய பிரிட்டனில் இருந்து வந்த முதலாளித்துவ முறையின் குறைபாடுகளுக்குத் தீர்வு காணும் வகையில், ஒரு மாற்றாக அந்தச் சித்தாந்தம் அப்போது முன்வைக்கப்பட்டது. அதன்படி மக்கள் இரு பிரிவுகளாக இருப்பதாகக் கருதப்பட்டனர். நிலம் மற்றும் உடைமைகளை வைத்திருப்பவர்கள் 'பூர்ஷ்வாக்கள்' என்றும் உழைக்கும் வர்க்கத்தைச் சேர்ந்தவர்கள் 'புரோலெடாரியட்' என்றும் அழைக்கப்பட்டனர்.

தொழில்கள் தனியார் வசம் இல்லாமல், அரசாங்கத்தின் உரிமையிலும் கட்டுப்பாட்டிலும் இருக்கவேண்டும் எனவும், தேவையான வேலைவாய்ப்புகளை மக்களுக்கு அளித்து அவர்களது நலத்தைப் பேணுவது அரசின் கடமை எனவும் அந்தச் சித்தாந்தம் கருதியது. அரசாங்கங்கள் கம்யூனிஸ்ட் கொள்கைகளின் அடிப்படையில் நடக்கும் ஒற்றைக் கட்சியால் நடைமுறைப்படுத்தப்பட்டு நாட்டுக்குத் தேவையான முடிவுகள் எடுக்கப்படவேண்டும் என்று அந்தச் சித்தாந்தம் தீர்மானித்தது.

சோவியத் ரஷ்யாவில் 1917-ல் லெனின் தலைமையில் முதல் கம்யூனிச அரசு அமைக்கப்பட்டது. அதன் பின்னர் அந்தக் கொள்கைகளால் ஈர்க்கப்பட்டு, வேறு பல நாடுகளில் கம்யூனிசக் கட்சிகள் ஆட்சியைப் பிடிக்க ஆரம்பித்தன. மேற்கத்திய முதலாளித்துவ முறைக்கு மாற்றாக அந்தச் சித்தாந்தம் கருதப்பட்டதால், கம்யூனிசச் சித்தாந்தை ஆதரிக்கும் நாடுகள் சோவியத் ரஷ்யாவின் தலைமையில் ஒரு பிரிவாகச் செயல்பட்டன. உலகின் பல பகுதிகளில் கம்யூனிசக் கொள்கைகளை ஒட்டி தொழிற் சங்கங்களும் பிற இயக்கங்களும் தோன்றின. ஆகையால் அந்தச் சித்தாந்தம் பலம் பெற்று, முதலாளித்துவ அமைப்புக்கு மாற்றாக விளங்கியது.

எழுபது வருட அனுபவத்துக்குப் பின், 1980-களின் இறுதியில் கம்யூனிசக் கொள்கைகள் தோற்றுப்போனதாக சோவியத் ரஷ்யா அறிவித்தது. தொடர்ந்து, கம்யூனிசத்துக்கு மாற்றாக 'பொருளாதார மறுசீரமைப்பு' என்ற கொள்கையை அமல்படுத்தப்

போவதாக அந்த நாடு சொன்னது. பின்னர், சோவியத் ரஷ்யாவே பல நாடுகளாகச் சிதறுண்டு போனது.

சோவியத் யூனியனில் கம்யூனிசம் தோல்வி அடைந்தபின், அந்தச் சித்தாந்தம் தனக்கென இருந்த இடத்தைப் பெரிதும் இழந்தது. அதன் மூலம் மேற்கத்திய முதலாளித்துவ முறைதான் உலகுக்கு ஒரே வழி என்ற எண்ணத்தை அமெரிக்கா உள்ளிட்ட நாடுகளும் மேற்கத்திய அறிஞர்களும் பரவலாக விதைக்க ஆரம்பித்தனர். சீனாவைப் பொருத்தவரை, அந்நாட்டின் கம்யூனிசம் ஆரம்பமுதலே சோவியத் ரஷ்யாவின் கம்யூனிசத்திலிருந்து மாறுபட்டதாகவே இருந்தது. 1978-ல் சீனா கம்யூனிசத்தை கைவிட்டு 'சந்தை சோசலிசம்' என்ற ஒரு புதிய சித்தாந்தத்தைக் கடைப்பிடிக்கத் தொடங்கியது. பிற்காலங்களில் வந்த கம்யூனிசத் தலைமை அவர்களது ஆரம்பகால வரலாற்றின் முக்கிய அங்கமான கலாசாரப் புரட்சியைக்கூட ஏற்றுக் கொள்ளாத நிலைமை ஏற்பட்டது.

கம்யூனிசம் ஒரு மாற்றுச் சித்தாந்தமாகக் கோலோச்சிய காலங்களில்கூட, அதன் ஆதரவு நாடுகளில் ஒரே மாதிரியான கொள்கைகள் கடைப்பிடிக்கப்படவில்லை. ஒவ்வொரு நாடும் தத்தமது சூழ்நிலைக்குத் தகுந்தவாறு கொள்கைகளை அமைத்துக் கொண்டன. அதன் விளைவாக, கம்யூனிசத் தத்துவத்தின் வெவ்வேறு வடிவங்களைத்தான் பல நாடுகளிலும் காண முடிந்தது.

இந்தியக் கம்யூனிஸ்டுகள் பலகாலம் வரை தனியார் முதலீட்டை எதிர்த்து வந்தனர். ஆனால் தற்போது அவர்களே தனியார் முதலீடுகளை மட்டுமின்றி, அந்நிய முதலீடுகளையும் தாம் ஆட்சி செய்யும் மாநிலங்களுக்குக் கொண்டுவர முயற்சி செய்கின்றனர். கடந்த 20 வருடங்களாகத் தாங்கள் வெறுத்து ஒதுக்கிய சந்தை முறைக்கு இப்போது அவர்களே முக்கியத்துவம் தர ஆரம்பித்துவிட்டனர்.

முதலாளித்துவமும் கம்யூனிசமும்

விருப்பு வெறுப்பின்றிப் பார்த்தால், மேற்கத்திய முதலாளித்துவச் சித்தாந்தமும் கம்யூனிசச் சித்தாந்தமும் ஒட்டுமொத்த மனித குலத்துக்கும் பெரிய நன்மைகளைத் தரவில்லை என்று தெரியும். இரண்டு சித்தாந்தங்களுமே மேற்கத்திய நாடுகளில் 18 மற்றும் 19-ம் நூற்றாண்டுகளில் நிலவிய சூழ்நிலைகளை ஒட்டித் தோன்றியவை. மேற்கத்திய நாடுகளுக்கும் உலகின் பிற நாடு

களுக்கும் வரலாறு, வாழ்க்கை முறைகள், வளர்ச்சி, சித்தனை முறைகள் உள்ளிட்டவற்றில் பல அடிப்படையான சிந்தனை வேறுபாடுகள் உள்ளன.

அந்த இரண்டு சித்தாந்தங்களும் அவை தோன்றி உருப்பெற்ற பகுதிகளிலேயே பெரும் தோல்வியைச் சந்தித்துள்ளன. அப்படி இருக்கும்போது, வேறுபட்ட சூழ்நிலைகள் உள்ள பிற நாடு களுக்கு அவை எந்த அளவுக்கு பொருத்தமாக இருக்கும் என்பது கேள்விக்குறியாகவே உள்ளது. எனவே அந்தக் கொள்கைகள் எல்லா நாடுகளுக்கும் பொருத்தமாக இருக்கும் என அவற்றின் ஆதரவாளர்கள் வாதிடுவது சரியாகத் தெரியவில்லை. கடந்த 20 வருட காலத்தில் நவீன சந்தைப் பொருளாதாரச் சித்தாந்தம் ஒன்றுதான் உலகுக்கு வழி என வாதிட்டவர்கள் உலகம் முழுவதும் தங்களது கருத்துக்கள் தோற்றுப்போய் வருவதைக் கண்டு வாய்பேச முடியாமல் இருப்பதை இன்று நாம் கண்ணால் காண்கிறோம்.

ஏனைய பொருளாதார அமைப்பு முறைகள்

மேற்கத்திய முதலாளித்துவ மற்றும் கம்யூனிச சித்தாந்த முறை களைத் தவிர, வெவ்வேறு வகைப்பட்ட குணாதிசயங்களைக் கொண்ட அமைப்பு முறைகளை உலகின் பல பகுதிகளிலும் நாம் காணமுடிகிறது. உதாரணமாக நம் நாட்டிலேயே சுதந்தரம் பெற்ற ஆரம்ப காலங்களில், சோசலிச சிந்தனையுடன் கூடிய ஒருவித கலப்புப் பொருளாதார முறை நடைமுறையில் இருந்தது. முதலாளித்துவ மற்றும் சோசலிச சித்தாந்தங்களின் ஒட்டு மொத்தப் பலன்களை அந்த முறை பெற்றிருப்பதாக அதன் ஆதரவாளர்கள் சொல்லி வந்தனர்.

மேற்கு நாடுகளில்கூட தனித்துவம் மிக்க வாழ்க்கை முறைகளை யும் கலாசாரங்களையும் கொண்ட மக்கள், தமக்குரிய வழியில் பொருளாதார முறைகளை அமைத்துக்கொண்டு இன்றும் வாழ்ந்து வருகின்றனர். உதாரணமாக, அமெரிக்காவில் வாழ்ந்து வரும் ஆமிஷ் என்ற பிரிவைச் சேர்ந்த மக்கள், அந்நாட்டின் பெரும்பான்மை நுகர்வு சார்ந்த முறையைப் பின்பற்றுவதில்லை. தொலைக்காட்சி, தொலைபேசி, கார், மின்சாரம் என எதையும் உபயோகிப்பதில்லை. விவசாயம் செய்து, கிராமத்தில் வாழும் எளிய வாழ்க்கையையே இன்றும் விரும்புகிறார்கள். எப்போது தங்கள் முன் ஒரு புது எண்ணம் வந்தாலும், ஒன்றுகூடி அது

தங்களின் எளிமையான வாழ்க்கைக்குப் பொருத்தமானதாக இருக்குமா என ஆராய்ந்த பின்னரே, அவற்றை ஏற்றுக் கொள்வது பற்றி முடிவு செய்கின்றனர். பொருத்தமாக இருக்காது எனத் தோன்றினால் ஒதுக்கித் தள்ளிவிடுகின்றனர்.

சந்தைப் பொருளாதார முறையில் நம்பிக்கை இல்லாதவர்களும், சலிப்படைந்தவர்களும் புதிய மாதிரி பொருளாதார அமைப்பு களை உருவாக்கும் பலவிதமான முயற்சிகளில் ஈடுபட்டுள்ளனர். உதாரணமாக, அமெரிக்கா, ஐரோப்பா, ஜப்பான் உள்ளிட்ட நாடுகளில் பல இடங்களில் தேசிய நாணயங்களுக்குப் பதிலாக அவர்கள் தங்களின் உள்ளூர் நாணயங்களை உருவாக்கி அவற்றைத் தங்கள் பகுதிகளில் பயன்படுத்தியும் வருகின்றனர். நெதர்லாந்து நாட்டில் அந்நாட்டு மத்திய வங்கியே 'ராம்' என அழைக்கப்படும் உள்ளூர் நாணயத்தை அங்கீகரித்துள்ளது.

எனவே பொருளாதார முறைகள் என்று பார்க்கும்போது, பிரபல மான இருவித முறைகளே நிபுணர்களால் முன்வைக்கப்பட்டா லும், வித்தியாசமான அமைப்பு முறைகள் பல, இப்போதும் நடைமுறையில் உள்ளதை நாம் காணமுடிகிறது. பிற பொருளா தார முறைகள் கம்யூனிசம் மற்றும் சந்தைப் பொருளாதார முறை களைப் போல, தனியான பொருளாதாரச் சித்தாந்த முறைகளாகக் கருதப்படுவதற்குத் தேவையான எல்லாத் தன்மைகளையும் பெற்றிருக்காவிட்டாலும்கூட, அவை வெவ்வேறு தனிப்பட்ட குணாதிசயங்களைப் பெற்று செயல்பட்டு வருவதைப் பார்க்க முடிகிறது.

ஆசியப் பொருளாதார முறைகள்

முந்தைய காலந்தொட்டே ஆசியாவின் பொருளாதார முறைகள் தனித்தன்மை பெற்று சிறப்பாக இருந்து வந்ததை நம்மால் அறிய முடிகிறது. ஆசியக் கண்டத்தில் இந்தியாவும் சீனாவும் நீண்ட வரலாறு பெற்ற கலாசாரங்கள்.கடந்த 2,000 வருடங்களில் மட்டும் 1,800 ஆண்டுகள், அதாவது 90 சதவிகித காலம், உலகின் முதல் இரு பெரும் பொருளாதார சக்திகளாக இந்த இரு நாடுகளும் விளங்கி வந்துள்ளன. பொதுயுகத்தின் தொடக்க காலத்தில் இவ்விரு நாடுகளின் பொருளாதாரங்கள் மட்டும் உலகப் பொருளாதார உற்பத்தியில் சுமார் 60 சதவிகிதம் பங்களித்துக்கொண்டிருந்தன. அந்தச் சமயத்தில் ஒட்டுமொத்த ஆசியாவின் பங்களிப்பு 76 சதவிகிதம் இருந்தது.

1400 முதல் 1800 வரையான உலகப் பொருளாதார வளர்ச்சி குறித்து பல ஆய்வுகளைச் செய்த பொருளாதார வரலாற்றாசிரியர் பிராங்க், 18-ம் நூற்றாண்டில் கூட ஆசியாவின் உற்பத்தி, உற்பத்தித் திறன், போட்டியிடும் திறன் போன்றவை அமெரிக்கா மற்றும் ஐரோப்பிய நாடுகளைவிட அதிகமாக இருந்தது என்று கூறியுள்ளார். பொருளாதார வரலாறு மேற்கத்திய நாடுகளுக்குச் சாதகமாக ஒருதலைப்பட்சமாக எழுதப்பட்டுள்ளது என்று அவர் குற்றம் சாட்டுகிறார். 1800 வரை ஆசியாதான் உலகப் பொருளாதாரத்தின் மையப் பகுதியாக விளங்கியது என்று புள்ளி விவரங்களுடன் அவர் எடுத்து வைக்கிறார். மேலும், நாகரிகம், முதலாளித்துவம் போன்ற உலகின் முக்கிய நிகழ்வுகள் எல்லாம் ஐரோப்பாவின் நன்கொடை என்று சொல்லப்படுவதையும் பிராங்க் ஏற்றுக்கொள்ளவில்லை.

ஆசியாவின் பொருளாதார அமைப்பு முறைகளின் வலுவான தன்மைகள் காரணமாகவே உலக மக்கள் தொகையில் அதிக அளவு மக்கள் இப்பகுதியில் ஆரம்ப காலம் முதலே தொடர்ந்து வசித்து வந்துள்ளனர். பின்னர், ஐரோப்பியர்களின் காலனி ஆதிக்கக் கொள்கைகளால் சுரண்டப்பட்டதால்தான், ஆசியப் பொருளாதாரம் வீழ்ச்சியடைந்தது.

ஆசிய நாடுகளின் வரலாறைப் பார்த்தால் இந்தியக் கலாசாரத்தின் அடிப்படை நாதங்கள் ஏறத்தாழ எல்லாப் பகுதிகளிலும் பரந்து விரிந்திருப்பது தெரிய வருகிறது. குடும்ப அமைப்பு, சேமிப்பு, உறவு சார்ந்த வாழ்க்கை உள்ளிட்ட முக்கிய அம்சங்கள் அந்த நாடுகளில் இப்போதும் இருந்து வருகின்றன. உதாரணமாக சீனாவில் கன்ஃப்பூசியசின் போதனைகளான குடும்பம் சார்ந்த வாழ்க்கை முறையும் உயர் நெறிகளும் இன்றளவும் பரவலாக மதிக்கப்பட்டு வருகின்றன.

ஒரு ராணுவ வீரரைக்கூட அனுப்பாமல் கலாசார ரீதியாக வெற்றிகொண்டு இருபது நூற்றாண்டு காலம் சீனாவை இந்தியா தனது ஆளுமையில் வைத்திருந்தது என்று அமெரிக்காவுக்கான சீன தூதராக இருந்த ஹூ ஷி (Hu Shih) குறிப்பிட்டுள்ளார். பொருளாதார நிபுணர் எர்னஸ்ட் ஷூமாக்கர் (Ernst F. Schumacher) புத்தரின் போதனைகளை ஒட்டி பர்மிய மக்கள் தமது வாழ்க்கை முறையை அமைத்துக்கொண்டதால், அந்த நாட்டில் புத்தப் பொருளாதார முறை நிலவிவருகிறது என்று குறிப்பிட்டார். எனவே, ஆசிய நாடுகளின் அடிப்படையான

சமூக, கலாசார நம்பிக்கைகள் பெரும்பாலும் இந்தியத் தத்துவங்களின் பிரதிபலிப்பாகவே இருந்து வந்துள்ளன.

பண்டைய காலந்தொட்டே பொருளாதாரச் செயல்பாடுகள் மிகுந்த பகுதியாக ஆசிய நாடுகள் விளங்கி வந்துள்ளன. இடையில் சில நூறாண்டுகள் பலவித தொந்தரவுகளுக்கும் சிரமங்களுக்கும் உள்ளான பிறகும், இந்தியாவும் சீனாவும் இன்று உலகின் பொருளாதார பலம் மிக்க இரு முக்கிய நாடுகளாக உருவாகி வருகின்றன. ஜப்பான் உலகின் மூன்றாவது பெரிய பொருளாதார சக்தியாக விளங்குகின்றது. தற்போது உலகில் உள்ள நான்கு பெரிய பொருளாதார நாடுகளில் அமெரிக்காவைத் தவிர மற்ற மூன்றும் ஆசிய நாடுகள்தாம்.

உலக சேமிப்பில் பெரும்பகுதியை ஆசிய நாடுகள்தாம் அளிக்கின்றன. அண்மைக் காலங்களில் ஆசியாவில் உள்ள முன்னேறும் நாடுகள் உலகப் பொருளாதார உற்பத்தியின் வளர்ச்சி விகிதத்தில் ஏறத்தாழ பாதியை அளித்து வருவதாக மத்திய ரிசர்வ் வங்கியின் முன்னாள் கவர்னர் வேணுகோபால் ரெட்டி குறிப்பிட்டுள்ளார். மேலும், வளர்ச்சியடைந்த நாடுகளை விட, இந்தியா, சீனாவின் வளர்ச்சி விகிதம் எதிர்வரும் காலங்களிலும் அதிகமாக இருக்கும் என்று கணிக்கப்படுகிறது.

முந்தைய காலங்களில் உலகின் பொருளாதார மையமாக ஆசியா விளங்கி வந்ததற்கு என்ன காரணம் இருக்கமுடியும்? பல வருடப் பின்னடைவுகளுக்குப் பின் இப்போது ஆசியா மீண்டும் எழுந்து வேகமாக முன்னேறுவதற்கான காரணங்கள் எவை? முந்தைய காலப் பொருளாதாரச் செழுமைக்கும் தற்கால வளர்ச்சிக்கும் ஆசிய நாடுகளின் அடிப்படையான சமூக மற்றும் கலாசார அம்சங்கள் ஒரு முக்கியமான காரணம் என்று எடுத்துக்கொள்ளலாமா? யுஜிரோ ஹயாமி (Yujiro Hayami) என்ற பொருளாதார வரலாற்று நிபுணர், ஜப்பான் உள்ளிட்ட ஆசிய நாடுகள் தங்களது சமூக மற்றும் கலாசார பழக்கவழக்கங்களை ஒட்டியே நவீன காலத்துக்கான முன்னேற்றப் பாதைகளை வகுத்துக் கொண்டுள்ளன என்று கூறுகிறார்.

அப்படியானால் ஆசிய நாடுகளுக்கு என பொதுவான குணங்களைக் கொண்ட ஒரு பொருளாதார வாழ்க்கை முறை அடிப்படையாக இருக்கவேண்டும். உதாரணமாக ஆசிய நாடுகளின் குடும்பம் சார்ந்த வாழ்க்கை முறை, சேமிப்புப்

பழக்கம் மற்றும் கடின உழைப்பு ஆகிய குணங்கள் பொதுவாக உள்ளன. இன்று, உலக நாடுகளின் மொத்தச் சேமிப்பில் 70 சதவிகிதம் ஆசிய நாடுகளிலிருந்துதான் வருகிறது. எனவே, ஆசியப் பொருளாதார முறைகள்தான், உலகப் பொருளா தாரத்தில் ஆசிய நாடுகள் பல நூற்றாண்டுகளாகவே தமக்கென ஒரு தனியிடத்தைப் பிடித்துக் கொண்டிருக்கக் காரணமாக உள்ளன என்று தோன்றுகிறது. மேலும் ஆசிய நாடுகளின் பொருளாதார மற்றும் சமூக, கலாசார வரலாறுகளைப் படிக்கும்போது, அவற்றுக்கு வழிகாட்டியாக இந்தியா இருந்திக்கக் கூடும் என்பதும் புலனாகிறது.

ஐரோப்பியர்களின் புதிய பொருளாதாரக் கருத்துகள் குறித்து புதிய சிந்தனைகள்

ஆண்டாண்டு காலமாக இந்திய, சீனப் பொருளாதாரங்கள் சிறந்து விளங்கிவந்திருந்தாலும், கடந்த சில நூற்றாண்டுகளில் மேற்கத்திய நாடுகள் மூலமாகவே உலகப் பொருளாதாரம் வளர்ச்சி பெற்றது என்ற தவறான எண்ணத்தை ஐரோப்பிய நிபுணர்களும் வரலாற்றாசிரியர்களும் திட்டமிட்டுப் பரப்பி அதன் மூலம் வெற்றியும் கண்டனர் என்பதை பிராங்க் உள்ளிட்ட பல சிந்தனையாளர்கள் தெளிவுபடுத்தியுள்ளனர். முதலாளித்துவ சித்தாந்தத்தின் தந்தை என்று கருதப்படும் ஆடம் ஸ்மித்கூட, உலகப் பொருளாதார வளர்ச்சியில் ஐரோப்பா தாமதமாகத்தான் வந்து சேர்ந்தது என்பதைக் குறிப்பிட்டுள்ளார். ஆனால் அந்தக் காலகட்டங்களிலும் அதைத் தொடர்ந்து இன்றுவரையிலும் உலகப் பொருளாதார வரலாற்றில் ஐரோப்பியர்களை மட்டும் முன்நிறுத்தும் கருத்துகளும் கோட்பாடுகளும் மேற்கத்திய நாடுகளிலிருந்து வெளிவந்துகொண்டே இருக்கின்றன.

18-ம் நூற்றாண்டில் ஜெர்மன் சமூகவியலாளரான மேக்ஸ் வெபர் (Max Weber) என்பவர், கிறிஸ்துவ புராட்டஸ்டண்ட் சிந்தனை கள் இருக்கும் பகுதிகளில்தான் முதலாளித்துவமும் அதன்மூலம் தொழில்களும் வளரும் என்று குறிப்பிட்டார். இந்தியா உள்ளிட்ட நாடுகளில் தொழில் வளர்ச்சிக்கு வாய்ப்பே இல்லை என்றும் அவர் எடுத்துக் கூறினார். அவரது கருத்துக்களை ஒட்டியே உலக நாடுகளின் பொருளாதார வளர்ச்சி குறித்த சிந்தனை தொடர்ந்து பல வருட காலம் அமைந்திருந்தது. ஆனால் பிற்கால வரலாற்று நிகழ்வுகள் அவரது கருத்து மற்றும் ஆய்வுகள் தவறு என்பதை நிரூபித்தன. பின்வந்த மேற்கத்திய

சமூகவியலாளர்கள், வெபர் உருவாக்கிய கருத்துகள் ஐரோப்பிய வரலாற்று நிகழ்வுகளுக்கேகூட முரணாக இருப்பதைச் சுட்டிக் காட்டினர்.

ஒரு நாட்டின் பொருளாதார வளர்ச்சி, அந்நாட்டின் கடந்தகால வரலாறு மற்றும் சமூக, கலாசார அடிப்படைகளை ஒட்டி எவ்வாறு அமைகிறது என்பது குறித்து அண்மைக் காலங்களில் பலவிதமான ஆய்வுகள் பல வந்துகொண்டிருக்கின்றன. உதாரணமாக சில நூற்றாண்டுகளுக்குமுன் ஜப்பானில் நிலவிய பரவலாக்கப்பட்ட அரசியல் அதிகார அமைப்பு முறையும், அதன் மூலம் அந்நாடு பல பிரிவுகளாகப்பட்டு, அப்பிரிவுகளில் உள்ளூர் அமைப்புகள் ஊக்குவித்த தொழிற்சாலைகளுமே, 19-ம் நூற்றாண்டுக்குப் பின் அங்கு பெரிய தொழில் நிறுவனங்கள் உருவாக அடிப்படையாக அமைந்துள்ளன என்று அண்மைக்கால ஆய்வுகள் தெரிவிக்கின்றன. எனவே சூழ்நிலைகளுக்குத் தகுந்தவாறு பொருத்தமான முறைகள் உருவாக்கப்படும்போது, பொருளாதார வளர்ச்சி ஏதுவாக அமையும் என்று தெரிய வருகிறது.

ஆனால் இது தொடர்பாக நிறைய ஆய்வுகள் மேற்கொள்ளப்பட வேண்டும். உயர்ந்த கலாசார மற்றும் பொருளாதாரப் பின்னணிகள் கொண்ட நமது நாட்டில் இதற்கான ஆய்வுகள் அறிவியல் முறையில் அதிக எண்ணிக்கையில் மேற்கொள்ளப் பட வேண்டும். அப்போதுதான் பொருளாதார வரலாறு குறித்த சரியான கருத்துகள் நமக்குத் தெளிவாகத் தெரியவரும்.

நிலைத்த பொருளாதாரம்

இந்தியா பன்னெடுங்காலமாக தொடர்ந்து சிறப்புடன் செயல் பட்டு வந்த பொருளாதாரமாக விளங்கி வந்துள்ளது. நீடித்து நிற்கும் பொருளாதார அமைப்பு முறைகளே ஒரு நாட்டுக்குச் சரியானதாக இருக்கமுடியும் என்று ஷுமாக்கர் தெளிவுபடுத்தி யுள்ளார்.

மகாத்மா காந்தியின் பொருளாதாரச் சிந்தனைகளை ஒட்டி, 1945-ம் வருடம் பொருளாதார நிபுணர் ஜே.சி.குமரப்பா 'நிலைத்த பொருளாதாரம்' என்ற புத்தகத்தை எழுதியுள்ளார். இந்தியக் கலாசாரம் பல நூறாண்டுகள் தொடர்ந்து அழியாமல் இருந்து வந்ததற்குக் காரணம், அது நிலைத்த மதிப்பீடுகளின் அடிப்படை

யில் அமைந்துள்ளதுதான் என்று குமரப்பா அந்தப் புத்தகத்தில் குறிப்பிடுகிறார்.

உயரிய நமது கலாசாரம் தொடர்ந்து பாதுகாக்கப்படவேண்டும் என்றால், உயர் நெறிகளின் அடிப்படையிலேயே நமது முறைகளை அமைத்துக் கொள்ளவேண்டும் எனவும் அவர் வலியுறுத்துகிறார். மேலும், பொருளாதாரம் அல்லது செல்வ நிலை என்பதை நமது சமய உணர்ச்சியை ஒட்டி நல்லொழுக்கத் தத்துவங்களின் அடிப்படையில் அமைத்துக்கொள்ள வேண்டும் எனவும் அவர் வாதிடுகிறார். அப்படிச் செய்யும்போதுதான், நிலைத்த பொருளாதாரம் என்பது இந்தியாவுக்கு சாத்தியமாகும் என்பதையும் குமரப்பா எடுத்து வைக்கிறார்.

மேற்கத்திய முறைகள் உலக முழுமைக்கும் பொருத்தமானதல்ல

மேற்கத்தியப் பொருளாதார அமைப்பு முறைகளே உலக முழுமைக்கும் உயர்வானதும் பொருத்தமானதும் ஆகும் என்னும் கருத்து முதலில் ஐரோப்பியர்களால் உருவாக்கப்பட்டு பின்னர் உலகின் பல பகுதிகளிலும் பரப்பப்பட்டது. கடந்த மூன்று நூற்றாண்டுகளில் நடந்த வரலாற்று மாற்றங்கள் காரணமாக மேற்கத்திய நாடுகள் பொருளாதாரத்தில் மேல்நிலையில் இருந்தன. அதனால் அவர்களது வழிமுறைகள் சுலபமாகப் பிறநாடுகள்மீது திணிக்கப்பட்டன. சென்ற நூற்றாண்டில் அமெரிக்கா உலகின் பெரிய பொருளாதாரமாக வளர்ந்தபின், அவர்களது கோட்பாடுகளும் கருத்துகளும் உலகெங்கும் பரப்பப்பட்டன.

கம்யூனிசத்தின் வீழ்ச்சிக்குப்பின், அமெரிக்கப் பொருளாதார எண்ணங்கள்தான் உலக முழுமைக்கும் சரியானதாக இருக்கும் என்ற கருத்து முன்வைக்கப்பட்டது. ஆனால் கடந்த 20 ஆண்டுகளுக்கு மேலாக உலகின் பல பகுதிகளிலும் வேகமாக நடந்துவரும் பொருளாதார மாற்றங்கள் அந்தப் பொருளாதார வாதங்களைக் கொஞ்சம் கொஞ்சமாக தோல்வியடையச் செய்து வருகின்றன.

இதன் மூலம் மேற்கத்திய பொருளாதாரக் கோட்பாடுகளும் கருத்துக்களும் உலக முழுமைக்கும் சரியானதாகவும் பொருத்த மானதாகவும் இல்லை என்கிற உண்மையும் இப்போது வெளிச்சத்துக்கு வந்துகொண்டிருக்கிறது.

ஆகவே, மேற்கத்தியப் பொருளாதார சித்தாந்தங்கள் பெருமளவில் தோற்றுப் போய்விட்டதை கடந்தகால அனுபவங்கள் நமக்கு உணர்த்துகின்றன. அவர்களது கம்யூனிச மற்றும் சந்தைப் பொருளாதாரக் கோட்பாடுகளால் மக்களின் வாழ்க்கையை மேன்மையடையச் செய்யவோ அல்லது பிரச்னைகளைத் தீர்க்கவோ முடியாது என்பதை பெரும்பாலான நிபுணர்கள் ஒப்புக் கொள்கின்றனர்.

எனவே அந்தக் கோட்பாடுகளுக்கு அப்பாற்பட்ட ஒரு மாற்று முறை அவசியம் என்ற உணர்வும் தற்போது பரவலாக வந்து கொண்டிருக்கிறது. அதனுடைய ஒரு தொடக்கமாகத்தான் உலகில் பலவிதமான அணுகுமுறைகள் இருக்கமுடியும் என்பதை நிபுணர்கள் இப்போது ஒப்புக் கொள்கின்றனர். அதன் தொடர்ச்சியாகத்தான் இந்தியா, சீனா போன்ற நாடுகளின் அணுகுமுறைகளை அந்த நிபுணர்கள் அங்கீகரிக்கத் தொடங்கியுள்ளனர்.

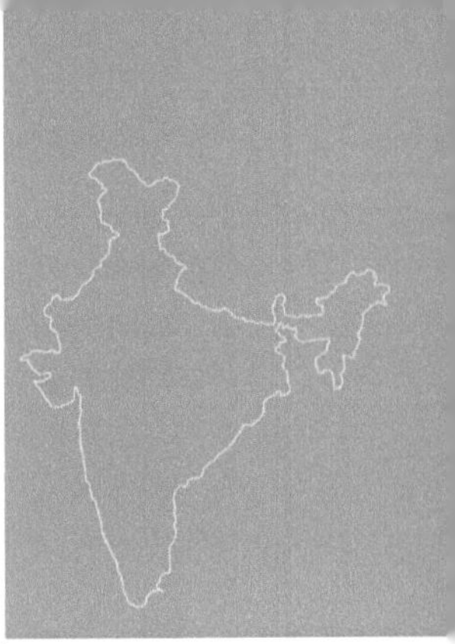

6

இந்தியப் பொருளாதார முறையின் அடிப்படை அம்சங்கள்

பண்டைய காலத்திய இந்தியப் பொருளாதார முறை, வலுவானதாகவும் தார்மீக நெறிகளின் அடிப்படையிலும் அமைந்து, உலகுக்கே முன்மாதிரியாக பல நூற்றாண்டுகள் தொடர்ந்து, நீடித்த பொருளாதாரமாக இருந்து வந்துள்ளது. பின்னர் அந்தியர்களின் வரவால் பாதிப்புகளுக்கு உள்ளாகி, ஆங்கிலேயர்களின் 200 வருட ஆதிக்கத்தில் பொருளாதாரமும் சமூக, கலாசார முறைகளும் சிதைவுகளுக்கு உள்ளாயின. சுதந்தரம் பெற்ற காலத்தில் முன்னேற்றம் இல்லாத ஏழை நாடாக இருந்த இந்தியா, கடந்த 60 வருட காலத்தில் தொடர்ந்து வளர்ச்சியைக் கண்டு இன்று உலகின் நான்காவது பெரிய பொருளாதாரமாக விளங்கி வருகின்றது.

எவ்வளவோ குறைபாடுகளுக்கும் குழப்பங்களுக்கும் இடையிலும் பொருளாதார வளர்ச்சி மட்டும் பெருமளவு நல்ல நிலையில் இருந்து கொண்டிருக்கிறது. இந்த வளர்ச்சி, பொருளாதார நிபுணர்களால் விளக்கமுடியாத ஒரு புதிராக அமைந்துள்ளது. உண்மையில் இந்தப் பொருளாதார முறையின் அடிப்படை அம்சங்கள்தாம் என்ன என்று இப்போது பார்ப்போம்.

இந்தியா பல வித்தியாசங்களைக் கொண்ட மக்களையும் அரவணைத்துச் செல்லும் பரந்த நாடாக இருப்பதால், மக்களின் பொருளாதார அணுகுமுறைகளில் ஆங்காங்கு சில வேறுபாடு கள் இருக்கும். அவை அனைத்தையும் தனித்தனியாக இங்கு விவரிக்க இயலாது. எனவே முக்கியமான சில பொது அம்சங் களை மட்டும் இங்கே பார்ப்போம்.

1. குடும்ப அடிப்படை

இந்தியச் சமூகம் குடும்பங்களை அஸ்திவாரமாக வைத்து இயங்கி வரும் கட்டடம் ஆகும். இங்கு குடும்பம்தான் சமூக, பொருளாதார மற்றும் கலாசார அமைப்புகளின் அடிப்படை அங்கமாக விளங்குகிறது. மேற்கத்திய நாடுகளைப் போல அல்லாமல், இங்கு தனி மனிதர்கள் என உண்மையில் யாரும் இல்லை. ஒவ்வொருவரும் ஏதாவது ஒரு குடும்பத்தில் ஓர் அங்கமாகவே உள்ளனர். எனவே, தனியாக வாழ்பவர்கள்கூட குடும்பத்தைவிட்டு விலகி வாழ்பவர்கள்தானே அன்றி, குடும்பமே இல்லாதவர்கள் என்று சொல்ல முடியாது.

இங்கு வாழ்க்கையின் எல்லாக் காலகட்டங்களிலும் குடும்பமே முக்கியமான பங்கை வகித்து வந்துள்ளது. வாழ்க்கையின் ஆரம்ப காலத்தில் ஒவ்வொரு மனிதனும் குடும்பத்தைச் சார்ந்து இருக் கிறான். பின்னர் குடும்பம் அவனைச் சுற்றி நிற்கிறது. வயதான பின்னர் மீண்டும் அவன் குடும்பத்தைச் சார்ந்து நிற்க வேண்டிய சூழ்நிலை. இப்படி மனித வாழ்க்கை குடும்பத்தைச் சுற்றிப் பின்னிப் பிணைந்து, வாழ்நாள் முழுவதும் இருந்து வருகிறது. எவ்வளவு சுயேச்சையான மனிதனும் முற்றிலும் தனி மனிதனாக இருப்பதில்லை; இருக்கவும் முடிவதில்லை. ஏனெனில் ஒருவர் மற்றவர்களுக்காக வாழும் அடிப்படைத் தன்மை இந்திய அமைப்பு முறையில் தலையாயப் பங்கு வகிக்கிறது.

வாழ்க்கையின் வெவ்வேறு காலகட்டங்களில் ஒவ்வொருவரும் எடுக்கும் முடிவுகளும் செயல்களும் குடும்பத்தை மையமாக வைத்தே அமைகின்றன. ஒருவர் ஒரு பணியைத் தேர்ந்தெடுத்துக் கொள்வதும், தொழில் அல்லது வியாபாரத்தில் ஈடுபடுவதும் குடும்பச் சூழ்நிலைகளையும், நிகழ்வுகளையும் கவனத்தில் கொண்டே அமைகிறது. மேலும் ஒவ்வொருவருக் காகவும் எடுக்கப்படும் முடிவுகள் குடும்பத்தில் முக்கியமானவர் களின், குறிப்பாக பெரியவர்களின், எண்ண ஓட்டங்களையும் எதிர்காலத் திட்டங்களையும் பிரதிபலிப்பதாக உள்ளது.

பெற்றோர்கள், தங்கள் வாரிசுகளின் குழந்தைப் பருவம் முதற் கொண்டு செய்யும் தியாகங்கள் எண்ணிலடங்காதவை. தம்முடைய அத்தியாவசியத் தேவைகளைப் பூர்த்தி செய்வதைப் பற்றிக்கூடக் கவலைப்படாமல், குழந்தைகளின் வாழ்க்கையை வளமானதாகவும் வசதியாகவும் ஏற்படுத்திக் கொடுக்க பெற்றோர்கள் ஏற்றுக்கொள்ளும் துன்பங்கள் ஏராளம். குழந்தைகளை நல்லமுறையில் படிக்க வைப்பதும், பின்னர் தொழில்களில் ஈடுபடுத்துவதும், அவர்களின் எதிர்காலம் சிறப்பாக அமையவேண்டும் என்கிற உயர்ந்த நோக்கத்தில்தான். ஒருவர் தொழில் அல்லது வியாபாரத்தில் ஈடுபடும் முடிவை குடும்பத்தின் எதிர்காலம் மற்றும் குழந்தைகளின் நலன்களை மையமாக வைத்தே எடுக்கிறார். அதற்காக எவ்வளவு சிரமங்கள் வந்தாலும் அவற்றை எதிர்கொள்கிறார்.

அந்தச் சிரமங்களில் மனைவி, பெற்றோர்கள், உறவினர்கள் என நெருக்கமானவர்கள் அனைவரும் பல சமயங்களில் பங்கு எடுத்துக் கொள்கின்றனர். தொழில் தொடர்பான முக்கியமான முடிவுகளில் மனைவி, பெற்றோர்கள், சகோதரர்கள் போன்ற நெருங்கிய உறவினர்கள் சம்பந்தப்படுகின்றனர். தொழிலுக்குத் தேவையான ஆரம்ப நிதி ஆதாரம் பெரும்பாலும் குடும்பச் சேமிப்பு, சொத்துகள், உறவுகளின் உதவி ஆகியவற்றை ஒட்டியே அமைகிறது.

கம்பெனிகளாக இல்லாமல், குடும்பங்களாக ஈடுபட்டு நடத்தும் தொழில்களிலிருந்து மட்டுமே நாட்டுக்கு கிட்டத்தட்ட 57 சதவிகித வருமானம் கிடைக்கிறது. மேலும், கம்பெனிகளைப் பொருத்தமட்டில் 95 சதவிகிதத்துக்கு மேல் குடும்பங்கள் வசமே உள்ளன. ஆக, இந்தியாவில் பெரும்பான்மை தொழில்களும் வியாபாரங்களும் குடும்பங்களின் கையில்தான் உள்ளன. அதன் மூலம் குடும்பங்கள்தான் இந்தியப் பொருளாதாரத்தையே இயக்கி வருகின்றன என்பது தெரிய வருகிறது.

2001-ம் வருடத்திய மக்கள் தொகை கணக்கெடுப்பின்படி இந்தியாவில் சுமார் 20 கோடி குடும்பங்கள் உள்ளன. சராசரியாக ஒவ்வொரு குடும்பத்திலும் 5.5 நபர்கள் உள்ளனர்.

வங்கிகளும் நிதி நிறுவனங்களும் பெரும்பான்மை மக்களுக்கு எளிதான முறையில் உதவிசெய்ய முன் வரும் சூழ்நிலை இல்லை. எனவே தொடக்க காலங்களில் குடும்பத்தையும் நெருங்கிய உறவு மற்றும் நட்புகளையும் ஒட்டியே தொழில்கள்

ஆரம்பிக்கப்படுகின்றன. உதாரணமாக, சூரத் மற்றும் அகமதாபாத் நகர்களில் நடத்திய ஓர் ஆய்வில், 46 சதவிகித வைர ஏற்றுமதியாளர்கள், தங்களுக்குத் தேவையான ஆரம்பகால முதலீட்டில் 30 சதவிகிதத்துக்கு மேல் தங்கள் உறவினர்கள் மூலமே கிட்டியது என்று தெரிவித்துள்ளனர்.

முன்பெல்லாம் குடும்ப வாழ்க்கை என்பதே கூட்டுக் குடும்ப அடிப்படையில்தான் அமைந்திருந்தது. அதனால் தொழில்களும் அவ்வாறே அமைந்திருந்தன. தொழிலின் பல வேலைகளையும் குடும்ப உறுப்பினர்களே பகிர்ந்து கொண்டு எளிதாகவும் திறமையாகவும் செய்தனர். தொழில்கள் வளர்ந்தன; குடும்பங்களும் வளம் பெற்றன.

குடும்பம் சார்ந்த தொழில்கள் இந்தியாவில் 5,000 ஆண்டுகால வரலாற்றுப் பின்னணியைக் கொண்டுள்ளதாகத் தெரிய வருகிறது. சிறிதுகாலம் முன்னர்வரைகூட நமது நாட்டில் கூட்டுக் குடும்பத் தொழில்கள் அதிக எண்ணிக்கையில் இருந்தன. குடும்பத்தில் மூத்தவர் வழி நடத்த, சகோதரர்களின் குடும்பங்கள் ஒன்றாக இணைந்து தொழில்கள் நடத்துவது என்பது சகஜமாக இருந்தது.

கூட்டுக் குடும்பங்களில், உறவு முறைகள் மிகவும் முக்கியம் வாய்ந்தவை. சாதாரணமாக, சிறு குழந்தைகளுக்கும்கூட மூன்று தலைமுறைகளைச் சேர்ந்த உறவினர்களை அடையாளம் காணத் தெரிந்திருக்கும். ஆனால், புதிதாக வெளியிலிருந்து வரும் அயல் நாட்டவருக்கு, இந்திய உறவு முறைகளின் தன்மையே சரியாகப் புரியாது. இதனைக் குறித்து வரலாற்றாசிரியர் பாஷம் அப்போதே குறிப்பிட்டுள்ளார். நம் தேசத்தின் பெரும்பாலான பகுதிகளில் இன்னமும்கூட இம்மாதிரி உறவுகள் மூன்றாவது தலைமுறை வரை தொடர்ந்து வருகின்றன. கிராமப்பகுதிகளில் நெருங்கிய சமூகத்தினரிடையே இந்த உறவுகள் அதற்கு மேலும் நீடிக்கின்றன. நவீன வாழ்க்கையில் பல்வேறு காரணங்களால் கூட்டுக் குடும்பங்கள் குறைந்துபோனாலும், குடும்ப அமைப்பு முறை பெரும்பாலும் சிதையாமல் நாடு முழுவதும் செயல்பட்டு வருவது இந்தியாவின் மிகப்பெரிய வலிமையாகும்.

கால மாற்றத்தால் கூட்டுக் குடும்பங்கள் வெகுவாகக் குறைந்து போனாலும், பல இடங்களில் சகோதரர்கள் இணைந்து தொழில் செய்வது என்பது இன்னமும் நடைமுறையில் இருந்து வருகிறது. சில சமூகங்களில் சகோதரர்களின் குடும்ப உறுப்பினர்களும்கூட

தொழில்களில் ஒன்றாகச் செயல்படுவதைக் காணமுடிகிறது. பெரிய குடும்பங்களைச் சேர்ந்த உடன்பிறப்புகள் பலர் ஒன்று சேர்ந்து தொழில் செய்யும்போது தொழில்கள் வேகமாக வளர்வதைப் பல இடங்களில் காண முடிகிறது. இதற்கு உதாரணமாக, தமிகழத்தில் தற்போது வேகமாக வளர்ந்து வரும் 'சென்னை சில்க்ஸ்' குடும்பத்தை எடுத்துக்கொள்ளலாம்.

எட்டு சகோதரர்களைக் கொண்ட அந்தக் குடும்பம் இன்று தொழில் துறையில் முன்னனியில் இருப்பதற்கு சகோதரர்களின் ஒன்றுபட்ட உழைப்பே காரணம். சாதாரண அளவில் ஜவுளி வியாபாரத்தில் நுழைந்த அவர்களது குடும்பம் இன்று ஜவுளி உற்பத்தி மற்றும் வியாபாரம், நகை வியாபாரம் என விரிந்து ஆயிரம் கோடி ரூபாய் அளவு வர்த்தகத்தைத் தாண்டி வளர்ந்து வருகிறது. சகோதரர்கள் ஒவ்வொருவரும் தமக்குள் பொறுப்புக்களை பகிர்ந்துகொண்டு தங்களது துறைகளில் கவனம் செலுத்தி தொழிலை மேன்மேலும் பெருக்கி வருகின்றனர்.

2. அதிக அளவிலான சேமிப்பு

இந்திய தேசமே சேமிப்பை அடிப்படையாகக் கொண்டது. சேமிப்பு என்பது இந்தியர்களுக்கு இயற்கையானது. செலவுகளைக் கட்டுப்படுத்தி சேமிப்பை அதிகப்படுத்துவது என்பது ஒவ்வொரு குடும்பமும் வழக்கமாகக் கடைப்பிடிக்கும் நடவடிக்கை. மிகப் பெரும்பாலான குடும்பங்களில் ஒவ்வொருவரும் முடிந்தவரை எல்லா வழிகளிலும் சேமிக்க முயற்சி செய்கின்றனர். தேவை இல்லாமல் ஆடம்பரமாகச் செலவு செய்பவர்கள், ஊதாரி என்று அழைக்கப்பட்டு சமூகத்தில் குறைவாகவே மதிக்கப்படுகின்றனர். சிக்கனம் ஓர் உயர்ந்த நெறியாகக் கருதப்பட்டு, சேமிப்பு மதிப்புக்குரிய செயலாக மக்கள் மனத்தில் நிலைபெற்றுள்ளது.

எனவே, சாதாரண நிலையில் உள்ள மக்கள்கூட தங்கள் தேவை களைச் சுருக்கிக்கொண்டு, முடிந்த அளவு சேமிப்பதை நாம் காண முடிகிறது. அந்தச் சேமிப்புகளை வைத்தே அவர்கள் தங்களால் முடிந்த தொழில்களை செய்யவும் குழந்தைகளை நல்லமுறையில் வளர்க்கவும் முறபடுகின்றனர். சேமிப்புகள் பல வகைகளில் அமைகின்றன; அவற்றில் தங்க நகைகள் வாங்குவது, வங்கிகளில் போட்டு வைப்பது, இடம் வாங்குவது போன்றவை பரவலாகத் தெரிந்த முறைகள். அவை மட்டுமின்றி, அந்தந்தப் பகுதிகளுக்கே உரித்தான சிட் ஃபண்ட்ஸ் (சீட்டு போடுவது) போன்ற பல வழிகளிலும் சேமிப்புகள் மேற்கொள்ளப்படுகின்றன.

சேமிப்பு விகிதங்கள்

1950-51-ம் வருடம் தொடங்கி ஒவ்வொரு வருடத்துக்குமான சேமிப்பு விகிதங்கள் பற்றிய புள்ளிவிவரங்கள் நம்மிடம் உள்ளன. அவற்றில் சில முக்கியமான விவரங்கள், அடுத்து வரும் அட்டவணையில் கொடுக்கப்பட்டுள்ளன.

அட்டவணை 6.1

சேமிப்பு விகிதங்கள் (1950-51 முதல் 2006-2007 வரை)

(ஒட்டு மொத்தப் பொருளாதார உற்பத்தியில் சேமிப்பின் சதவிகிதம்)

பொருள்	1950-51	1970-71	1990-91	2000-01	2006-07
மொத்த உள்நாட்டுச் சேமிப்பு	8.6	14.2	22.8	23.7	34.8
குடும்பங்கள்	5.7	9.5	18.4	21.6	23.8
தனியார் கம்பெனிகள்	0.9	1.5	2.7	3.9	7.8
பொதுத்துறை	2.0	3.3	1.8	1.8	3.2
மொத்தச் சேமிப்பில் குடும்பங்களின் பங்கு (சதவிகிதம்)	66	67	81	91	68

ஆதாரம்: இந்திய அரசு எகனாமிக் சர்வே 2007-2008

1950-களிலிருந்து சேமிப்பு விகிதம் தொடர்ந்து அதிகரித்துக் கொண்டே வந்துள்ளது அட்டவணை மூலம் தெரியவருகிறது. 2006-07-ல் சேமிப்பு மிக அதிகமாக 34.8 சதவிகிதமாக உயர்ந்துள்ளது. அதன் மூலம் உலக அளவில் அதிகமாகச் சேமிக்கும் நாடுகளில் ஒன்றாக இந்தியா விளங்குகிறது.

அதிலும், சேமிப்புகளின் மிக அதிகப் பங்கை வழங்கி வருவது குடும்பங்களே என்பதை மேலே உள்ள அட்டவணை நன்கு தெளிவாக்குகிறது.

மேலே உள்ள 'குடும்பங்கள்' என்ற பிரிவில், குடும்பங்கள் நிர்வகிக்கும் கம்பெனி அமைப்பு முறையில் இல்லாத பிற தொழில் அமைப்புகளும் சேர்க்கப்பட்டுள்ளன.

சேமிப்புகளின் வகைகள்

சேமிப்புகள், நிதி வகைப்பட்டவை என்றும் பொருள் சார்ந்தவை என்றும் இரண்டாகப் பிரிக்கப்படுகின்றன. முதல் வகை சேமிப்புகள் வங்கி முதலீடு, ஆயுள் காப்பு நிதி, ஓய்வூதிய நிதி, பங்குச் சந்தை முதலீடுகள் போன்றவை. இரண்டாவது வகை சேமிப்புகள் நிலம், கட்டடம், தங்கம், வீட்டு உபயோகப் பொருட்கள் போன்றவற்றில் செய்யும் முதலீடுகள். தற்போதைய நிலவரப்படி நிதி வகைப்பட்ட சேமிப்புகள் சற்று அதிகமாக உள்ளன. அந்தச் சேமிப்புகள் எவ்வழிகளில் நிகழ்கின்றன என்பது பற்றிய விவரங்களை அட்டவணை 6.2-ல் காணலாம். இந்த விவரங்கள் 2002-03 முதல் 2006-07 வரை உள்ள வருடங்களுக்கானவை.

அட்டவணை 6.2

குடும்பம் சார்ந்த துறையின் நிதி வகைப்பட்ட சேமிப்புகள்

(2002-03 முதல் 2006-07 வரை)

[மொத்த நிதி வகைப்பட்ட சேமிப்பில்] [சதவிகிதம்]

பொருள்	2002-03	2003-04	2004-05	2005-06	2006-07
ரொக்கமாக	8.88	11.31	8.51	8.73	8.62
வைப்பு நிதி	38.27	37.62	36.44	46.15	55.62
பங்கு மற்றும் கடன் பத்திரங்கள்	2.21	2.41	1.87	4.99	6.36
சிறு சேமிப்புகள்	17.39	23.15	24.50	14.64	5.17
ஆயுள் காப்பு நிதி	16.12	13.84	15.65	14.03	15.01
பிராவிடெண்ட் ஃபண்ட் மற்றும் ஓய்வூதிய நிதி	15.02	12.97	13.02	10.53	9.17

ஆதாரம்: இந்திய ரிசர்வ் வங்கி அக். 1, 2007

வங்கி வைப்புகள், ஆயுள் காப்பீடுகள், பிராவிடெண்ட் ஃபண்ட், ஓய்வூதிய நிதிகள் மற்றும் சிறு சேமிப்புகளில் நமது மக்கள் அதிகமாக முதலீடு செய்வதை அட்டவணை எடுத்துக்காட்டுகிறது.

பாதுகாப்பு அதிகமுள்ள சேமிப்புகளையே இந்தியர்கள் விரும்பு கின்றனர். அதற்குக் காரணம் அவர்களது குடும்பம் பற்றிய கண்ணோட்டம்தான். குடும்பத்தின் எதிர்கால நலனைக் கருத்தில் கொண்டே சேமிப்புகள் மேற்கொள்ளப்படுவதால், அவை பாதுகாப்பு அதிகமான முதலீடுகளில் போடப்படுகின்றன. பங்குச்சந்தையில் முதலீடு செய்யப்படும் தொகை குறைவாக இருப்பதை அட்டவணை காட்டுகிறது. கடந்த சில வருடங்களில் பங்குச்சந்தை பிரபலமாகி வந்தாலும், அதிகமான மக்கள் அதை விரும்பித் தேர்ந்தெடுப்பதில்லை. அதற்குக் காரணம் பங்குச் சந்தை முதலீடுகளின் வருமானம் பாதுகாப்பு குறைவானதாகவும் உறுதியற்ற தன்மை கொண்டதாகவும் இருப்பதே ஆகும்.

நாட்டுக்கே உரித்தான சேமிப்பு வழிகள்

இந்திய நாட்டுக்கே உரித்தான சேமிப்பு முறைகள் பல உள்ளன. அவற்றில் முக்கியமானது தங்கம் மற்றும் நகைகளில் செய்யப் படும் முதலீடாகும். உலகிலேயே தங்கத்தில் அதிகமாக முதலீடு செய்யும் நாடுகளில் இந்தியா முக்கியமானதாகும். வருடா வருடம் உலகில் உற்பத்தி செய்யப்படும் தங்கத்தில் சராசரியாக 20-25 சதவிகிதத்தை இந்தியர்கள் வாங்குகின்றனர். அதனால் இந்தியர் களிடம் அதிக அளவு தங்கம் இருக்கிறது. மக்கள் தங்கத்தை ஒரு நீண்ட கால முதலீடாகவும் தேவைப்படும்போது விற்றுப் பணம் ஆக்கிக்கொள்ளும் பாதுகாப்பான சொத்தாகவும் கருதுவதே இதில் அதிகம் முதலீடு செய்வதன் காரணமாகத் தெரிகிறது.

ஆனால் துரதிர்ஷ்டவசமாக, மக்கள் தங்கத்தில் செய்யும் சேமிப்பு அரசின் அதிகாரப்பூர்வ சேமிப்புகளின் பட்டியலில் இல்லை. எனவே இந்தியர்கள் தங்கத்தில் செய்யும் சேமிப்பு பற்றிய சரியான விவரங்கள் நம்மிடம் இல்லை. மொத்தச் சேமிப்பு அட்டவணை யில் தங்கத்தையும் சேர்த்துக்கொண்டால், சேமிப்பு விகிதம் தற்போது இருப்பதைவிட இன்னும் இரண்டு சதவிகிதம் அளவு அதிகமாக இருக்கும் என்று ஐ.ஐ.எம் பெங்களூரு பேராசிரியர் வைத்தியநாதன் கூறுகிறார்.

தங்கத்தில் சேமிக்கும் தொகைகளைத் தவிர, சூழ்நிலைக்கு ஏற்றவாறு பலவேறுவிதமான முறைகளிலும் மக்கள் தங்கள் சேமிப்புகளைச் செய்கின்றனர். உதாரணமாக தமிழ்நாட்டுப் பகுதிகளில் ‘சீட்டு’ என அழைக்கப்படும் ‘சிட் பண்ட்ஸ்’ முறை அதிக அளவு புழக்கத்தில் உள்ளது. தங்கள் தகுதிக்குத் தக்கவாறு பல்வேறு நிலையில் உள்ள மக்களும் சீட்டுகளில் சேமிப்பு

செய்கின்றனர். சாதாரணமாக மாதம் 100 ரூபாயிலிருந்து 1,00,000 ரூபாய் வரையிலும், அதற்கு மேலும்கூடச் சேமிக்கக் கூடிய சீட்டுகள் நடைமுறையில் உள்ளன.

தமிழகத்தின் மேற்கு மாவட்டங்களில் மக்கள் தங்கள் முதலீடு களுக்கு நிதி தேவைப்படும்போது, உறவினர்களையும் நண்பர் களையும் சேர்த்து ஒரு சீட்டு ஆரம்பிக்கின்றனர். அதன்மூலம் பெறும் தொகையையும், தங்களிடம் உள்ள பணத்தையும் போட்டு தொழிலை ஆரம்பிக்கவோ அல்லது பெருக்கவோ செய்கின்றனர். சீட்டுக்குத் தகுந்தாற்போல, ஒரு மாதத்திலிருந்து ஆறு மாதத்துக்கு ஒரு முறை, தங்களுக்கு வசதியான ஒரு நாளில் சீட்டுக்குப் பணம் போட்டிருக்கும் அனைவரும் கூடுகின்றனர். அந்தக் கூட்டங்கள் உறுப்பினர்களின் வீடுகளில் மாறி மாறி ஏற்பாடு செய்யப்படுவதும் உண்டு. இதனால் அந்தக் கூட்டங்கள் சேமிப்புக்கான கூடுதல்களாக மட்டுமின்றி, உறவினர்கள் மற்றும் நண்பர்களின் வீடுகளில் சேர்ந்து மகிழ்ந்து உண்ணும் விருந்துகளாகவும் அமைகின்றன.

அம்முறைகள் எல்லாம் அந்தந்தப் பகுதிகளைச் சேர்ந்த மக்கள் தங்கள் தேவைகளுக்கும் சௌகரியங்களுக்கும் ஏற்றாற்போல தாங்களே ஏற்படுத்திக் கொண்ட சேமிப்பு வழிமுறைகளாகும். அம்முறைகளில் எவ்வளவு தொகை சேர்க்கப்படுகிறது என்னும் விவரங்கள் நம்மிடையே இல்லை. அந்த முறைகளின் மூலம் சேமிக்கும் தொகைகளையும் எடுத்துக்கொண்டால், நமது நாட்டின் சேமிப்பு அதிகாரபூர்வ விகிதங்களைவிட அதிகமாகவே இருக்கும்.

அவ்வாறு சேர்க்கப்படும் தொகைகள், பொருள்கள் வாங்குவதற் கும், தொழில் மற்றும் வியாபாரங்களை ஆரம்பித்து நடத்துவதற் கும், இன்ன பிற முதலீடுகளுக்கும் ஏதுவாக அமைகின்றன. உதாரணமாக அமைப்பு சாராத் துறையை எடுத்துக்கொண்டால், மொத்தத் தொழில்களில் சுமார் 90 சதவிகிதம், தொழில் முனைவோர்கள் தமது சொந்த நிதி ஆதாரத்தைப் பயன்படுத்தி நடத்தப்படும் தொழில்களாகும். நாட்டில் இருக்கக்கூடிய தொழில் மையங்கள் ஏறத்தாழ அனைத்துமே குடும்பச் சேமிப்புகளை வைத்தும், அதற்குமேல் உள்ளூர் நிதி ஆதாரங்களை வைத்தும் உருவாக்கப்பட்ட தொழில்களைக் கொண்டவை. அவ்வாறு உருவாக்கப்படும் தொழில்கள் அரசாங்கத்தைச் சார்ந்தோ, வங்கி மற்றும் நிதி நிறுவனங்களைப் பெரிதாக எதிர்பார்த்தோ ஆரம்பிக்கப்படுவதில்லை. சொந்த மற்றும் உள்ளூர் சேமிப்புகளை வைத்தே ஆரம்பிக்கப்படுகின்றன.

இன்றைக்கு சர்வதேச அளவில் பெயரை நிலைநாட்டியுள்ள தொழில் மையங்களான திருப்பூர், சூரத், கரூர் என எதை எடுத்துக் கொண்டாலும் அவை சொந்த மற்றும் உள்ளூர் சேமிப்புகளை மையமாக வைத்து உருவானவைதான். பெரிய கம்பெனிகளை எடுத்துக் கொண்டால்கூட, பிற நாடுகளுடன் ஒப்பிடும்போது, இந்தியக் கம்பெனிகளின் சொந்த நிதி ஆதாரம் அதிகமாகவே இருந்து வந்துள்ளது. 'வாங்கும் சக்தி' அதிகமாக உள்ளது என்று இன்றைக்குச் சொல்லப்படுவதற்குக் காரணம் இந்தியாவில் அடிப்படையாக உள்ள சேமிப்புகளே ஆகும்.

ஒரு நாட்டில் பொருளாதார வளர்ச்சி ஏற்படவேண்டும் என்றால் மூலதனம் சேரவேண்டும். அந்த மூலதனம் சேமிப்பு மூலமே சாத்தியமாகும். கடன் வாங்கியும் மூலதனம் செய்யலாம். ஆனால் அவ்வகை மூலதனம் அதிகமாக இருந்தால் அதில் ஆபத்துகளும் உண்டு. இந்தியாவைப் பொருத்தவரை சேமிப்பு விகிதம் அதிகமாக இருப்பதால் மூலதனமும் அதிகமாக உள்ளது. 1950-51-ல் கூட மொத்த உள்நாட்டு மூலதனம் பொருளாதார உற்பத்தியில் 8.4 சதவிகிதமாக இருந்தது. அது பின்னர் படிப்படியாக அதிகரித்து 2006-07-ல் 35.9 சதவிகிதத்தை எட்டியது. இவ்வாறு மூலதனத்தைச் சேர்ப்பதில் குடும்பம் சார்ந்த அமைப்புகள் மிக முக்கியப் பங்கை வகிக்கின்றன. அதுவே நாட்டில் பொருளாதார வளர்ச்சி வேகமாக நடைபெறுவதற்கு முக்கியக் காரணமாகும்.

3. சுய தொழில்களில் நாட்டம்

சுயதொழில்கள்தாம் இந்தியப் பொருளாதாரத்தின் அடிப்படை என்றே சொல்லலாம். சொந்தத் தொழில் செய்வது என்பது பாரம்பரியமாகவே நம் நாட்டில் பெருமைக்குரிய ஒரு விஷயமாகக் கருதப்பட்டு வந்துள்ளது. உலகமயமாக்கல் கொள்கைகள் வரும்வரை, பெரும்பாலான சமூகத்தைச் சேர்ந்தவர்கள் தங்களது சொந்தத் தொழிலில் ஈடுபடுவதையே கௌரவமாகக் கருதினார்கள். இன்றுகூட சில சமூகத்தைச் சேர்ந்தவர்கள் பிறரிடம் வேலைக்குப் போவதை இழுக்காகவே கருதுகின்றனர். எனவே தொழில் செய்வது, அதிலும் குறிப்பாக, குடும்பத் தொழிலைப் பெருக்குவது என்பது, சமூகத்தில் முக்கியமான கடமையாகக் கருதப்பட்டு வந்துள்ளது. ஒரு குறிப்பிட்ட வயதுக்குப்பின் தமது தொழில் பொறுப்பை தம் பிள்ளைகளிடம் ஒப்படைத்துவிட்டு தாம் மேற்பார்வை செய்வதை நிறையப் பெற்றோர்கள் மகிழ்ந்து ஏற்றுக்கொள்கிறார்கள்.

ஞானி விதுரன் 5,000 வருடங்களுக்கு முன்னரே தன்னுடைய விதுர நீதியில் 'சுயதொழில் செய்வதுதான் ஒரு மனிதனுக்கு மிக உயரிய அந்தஸ்து' என்று கூறியுள்ளார். அதன் மூலம் பண்டைய காலந்தொட்டே மக்களை சுயதொழில்களில் ஈடுபடுமாறு சமூகம் அறிவுறுத்தி வந்தது தெரியவருகிறது. சமகாலத்திய மேற்கத்திய சித்தாந்தங்களான சந்தைப் பொருளாதாரம் மற்றும் கம்யூனிசம் ஆகியவற்றின் எதிர்மறை விளைவுகளைப் பார்க்கும்போது சுய தொழில்கள் சார்ந்த பொருளாதாரத்தின் மேம்பட்ட தன்மைகள் நமக்கு விளங்கும். சுயதொழில் சார்ந்த பொருளாதார முறையில் அனுகூலங்கள் நிறைய உண்டு; எதிர்விளைவுகள் குறைவு. அந்த முறையில் முதலாளிகள் இருந்தாலும் அவர்கள் சந்தைகளை ஆக்கிரமித்து அடிமைப்படுத்தும் அளவுக்கு ஆதிக்கம் பெற்றவர் களாக இல்லை. அதனால் வேலையில்லாத் திண்டாட்டம் குறைகிறது. மேலும் அந்த முறையில் அமைப்பு ரீதியான சுரண்டல் களுக்கு வாய்ப்பு மிகவும் குறைவு. மேற்கத்திய சித்தாந்தங்கள் உரிமை சார்ந்தவையாக உள்ளன. ஆனால், சுய தொழில் அமைப்பு முறை பொறுப்பு மற்றும் கடமை சார்ந்ததாக உள்ளது.

சுயதொழில் துறையில் அதிக வேலைவாய்ப்புகள்

சுயதொழில்கள் மூலமே இந்தியாவில் அதிகபட்சமான மக்கள் வேலைவாய்ப்பு பெறுகின்றனர். இதனை சில புள்ளிவிவரங்கள் மூலம் புரிந்துகொள்ளலாம். அட்டவணை 6.3, நாடு முழுதும் தனியார் மற்றும் பொதுத் துறைகளில் வேலை செய்யும் நபர்களின் எண்ணிக்கையைத் தருகிறது.

அட்டவணை 6.3

தனியார் மற்றும் பொதுத் துறைகளில் வேலையில் உள்ளவர்கள்

(மார்ச் 31 முடிந்த வருடங்களில் லட்சக் கணக்கில்)

	2001	2005
தனியார் துறைகள்	86.52	84.52
பொதுத் துறைகள்	191.38	180.07

ஆதாரம்: எகனாமிக் சர்வே, 2007-08

2005-ம் வருடத்தில் தனியார் துறைகளில் சுமார் 85 லட்சம் பேரும், மத்திய மற்றும் மாநில அரசுகளை உள்ளடக்கிய பொதுத்

துறைகளில் சுமார் ஒரு கோடியே 80 லட்சம் பேரும் வேலை செய்வதாகத் தெரிய வருகிறது. இவ்விரு துறைகளிலும் சேர்த்து நாட்டில் மொத்தமாக சுமார் இரண்டு கோடியே 65 லட்சம் பேர் வேலை செய்கின்றனர். மேலும் கடந்த பத்தாண்டுகளுக்கும் மேலாக அந்தத் துறைகள் இரண்டிலுமே வேலைவாய்ப்புகள் குறைந்து கொண்டே வருகின்றன. எனவே நாட்டின் மொத்த வேலைகளில் அவை சுமார் 8 சதவிகிதம் அளவு மட்டுமே தருகின்றன.

இனி சுய தொழில் சார்ந்த வேலைகளில் பணிபுரிவோரின் எண்ணிகையையும், நாட்டில் வேலை செய்யும் மக்களில் அவர்கள் எவ்வளவு சதவிகிதம் உள்ளனர் என்பது பற்றியும் அட்டவணை 6.4-ல் பார்க்கலாம். இந்த விவரங்கள், 1991 மக்கள் தொகைக் கணக்கு அடிப்படையில் அமைந்தவை.

அட்டவணை 6.4

1991-ல் பல்வேறு விதமான பணியாளர்கள் விவரம்

	நபர்களின் எண்ணிக்கை (லட்சங்களில்)	சதவிகிதம்
முறையாக சம்பளம் பெறும் பணியாளர்கள்	470	15.2
தாற்காலிகமான (Casual)/ ஒப்பந்த வேலையாட்கள்	970	31
சுயதொழில் செய்வோர்	1660	53
மொத்தப் பணியாளர்கள்	3100	

ஆதாரம்: OASIS *திட்ட அறிக்கை, மத்திய அரசு, 1999.*

வேலை செய்பவர்கள் 31 கோடி பேரில் 53 சதவிகிதம் சுயதொழில் செய்வோர் என்று மத்திய அரசின் அறிக்கை குறிப்பிடுகிறது. அதன்மூலம் வேலைவாய்ப்புகளை அளிப்பதில் சுயதொழில் துறைக்கு உள்ள முக்கியப் பங்கை நாம் புரிந்துகொள்ளலாம்.

மிக வளர்ந்த நாடாகக் கருதப்படும் அமெரிக்காவில் மொத்தமாக வேலை செய்வோரில் சுயதொழில் பிரிவின்கீழ் வேலை செய்பவர்கள் எண்ணிக்கை வெறும் 6.6 சதவிகிதம் மட்டுமே.

அங்கு பெரும் பகுதியானவர்கள், அதாவது 78.5 சதவிகிதம், தனியார் துறையில் சம்பளம் பெற்று வாழ்க்கை நடத்துகின்றனர்.

சுயதொழில் துறையின் முக்கியத்துவம்

வேலைகள் அளிப்பதில் மட்டுமின்றி, இந்தியப் பொருளாதாரத்தின் வேறு முக்கியமான அம்சங்களிலும், சுயதொழில் துறை பெரும்பங்கு ஆற்றுகிறது. அத்துறை, நாட்டின் மொத்தப் பொருளாதார உற்பத்திக்கு 30 சதவிகிதத்தை தமது பங்காக அளிக்கிறது. அது அரசுத்துறை அளிக்கும் பங்கைவிட அதிகமாகும். அனைத்து கம்பெனிகளும் சேர்ந்து அளிக்கும் பங்கைவிட இரு மடங்குக்கு மேலாகும். நாட்டின் வருமான வரி விகிதத்தைப் பார்த்தால், சுயதொழில் துறைதான் அதிகமாக, 45 சதவிகிதத்துக்கு மேலான வருமான வரியை அளிக்கிறது.

மேலும் நாட்டில் அதிக அளவு சேமிப்பை, அதாவது 70 சதவிகிதத்தை, அந்தத் துறைதான் அளிக்கிறது. அந்தத் துறைதான் அரசாங்கங்களைச் சார்ந்து நிற்காமல், தமது சொந்தக் கால்களிலேயே நின்று செயல்படக்கூடிய துறையாக உள்ளது. அரசு அத்துறைக்கு செலவிடும் தொகை அதிகமாக இல்லை. அந்தத் துறைதான் அதிக அளவு பெரிய தொழில்களை உருவாக்கும் வல்லமை படைத்த துறையாக விளங்குகிறது. இன்று இருக்கக்கூடிய தொழில் மையங்களும், அதிக அளவிலான பெரிய நிறுவனங்களும் பல ஆண்டுகளுக்குமுன் சிறிய அளவில் சுயதொழில்களாக உருவெடுத்தவைதான். எனவே இன்றைய பொருளாதார வளர்ச்சிக்கு அடித்தளம் அமைப்பதில் சுயதொழில் துறை பெரும் பங்கை ஆற்றி வருகிறது.

4. அதிக அளவில் தொழில் முனையும் ஈடுபாடு

இந்தியர்கள் இயற்கையாகவே கடின உழைப்பும் தொழில் முனையும் தன்மையும் கொண்டவர்கள். யாரையும் சார்ந்து வாழாமல் சொந்தக் காலிலேயே நிற்கவேண்டும் என்ற எண்ணம் மக்களிடையே பரவி இருப்பதால், ஏதாவது தொழில் செய்தாக வேண்டும் என்னும் வேட்கை அவர்களுக்குள் எழுகிறது. மேலும் தங்களின் வாழ்க்கையைவிட தங்கள் குழந்தைகளின் எதிர்காலம் வசதியாகவும் வளமாகவும் இருக்கவேண்டும் என பெற்றோர்கள் கருதுவதால், அவர்களில் கணிசமான பங்கினர் ஏதாவது சிறிய அளவிலாவது சொந்தமாகத் தொழில் ஆரம்பித்து பின்னர் படிப்படியாக முன்னேறிவிடலாம் எனத் திட்டமிடுகின்றனர்.

அதனால் சமூகத்தில் தொழில் முனையும் தன்மை அதிகரிக்கிறது. படித்தவர்களிடையே, குறிப்பாக ஆங்கிலக் கல்வி படித்தவர்களிடையே, வேலைக்குப் போகவேண்டும் என்ற எண்ணம் கடந்த சில வருடங்களாக அதிகரித்து வந்தாலும், சமூகத்தில் இன்றும் தொழில் முனைப்பில் ஈடுபாடு பரவலாக இருப்பதைக் காண முடிகிறது. அமெரிக்காவின் பேப்சன் கல்லூரியும் (Babson College), பிரிட்டனின் லண்டன் நிர்வாகவியல் பள்ளியும் (London Business School) உலக நாடுகளில் நிலவும் தொழில் முனைப்புக்கான செயல்பாடுகள் பற்றி கணக்கெடுப்புகளை நடத்தி வருகின்றன. அதன் அடிப்படையில் 'ஜெம்' (Global Entrepreneurship Monitor - GEM) என்ற அறிக்கையை அவை வெளியிட்டு வருகின்றன.

2002-ம் வருடத்துக்கான அந்த அறிக்கை, உலகிலேயே இரண்டாவது அதிகமான தொழில் முனையும் செயல்பாடுகளைக் கொண்ட நாடாக இந்தியா உள்ளது என்று குறிப்பிடுகிறது. இந்தியாவில் 17.9 சதவிகிதம் மக்கள் பல்வேறு தொழில் சம்பந்தமான நடவடிக்கைகளில் ஈடுபட்டு வருகின்றனர் எனவும் அந்த அறிக்கை தெரிவிக்கிறது. சீனாவில் அது 12.3 சதவிகிதமாகவும், அமெரிக்காவில் 10.5 சதவிகிதமாகவும் இருக்கிறது. மேலும், புதிதாக உருவாகும் தொழில்களின் எண்ணிக்கை உலக சராசரியைவிட இந்தியாவில் கிட்டத்தட்ட இருமடங்கு அதிகமாக உள்ளது எனவும் அந்த அறிக்கை கூறுகிறது.

ஒவ்வொரு பகுதியிலும் வாழக்கூடிய மக்கள் தனிப்பட்ட மற்றும் சமூக உறவுகளால் பிணைக்கப்பட்டிருப்பதால், ஒருவர் ஒரு தொழிலுக்குச் செல்வது மற்றவர்கள் கவனத்தையும் அந்தத் தொழிலின் பக்கம் ஈர்க்கிறது. மேலும், அந்தத் தொழிலில் ஒருவர் பெறும் வெற்றி மற்றவர்களையும் அதே தொழிலுக்கு இழுக்கிறது. பல சமயங்களில் தொழிலில் வெற்றி காண்பவரே, தன்னுடைய உறவுகளையும் நெருக்கமானவர்களையும் அந்தத் தொழிலுக்குள் கொண்டு வந்துவிடுகிறார். அதன் விளைவாக மக்கள் வெவ்வேறு தொழில்களில் தொடர்ச்சியாக நுழைந்து கொண்டே இருக்கின்றனர். பல்வேறு பகுதிகளில் செயல்பட்டு வரும் வெவ்வேறு விதமான தொழில்களையும், அவற்றின் எண்ணிக்கைகளையும் பார்த்தோமானால் அதுபற்றிய பல உண்மைகள் நமக்குப் புரியும்.

தொழில் முனையும் ஆர்வம், மிகச் சிறு அளவில் தொடங்கி மிகப் பெரிய அளவு வரை செல்கிறது. நாட்டில் மொத்தமாக சுமார் 4.2 கோடி அமைப்பு சாராத் தொழில்கள் இயங்கி வருவதாக

‘பொருளாதாரக் கணக்கெடுப்பு 2005’ தெரிவிக்கிறது. சிறு தொழில்கள் என்று எடுத்துக்கொண்டால், 2006-07 வருட மத்திய அரசின் புள்ளிவிவரக் கணக்குப்படி 1.28 கோடிக்கும் மேற்பட்ட நிறுவனங்கள் இருப்பதாகத் தெரிகிறது. 2007-ம் வருடத்தில் சுமார் 7.44 லட்சம் கம்பெனிகள் செயல்பட்டு வருகின்றன என்று மத்திய அரசின் கம்பெனி விவகாரத் துறை அமைச்சகம் தெரிவிக்கிறது. கடந்த சில வருடங்களில் பல இந்திய நிறுவனங்கள் பெரிய அளவில் வெளிநாடுகளில் முதலீடு செய்து, நிறுவனங்களை வாங்கி வருகின்றன.

அமைப்பு சாராத் தொழில்களில் சுமார் 45 சதவிகிதம் அளவு, தாழ்த்தப்பட்ட மக்கள், பழங்குடியினர் மற்றும் பிற பிற்படுத்தப் பட்ட சமூகத்தினரால் நடத்தப்படுவதாக ‘பொருளாதாரக் கணக் கெடுப்பு 1998’ தெரிவிக்கிறது. சிறு தொழில்களில் 56 சதவிகிதம் மேற்குறிப்பிட்ட பிரிவுகளைச் சேர்ந்த மக்களால் நடத்தப்படுவ தாக ‘அகில இந்திய சிறுதொழில் துறை கணக்கெடுப்பு 2004’ தெரிவிக்கிறது. மேலும், சிறு தொழில் நிறுவனங்களில் 9.5 சதவிகிதம், பெண்களால் நிர்வகிக்கப்படுவதாகவும் அந்தக் கணக்கெடுப்பு கூறுகிறது.

தொழில் முனையும் தன்மை மிகச் சிரமமான சூழ்நிலைகளிலும் கூட இருந்து வருகிறது. மும்பையிலுள்ள தாராவி பகுதி, ஆசியா வின் மிகப்பெரிய குடிசைப்பகுதி என்றுதான் வெளி உலகுக்குத் தெரியும். ஆனால் அங்கு ஆயிரக்கணக்கானோர் தொழில்களில் ஈடுபட்டுள்ளனர். ஒரு புள்ளிவிவரக் கணக்குப்படி, அங்கு 4,902 தொழில்கள் நடைபெறுகின்றன என்றும், அவற்றில் ஜவுளித் துறையில் ஈடுபட்டவை மட்டும் 1,036 என்றும் தெரிய வந்துள்ளது. மேலும் தாராவியில் நடக்கும் தொழில்களின் வருடாந்திர விற்பனை ரூ. 1500 கோடியிலிருந்து ரூ. 3000 கோடி வரை இருக்கும் எனவும் மதிப்பிடப்பட்டுள்ளது.

இன்றைக்கு உலகின் பல பகுதிகளிலும் பெயர் பெற்றுள்ள திருப்பூர், சிவகாசி, ராஜ்கோட், ஜாம்நகர் உள்ளிட்ட பல தொழில் மையங்கள், விவசாயம் தோல்வி அடைந்ததால் அங்குள்ள மக்கள் வயிற்றுப் பிழைப்புக்காக மாற்றுத் தொழில்களை ஏற்படுத்த வேண்டிய நிர்பந்தத்தால் உருவானவையே. குஜராத் மாநிலத்தின் ஜாம்நகரில் உப்பு நீரால் விவசாயம் செய்ய இயலாத சூழ்நிலை ஏற்பட்டது. எனவே மக்கள் பித்தளைப் பாத்திரத் தயாரிப்புத் தொழிலில் ஈடுபட்டனர். அவற்றைத் தயாரிக்கத் தேவையான

பெரும்பான்மையான கச்சாப் பொருட்களும் அங்கு கிடைக்க வில்லை. எனவே அவற்றை வெளிநாடுகளிலிருந்து இறக்குமதி செய்து பலவகைப் பாத்திரங்களைத் தயார் செய்ய ஆரம்பித்தனர். அதனால் இன்று ஜாம் நகர் பித்தளைப் பாத்திரங்களுக்கு மிக முக்கியமான மையமாக தேச அளவில் சிறந்து விளங்குவது மட்டுமின்றி, அமெரிக்கா, துபாய் உள்ளிட்ட வெளிநாடுகளுக்கு ஏற்றுமதி செய்யும் இடமாகவும் உருவாகியுள்ளது.

தொழில் தொடங்குவதற்கு ஆதாரமான அடிப்படைத் தேவை, நிதி. அதையும்கூட அரசு அமைப்புகளைச் சாராமல், மக்களே புரட்டிக் கொள்கின்றனர். அமைப்பு சாராத் தொழில்களை எடுத்துக்கொண்டால், 5 சதவிகிதத்துக்கும் குறைவான நிறுவனங் களே அரசுத் திட்டங்கள் மூலமாக நிதி உதவி பெறுகின்றன. மிகச் சிரமமான தொழிலான வட்டிக்குக் கடன் கொடுத்து வாங்கும் தொழிலில், தமிழகத்தைச் சேர்ந்த பலர், மொழியே தெரியாத தூரத்து மாநிலங்களில் தொழிலை ஆரம்பித்து வெற்றிகரமாக நடத்திக்கொண்டுவருவது ஒரு குறிப்பிடத்தக்க விஷயமாகும்.

பல்வேறு தொழில்களில் மக்கள் காட்டும் தொழில் முனைப்பைப் பற்றிய முழு உண்மைகளை அறிய வேண்டுமானால் அவற்றை நேரில் சென்று காணவேண்டும். குஜராத் மாநிலத்தில் உள்ள ராஜ்கோட் மையத்தை எடுத்துக்கொண்டால், அங்கு பலவிதமான பொறியியல் தயாரிப்புகளிலும் மக்கள் ஈடுபட்டுள்ளனர். வெவ் வேறு வித்தியாசமான தயாரிப்புகளை எப்படி அவர்கள் எளிதாக மேற்கொள்கின்றனர் என்பதைப் பார்க்கையில் ஆச்சரியமாக உள்ளது. அங்கு தயாரிக்கப்படும் பொருட்களும் உலகத்தரம் வாய்ந்தவை. ராஜ்கோட் பேரிங்குகளை உலகின் முக்கியமான பல பன்னாட்டு நிறுவனங்கள் பயன்படுத்துகின்றன. உலகின் எந்த மூலையில் புதிய நான்கு சக்கர வாகனம் ஒன்று அறிமுகப்படுத்தப் பட்டாலும், அடுத்த ஆறு மாதத்துக்குள் அதற்கான உதிரி பாகங் களைத் தங்களால் தயாரிக்க முடியும் என ராஜ்கோட் தொழில் முனைவோர் பெருமையுடன் கூறுகின்றனர். அந்த அளவுக்கு அவர்களை உயர்நிலைக்குக் கொண்டுவந்திருப்பது தொழிலில் அவர்கள் காட்டிய அதிக முனைப்பும் நாட்டமும்தான்.

குறைந்த கல்வியும் அதிக தொழில்முனைப்பும்

தொழில் முனைவோர்களில் பெரும்பாலானோர் குறைவான கல்வித் தகுதிகளை வைத்துக்கொண்டே பெரிய சாதனைகளைப்

படைத்துள்ளனர். அதன்மூலம் நாட்டுப் பொருளாதாரத்துக்கும் அதன் வளர்ச்சிக்கும் மிக முக்கியமான பங்கை ஆற்றியுள்ளனர். நாட்டில் இன்று மிகப் பிரசித்தி பெற்ற பல தொழில் மையங்களை உருவாக்கிய பெருமையும் அவர்களையே சேரும். கல்வித் தகுதி இல்லாத குறையை தங்களது அசாத்தியமான தொழில் முனைப்பு, தங்களுக்கே உரித்தான புத்திசாலித்தனம் ஆகியவற்றால் நிவர்த்தி செய்து பெரும் சிரமங்களுக்கு இடையில் தொழில்களில் வெற்றி கண்டுள்ளனர். உள்நாட்டில் மட்டுமின்றி சர்வதேச அளவிலும் வெற்றிக் கொடி நாட்டி அதன்மூலம் நாட்டுக்கு நல்ல பெயர் வாங்கிக் கொடுத்துள்ளனர்.

திருப்பூர், கரூர், சிவகாசி, சூரத் உள்ளிட்ட சர்வதேசப் புகழ்பெற்ற தொழில் நகரங்களை உருவாக்கியதில் அதிகம் படிக்காதவர்களே முக்கியமானவர்களாக இருந்துள்ளனர் என்று சொல்லலாம். அது தவிர, தேசிய மற்றும் மாநில அளவிலும், அந்தந்தப் பகுதிகளிலும் முக்கிய இடம் வகிக்கும் பல தொழில்களிலும், கல்வித் தகுதி குறைந்தவர்களே நிறையப் பங்கினை ஆற்றியுள்ளனர்.

தமிழகத்தில் திருப்பூர், கரூர் ஆகிய நகரங்கள் சர்வதேச ஜவுளிச் சந்தையில் புகழ்பெற்றவை. திருப்பூரின் ஏற்றுமதி மட்டும் ஆண்டுக்குச் சுமார் பத்தாயிரம் கோடி ரூபாய். அங்கு பின்னலாடை ஏற்றுமதித் தொழிலில் ஈடுபட்டுள்ளவர்களில் பெரும்பான்மை யினர் கவுண்டர் ஜாதியினர். அவர்களில் 63 சதவிகிதம் பேர், பள்ளி இறுதிவகுப்பு வரை மட்டுமே படித்தவர்கள். முதலில் தொழிலாளி யாக இருந்து பின்னர் ஏற்றுமதியாளர் ஆனவர்களில் 25 சதவிகிதம் பேர் ஐந்தாம் வகுப்பும் அதற்குக் குறைவாகவும் படித்தவர்கள். அவர்கள்தான் அமெரிக்கா, ஐரோப்பிய நாடுகளில் பெரிய மேலாண்மை நிறுவனங்களில் படித்துப் பட்டம் பெற்ற நிர்வாகி கள் நடத்தக்கூடிய பன்னாட்டுக் கம்பெனிகளுடன் போட்டி போட்டு வெற்றி பெறுபவர்கள். அவர்களில் பெரும்பாலானோர் ஆங்கில மொழியை முறையாகக் கற்காதவர்கள்.

உள் நாட்டுக்குள் வியாபாரம் செய்பவர்களிலும் நிறையப் பேர் குறைவாகப் படித்தவர்களே. கரூர் ஏற்றுமதியாளர்களில் மூன்றில் இரண்டு பங்கு, அதிகபட்சமாக பள்ளி இறுதிப் படிப்பு வரை மட்டுமே படித்தவர்கள். சூரத் மற்றும் அகமதாபாத் வைர ஏற்றுமதி யாளர்களிடையே எடுக்கப்பட்ட ஒரு கணக்கெடுப்பில், தொழில் ஆரம்பித்தவர்களில் 26 சதவிகிதம் பேர் பள்ளிப்படிப்பு எதுவும்

இல்லாதவர்களாகவும், கிட்டத்தட்ட 69 சதவிகிதம் பேர் அதிக பட்சமாக பள்ளி இறுதி மட்டுமே முடித்தவர்களாகவும் இருந்தனர்.

நாட்டில் அதிக அளவு லாரிகள் வைத்திருக்கும் மையம் நாமக்கல். லாரித் தொழிலை முனைந்து ஆரம்பித்தவர்களில் 70 சதவிகிதம் பேர் பள்ளிப் படிப்பு மட்டுமே படித்தவர்கள். அவர்கள்தான் நாடு முழுவதும் பல்வேறு மொழிகள் பேசும் பகுதிகளிலும் தொழில் செய்கிறார்கள். எனவே, படிப்பு குறைவாக இருந்தபோதிலும், ஏன், சில சமயங்களில் சுத்தமாக படிப்பே இல்லாதபோதும்கூட, தொழிலில் முனைந்து, நாடு முழுவதும் மட்டுமின்றி, நாட்டுக்கு வெளியேயும் இவர்கள் பெரிய அளவில் சிறந்து விளங்கி வருகின்றனர்.

சிவகாசி அச்சக உரிமையாளர்களிடம் நடத்திய ஓர் ஆய்வில் படிப்பைவிட அனுபவமே உதவியாக இருந்தது என்று பலர் தெரிவித்தனர். நாட்டின் பல மாநிலங்களுக்கும் சென்று தொழில் புரியும் திருச்செங்கோட்டைச் சேர்ந்த, ஆழ்குழாய் தோண்டும் ரிக் (Drilling Rig) கருவி உரிமையாளர்களில் 73 சதவிகிதம் பேர், படிப்பு இல்லாதது தங்கள் தொழில் வளர்ச்சிக்குத் தடையாக இல்லை என்று தெரிவித்தனர். உயர்தரமான பொறியியல் இயந்திரங்களைத் தயார் செய்யும் தொழிலில் ஈடுபட்டுள்ள ராஜ்கோட் தொழில் முனைவோர், பணிமனைதான் தங்களுக்குக் கல்வி புகட்டும் நிறுவனங்கள் என்று கூறுகின்றனர். மேலும், அங்கு தொழில்களை ஆரம்பித்தவர்களில் 10 சதவிகிதத்துக்குக் குறைவான பேருக்குத் தான் முறையான கல்வித் தகுதி இருந்ததாகவும், அதுவும் குறைந்த அளவே இருந்ததாகவும் அவர்கள் கூறுகின்றனர்.

குறைவான கல்வித் தகுதி அவர்களது புதிய உத்திகளையும் கண்டு பிடிப்புகளையும் தடுக்கவில்லை. 2003-ம் வருடத்துக்கான மத்திய அரசின் அறிவியல் மற்றும் தொழில்நுட்பத் தொழில் துறையின் புதிய கண்டுபிடிப்புகளுக்கான விருது பெற்றவர்களில் 30 சதவிகிதம் பேர் எழுதப்படிக்கக்கூடத் தெரியாதவர்கள் என்று தெரியவருகிறது. எனவே கல்விப் படிப்பை மீறிய திறமைகள் நமது மக்களிடத்தில் இருப்பதை ஆய்வுகள்மூலம் நாம் அறிந்துகொள்ள முடிகிறது.

திருப்பூருக்கு அருகிலுள்ள ஒரு கிராமத்தைச் சேர்ந்தவர், சுந்தரம். மூன்றாம் வகுப்புக்குப்பின் தன் பத்து வயதில் தனது உறவினரின் பணிமனையில் வேலைக்குச் சேர்கிறார். சொந்தமாகத் தொழிலில்

ஈடுபட வேண்டும் என்ற எண்ணத்தில் தனது 28-வது வயதில் சிறிய பொறியியல் பொருட்களைத் தயாரிக்க ஆரம்பிக்கிறார். பின்னர் தற்செயலாக ஒரு வெளிநாட்டுக் கம்பெனியின் செயல் விளக்கம் ஒன்றைப் பார்க்க நேரிடுகிறது. அந்தக் கம்பெனி பின்னலாடைத் தொழிலில் பயன்படும் ஒரு நவீன இயந்திரத்தைத் தயாரிக்கும் பன்னாட்டு நிறுவனம். அதைப் பார்த்தவுடன் தன்னால் அதைவிட சிறந்த இயந்திரத்தை குறைந்த விலையில் தயாரிக்க முடியும் என அவர் எண்ணுகிறார். எனவே 1995-ல் அந்தத் துறையில் நுழைந்து ஒரு நாளைக்கு 16 மணிநேரம் உழைக்கிறார். நிறைய இன்னல் களைச் சந்திக்கிறார். வங்கிகள் நிதி தர மறுக்கின்றன. பொறியியல் கல்லூரிகளாலும் ஆய்வு நிறுவனங்களாலும் அவரது பல சந்தேகங்களைப் போக்க முடிவதில்லை.

எத்தனையோ சிரமங்களுக்குப் பின் 1998-ல் தன்னுடைய புதிய இயந்திரத்தை அறிமுகம் செய்கிறார். அதன் விலையோ, அப்போது சந்தையைத் தன் கைக்குள் வைத்திருந்த அமெரிக்க கம்பெனி உற்பத்தி செய்யும் இயந்திரத்தின் விலையில் மூன்றில் ஒரு பாகம்தான். வெளிநாட்டு இயந்திர உற்பத்தியாளர்கள் அதிசயித்துப் போகிறார்கள். சுந்தரம், மேலும் மேலும் அந்த இயந்திரத்தில் முன்னேற்றங்களைப் புகுத்துகிறார். இன்று அந்தத் துறையில் முதல் இடத்தைப் பிடித்து, வெளி நாட்டுப் போட்டி யாளர்களை நம் நாட்டைவிட்டே துரத்தி அடித்துவிடுகிறார். தன்னுடைய அபாரமான திறமையாலும், உழைப்பாலும் வெளி நாட்டு நிறுவனங்களைப் பின்வாங்க வைத்து, முறையான கல்வி இல்லாமை தன்னுடைய உருவாக்கங்களுக்குத் தடையாக இல்லை என்பதை அவர் நிரூபித்துள்ளார்.

எனவே, குறைவான கல்வித் தகுதி பெற்றிருப்பது, தொழில் முனைப்பையும் புதிய முயற்சிகளையும் தடுக்கும் தடைக் கல்லாக இல்லை என்று பலபேர் நாட்டின் பல பகுதிகளில் நிரூபித்தவண்ணம் உள்ளனர்.

5. குடும்பம் சார்ந்த தொழில்கள்

அரசு நிறுவனங்கள் மற்றும் கம்பெனி அமைப்புகளைச் சாராத சிறியதும் பெரியதுமான தொழில் அமைப்புகளை, குடும்பம் சார்ந்த தொழில்கள் என்று குறிப்பிடுகிறோம். அவை நடை முறையில் கம்பெனி அல்லாத துறையின் கீழ் பட்டியல் இடப்படுகின்றன. அது தனிநபர் தொழில்களாக (Sole Proprietorship) இருக்கலாம்; அல்லது கூட்டுத் தொழில்களாக (Partnership) இருக்கலாம். கூட்டுறவு நிறுவனங்களும் (Co-operative Ventures) அந்தப் பிரிவில்தான் சேர்க்கப்படுகின்றன.

நமது நாட்டு வருமானம், உற்பத்திச் செயல்பாடுகள், சேவைத் துறை, சேமிப்பு, மூலதனம், வரிகள் மற்றும் வேலைவாய்ப்பு என எல்லாவற்றிலும் கம்பெனி அல்லாத குடும்பம் சார்ந்த தொழில் துறைதான் அதிகமான பங்கு வகிக்கிறது. ஆனால் அந்தத் துறை அமைப்பு சாராத் தொழில் துறை எனவும், முறை சாராத் தொழில் துறை எனவும் நடைமுறையில் தவறாகக் குறிப்பிடப்படுகிறது.

மேற்கத்திய நாடுகளின் அனுபவ அடிப்படையில் நமது நாட்டுப் பொருளாதார அமைப்பை நோக்குவதால்தான் இந்த நிலை ஏற்பட்டுள்ளது. உண்மையில் அந்தத் துறை பொருளாதார ரீதியாகவும் அமைப்பு ரீதியாகவும் நல்ல முறையில் அமையப் பெற்றதாகும். அட்டவணை 6.5, நிகர உள்நாட்டு உற்பத்தியில் அமைப்பு சாராப் பிரிவின் பங்கை விளக்குகிறது.

அட்டவணை 6.5

நிகர உள்நாட்டு உற்பத்தியில்
அமைப்பு சாராத் தொழில்களின் பங்கு, சதவிகிதம், 2002-03

தொழில்கள்	2002-03
விவசாயம், வனம், மீன்பிடித்தல்	95.9
உற்பத்தி	36.6
கட்டுமானம்	62.8
வணிகம், உணவகங்கள்	74.2
போக்குவரத்து, இருப்பு, தகவல்	62.9
நிதி, காப்பீடு, ரியல் எஸ்டேட், வியாபாரம்	39.6
சமூகம் மற்றும் தனியார் சேவைகள்	17.3
நிகர உள்நாட்டு உற்பத்தியில்	56.7

ஆதாரம்: மத்திய புள்ளியியல் நிறுவனம், இந்திய அரசு, 2005

‘முறைசாராப் பிரிவு’ என்று அழைக்கப்படும் குடும்பம் சார்ந்த பிரிவுதான் 2002-03-ல், நிகர உள்நாட்டு உற்பத்தியில் சுமார் 57 சதவிகிதம் பங்கை அளித்துள்ளது. வேகமாக வளர்ந்து வரும் துறை களான வணிகம், உணவகங்கள், போக்குவரத்து, கட்டுமானம் ஆகிய வற்றில் அந்தத் துறையின் பங்கு அதிகமாக இருப்பது குறிப்பிடத் தக்கது. அந்தத் துறையின்கீழ் வரும் தனியார் மற்றும் கூட்டுத் தொழில் அமைப்புகள் தேசிய வருமானத்துக்கு 38 சதவிகிதப் பங்கை அளிக்கின்றன. அரசுத்துறையும் கம்பெனிகளும் அதைவிடக் குறைவான பங்கினையே அளிக்கின்றன. கம்பெனி அல்லாத குடும்பம் சார்ந்த துறைகளில் சரியான கணக்கெடுப்பு இல்லாததால், அவை குறைவாகவே மதிக்கப்படுவதாகச் சொல்லப்படுகிறது. எனவே, குடும்பம் சார்ந்த துறைகளின் பங்கு பொருளாதாரத்தில் இன்னும் அதிகமாக இருக்க வாய்ப்பு உள்ளதாகத் தெரிகிறது.

தொழில் மையங்கள்

நாடு முழுதும் பல தொழில்கள் நடைபெற்றாலும், அவை ஆங்காங்கு பல இடங்களில் மையம் கொண்டுள்ளன. அந்த இடங்களில் நூற்றுக்கணக்கான நிறுவனங்கள், ஒன்று அல்லது குறிப்பிட்ட சிலவகையான தொழில்களில் ஈடுபடுகின்றன. அத்தகைய இடங்களை தொழில் மையங்கள் என அழைக் கிறோம்.

இந்தியாவில் 2,042 தொழில் மையங்கள் செயல்பட்டு வருவதாக மத்திய அரசின் சிறுதொழில் துறை தெரிவிக்கிறது. திருப்பூர், சிவகாசி, காஞ்சிபுரம், கோயம்புத்தூர், கரூர், சூரத், ராஜ்கோட், லூதியானா, ஆக்ரா, கான்பூர், அமிர்தசரஸ் உள்ளிட்ட தொழில் மையங்கள் அவற்றில் அடங்கும். அம்மையங்களில் 15 லட்சத்துக்கும் மேற்பட்ட நிறுவனங்கள் பல்வேறு மாநிலங் களிலும் இயங்கி வருவதாக புள்ளிவிவரங்கள் தெரிவிக்கின்றன.

நமது நாட்டின் அண்மைக்கால பொருளாதார மற்றும் வியாபார வளர்ச்சியில் அந்தத் தொழில் மையங்கள் பெரும் பங்காற்றி வருகின்றன. உலகின் பல பகுதிகளுக்கும் தங்களின் பொருட் களை அனுப்பி, உலக நாடுகளில் இந்தியாவின் பெயரைப் பரப்பி வருகின்றன. அந்தத் தொழில் மையங்கள் அதிகம் படிக்காத சாதாரண மனிதர்களால் அரசின் உதவியின்றி உருவாக்கப்பட்டு, இன்று அவற்றில் சில உலக வியாபாரத்தில் முக்கியப் பங்கு வகிக்கும் இடங்களாக உருவாகியுள்ளன.

உலகம் முழுவதும் பட்டை தீட்டி வெட்டப்படும் வைரக் கற்களில் 90 சதவிகிதத்துக்கு மேல் சூரத் உள்ளிட்ட சில இந்திய நகரங்களில் வெட்டப்படுகின்றன. நாமக்கல்லுக்கு அடுத்தபடி லாரி போக்கு வரத்துத் தொழிலில் முக்கியமான மையமாக இருப்பது சங்ககிரி. அங்குள்ள லாரி முதலாளிகளில் 90 சதவிகிதம் பேர் சாதாரண விவசாயக் குடும்பங்களைச் சேர்ந்தவர்கள். அவர்களில் 20 சதவிகிதம் பேர், ஆரம்ப காலங்களில் மாடு வளர்ப்புத் தொழிலில் ஈடுபட்டிருந்தவர்கள். அவர்கள்தான் இப்போது நாடு முழுவதும் பெரிய சரக்கு லாரிகளை இயக்குவதில் கைதேர்ந்து விளங்குபவர் களாக உள்ளனர்.

லாரித் தொழிலில் மட்டும்தான் இப்படி என்றில்லை. திருப்பூரில் பின்னலாடைத் தொழிலின் வெற்றிக்கு உதவக்கூடிய எட்டு துணைத் தொழில்கள் பற்றி ஓர் ஆய்வு மேற்கொள்ளப்பட்டது. அந்தத் தொழில்கள் ஒவ்வொன்றும் தொடர்புடையவை என்றாலும் வேறுபட்டவை. அவற்றில் ஈடுபட்டுள்ளவர்களில் 92 சதவிகிதம் பேர் அந்தத் தொழில்களுக்கு வருவதற்கு முன்னர் விவசாயம் செய்துகொண்டிருந்தவர்கள். அவ்வாறே கரூர் ஜவுளி ஏற்றுமதியாளர்களில் 73 சதவிகிதம் பேர் விவசாயத்திலிருந்து தொழிலுக்கு வந்தவர்கள். அவர்களில் பெரும்பான்மையானோர், விவசாயம் தோற்றுப்போனதாலும் வறட்சியாலும் வேறு வழி தேடி அந்தத் தொழில்களுக்கு வந்தவர்கள். ஆரம்பத்தில் அவர் களில் பெரும்பாலானோர் சாதாரணத் தொழிலாளிகளாக கூலி வேலையில் சேர்ந்து, படிப்படியாக முதலாளிகளாக உயர்ந்தவர் கள். இன்று நாமக்கல் லாரி உரிமையாளர்களில் 70 சதவிகிதம் பேர் முன்னர் ஓட்டுநராகவும் உதவியாளராகவும் வேலை செய்தோரே.

அவர்களெல்லாம் தங்கள் வளர்ச்சியைத் தாங்களே தேடிக் கொண்டவர்கள். அரசாங்கத்தையோ நிதி நிறுவனங்களையோ சார்ந்து இருக்காமல், தங்கள் உழைப்பாலும் அர்ப்பணிப்பாலும் முன்னுக்கு வந்தவர்கள். அதுமட்டுமின்றி இன்றைய தொழில் மையங்களே அவர்களது முயற்சியால் உருவானவைதான். சிவகாசியை எடுத்துக்கொண்டால், நாடு முழுதும் உள்ள பட்டாசு உற்பத்தியில் 90 சதவிகிதம் அளவும், தீப்பெட்டித் தயாரிப்பில் 80 சதவிகிதம் அளவும், ஆப்செட் அச்சுத் தொழிலில் சுமார் 45 சதவிகிதம் அளவும் அதன் பங்களிப்பு உள்ளது. பட்டாசு மற்றும் தீப்பெட்டித் தொழில்களுக்காக ஆரம்பிக்கப்பட்ட அச்சகத் தொழில் இன்று வளர்ந்து வெளிநாட்டு வங்கிகளின் காசோலை

களை அடித்துத் தரும் அளவுக்குப் பெருகியுள்ளது. அங்கு செய்யும் தொழில்களில் எல்லாம் அயராத உழைப்பின் மூலம் வெற்றி கண்டு வரும் சிவகாசி ‘குட்டி ஜப்பான்’ என்று அழைக்கப்படுகிறது.

அந்த நகரின் வரலாறு என்ன? சுமார் 90 வருடத்துக்கு முன்னால் அது ஒரு வறண்ட பகுதியாக இருந்தது. விளைச்சல்களில் பெரிய வருமானம் இல்லை. 1923-ல் அய்ய நாடார், சண்முக நாடார் என்ற சாதாரண குடும்பங்களைச் சேர்ந்த இருவர் முதன் முதலாக ஒரு தீப்பெட்டித் தொழிலகத்தைத் தொடங்கினர். அதற்கு முன் கொல்கத்தா சென்று தீப்பெட்டித் தொழிற்சாலை ஒன்றில் வேலை பார்த்து தொழிலைக் கற்று வந்தனர். கொல்கத்தா செல்வதற்குக் கூட கையில் பணம் இல்லை. திருச்சியைச் சேர்ந்த அவர்களது உறவினர் சின்ன நாடார் பணமும் ஊக்கமும் கொடுத்து உதவினார். அவர்கள் அன்று போட்ட விதைதான் இன்று சிவகாசியை உலகம் முழுவதும் பிரபலப்படுத்தி உள்ளது. இதுபோன்ற தொலை நோக்கும் உழைப்பும் மிகுந்த அந்தந்தப் பகுதி மக்களின் சீரிய முயற்சிகள்தான் பின்னர் பெருகி பல தொழில் மையங்களை நாட்டின் பல பகுதிகளிலும் உருவாக்கியுள்ளது.

நமது தொழில் முனைவோர்களின் புத்திசாலித்தனம் அசாத்திய மானது. ஆரம்பத்தில் ஏதாவது ஒரு தொழிலில் தமது முனைப்பைத் தொடங்குபவர்கள், பின்னர் தாமே வாய்ப்புக்களை கண்டறிந்து வேறு பல தொழில்களுக்குச் செல்கிறார்கள். அதன் மூலம் தொழில் மையங்களின் செயல்பாடுகளைப் பெருக்குகிறார்கள். அதனால் கோயம்புத்தூர், திருச்செங்கோடு, மோர்வி, சிவகாசி, ராஜ்கோட் உள்ளிட்ட பல தொழில் மையங்கள் இன்று ஒன்றுக்கும் மேற்பட்ட தொழில்களில் சிறந்து விளங்குகின்றன.

பருத்தி அரவை ஆலைகளுக்குத் தேவையான இயந்திரங்களைப் பழுதுபார்க்கவும் உதிரி பாகங்களை உருவாக்கித் தரவும், கோவை யில் வார்ப்படத் தொழிற்சாலைகள் தொடங்கப்பட்டன. அந்தத் தொழிலை ஒட்டி ஏற்பட்ட வளர்ச்சி விரிவடைந்து பின்னர் பம்புகள் உற்பத்தி, ஜவுளி ஆலைகள், வாகன உதிரி பாகங்கள் தயாரிப்பு, வெட் கிரைண்டர்கள் எனப் பல தொழில்களை உருவாக்கியுள்ளது. அதன் விளைவாக இந்தியாவின் முதல் மோட்டார் பம்பு கோவையில்தான் தயாரிக்கப்பட்டது. மேலும், நாட்டின் பம்பு உற்பத்தியில் கோவை இன்று முன்னணியில் உள்ளது. அங்கு தயாரிக்கப்படும் பொருட்கள் பன்னாட்டு நிறுவனங்களுக்கு விற்கப்படுகின்றன. பல நாடுகளுக்கு ஏற்றுமதி

யாகின்றன. அதன் மூலம் கோவை இன்று இயந்திர மையமாகவும் கல்வி மையமாகவும் உருவாகி உள்ளது. இத்தனைக்கும் அங்கு அரசாங்க முதலீடு எதுவும் கிடையாது. தொழில்கள் அனைத்தும் முழுக்க முழுக்க மக்களால் உருவாக்கப்பட்டவை.

அதேபோல் குஜராத்திலுள்ள மோர்வி, குறிப்பிடப்பட வேண்டிய தொழில் மையம். 1979-ல் வெள்ளத்தால் அழிக்கப்பட்ட நகரம். இன்று உலக முழுவதும் பிரபலமாகியுள்ள அஜந்தா மற்றும் சமய் சுவர்க் கடிகாரங்கள் தயாரிக்கப்படுவது அந்த நகரில்தான். அங்கு ஆசியாவிலேயே அதிக எண்ணிக்கையில் சுவர்க் கடிகாரங்கள் தயாரிக்கப்படுவதாகச் சொல்லப்படுகிறது. ஆரம்பத்தில் சுவர்க் கடிகாரத் தயாரிப்பில் ஈடுபட்டிருந்த அப்பகுதி மக்கள், பின்னர் பல்வேறு தொழில்களில் நுழைந்து வெற்றிகண்டுள்ளனர். அதன் விளைவாக இன்று மோர்வி நகரம் ஒரு பெரிய பலதொழில் மையமாக உருவெடுத்துள்ளது. தொலைபேசிச் சாதனங்கள், மேஜைக் கடிகாரங்கள், கணிணி பாகங்கள் போன்றவற்றைத் தயாரித்தல், வைரக் கற்கள் வெட்டுதல், மண் ஓடுகள் தயாரிப்பு, வீட்டு உபயோகத்துக்கான சுகாதாரப் பொருட்கள் தயாரிப்பு என பல தொழில்கள் அங்கு நடைபெற்று வருகின்றன. அவை அனைத்தும் அங்குள்ள மக்களின் முயற்சியால் ஏற்பட்டவை.

இந்தத் தொழில் மையங்கள்தான் அந்தந்தப் பகுதிகளின் பொருளாதார முன்னேற்றத்துக்கு மட்டுமின்றி, நாட்டின் முன்னேற்றத்துக்கும் அடிப்படையாக அமைகின்றன. சங்ககிரி, சிவகாசி போன்ற வறண்ட பகுதிகளெல்லாம் இன்று தொழில் மையமாக விளங்குவதற்கு அங்குள்ள தொழில்முனைவோர் உருவாக்கியுள்ள தொழில்களே காரணம். சங்ககிரி மக்களில் 70 சதவிகிதம் பேர் இன்று போக்குவரத்து சார்ந்த தொழில்களில் ஈடுபட்டுள்ளனர். இந்தத் தொழில் மையங்கள் அதிக அளவில் சொந்தத் தொழில் செய்பவர்களையும் வேலை வாய்ப்புகளையும் உருவாக்குகிறது. அதன் மூலம் நாட்டில் பொருளாதார வளர்ச்சியை ஊக்குவித்து பலன்களைப் பரவலாக்குகிறது. அதனால் அரசாங்கத்தின் பொறுப்பும் சுமையும் குறைகிறது.

இந்தச் சமயத்தில் குஜராத்தில் வைரத் தொழில் மையங்கள் அமைந்த விதம் குறித்து நினைவுகூர்வது பொருத்தமாக இருக்கும். 1962-ல் சீனா இந்தியாவின் மேல் படையெடுத்தது. அதனால், உள்நாட்டுப் பொருளாதாரம் சிரமத்துக்கு உள்ளானது. அரசாங்கம் அந்நியச் செலாவணிக்காக ஏங்கிக்கொண்டிருந்தது. அப்போது

பாலன்பூரி பகுதியைச் சேர்ந்த வைர வியாபாரிகள் குழு ஒன்று மத்திய அரசைச் சந்தித்து கச்சா வைரக் கற்களை இறக்குமதி செய்ய அனுமதி கேட்டது. அந்தக் கற்களுக்கு மதிப்புகூட்டி பின் ஏற்றுமதி செய்யலாம் எனவும், அதனால் இந்தியாவை வைரப் பட்டை தீட்டும் ஒரு மையமாக மாற்ற முடியும் என்றும், அதன்மூலம் இந்தியாவுக்கு அந்நியச் செலாவணி ஈட்டித்தரமுடியும் என்றும் அந்தக் குழு கூறியது. அதற்குமேல் அரசிடமிருந்து வேறு எந்த உதவியையும் அவர்கள் கேட்கவில்லை.

அரசு அதற்கான அனுமதியை அளித்ததும், பின் வந்த ஆண்டுகளில் வைரத் தொழில் வேகமாக வளர்ந்தது. அரசுக்கு எந்தவிதச் சிரமமும் இல்லை. அவர்கள் செய்யும் வேலைக்கு மின்சாரத்தின் தேவையும் மிகக் குறைவு. எண்ணற்ற படிக்காதவர்களுக்கு வேலை வாய்ப்புகள் கிடைத்தன. எல்லாவற்றுக்கும் மேலாக, இன்று குஜராத் வியாபாரிகள் சர்வதேச வைர வியாபாரத்தையே தங்கள் கட்டுக்குள் கொண்டு வந்துவிட்டனர். இவ்வாறுதான் நாட்டின் பல பகுதிகளிலும் உள்ள மக்கள், தொழில்களையும் தொழில் மையங்களையும் தங்களது சொந்த முயற்சியால் உருவாக்கி ஒட்டு மொத்தப் பொருளாதாரத்தையும் முன்னெடுத்துச் சென்றுள்ளனர்.

பொருளாதார வளர்ச்சியில் முன்னணியில் உள்ள குஜராத், பஞ்சாப், தமிழ்நாடு போன்ற மாநிலங்கள் செயல்பாடு மிக்க தொழில் மையங்களைப் பெற்றுள்ளன. குஜராத்தின் பொருளாதார வளர்ச்சிக்கு ஒரு முக்கியக் காரணம் அவர்களின் தொழில் மையங்கள்தாம். அதுபோலவே சிவகாசி, திருப்பூர், கரூர், நாமக்கல், கோயம்புத்தூர் உள்ளிட்ட தொழில் மையங்கள்தாம் தமிழகத்தின் பொருளாதார வளர்ச்சியில் பெரும் பங்கு வகிக்கின்றன. இன்று மேற்கு தமிழ்நாடும், தென் தமிழ்நாட்டின் சில பகுதிகளும் பொருளாதார வளர்ச்சி பெற்று வளர்ந்துள்ளதற்குக் காரணம் அங்கு செயல்பட்டு வரும் தொழில் மையங்கள்தான்.

உலகச் சந்தையில் வைரம் என்றவுடனே பெயர் சொல்லும் அளவு சூரத் பிரபலமாகி விட்டது. அந்த ஒரு மையத்தின் வைர வியாபாரம் மட்டும் ஐம்பதாயிரம் கோடி ரூபாயைத் தாண்டி சாதனை படைத்து வருகிறது. பெல்ஜியம் நாட்டிலுள்ள ஆன்ட்வெர்ப் நகரம் வைரத் தொழிலின் சர்வதேச வணிகத் தலைமையகமாக இருந்து வருகிறது. இன்று அந்த மையத்தின் பெரும்பகுதி வியாபாரம் இந்தியர்களின் கைகளில்தான் உள்ளது.

பல சமயங்களில் நம்மில் பெரும்பாலானோருக்குத் தெரியாத பல பொருள்கள் நம் நாட்டின் தொழில் மையங்களில் இருந்து உலகின் பல பகுதிகளுக்கு ஏற்றுமதி ஆகின்றன. அதனால் அந்தப் பொருட்களை உற்பத்தி செய்யும் பகுதிகள் உலக அளவில் முக்கியமான இடங்களாக விளங்கி வருகின்றன. உதாரணமாக, கிரிக்கெட் ஆட்டத்துக்குத் தேவையான மட்டைகள் பஞ்சாபின் ஜலந்தரில் இருந்து உலகின் பல நாடுகளுக்கும் அனுப்பப்படுகின்றன.

அண்மைக்காலங்களில் பெங்களூரு, புனே, ஐதராபாத் போன்ற நகரங்கள் அறிவு சார்ந்த துறைகளில் முக்கிய மையங்களாக உலக அளவில் உருவாகி வருகின்றன. கணினித் துறையில் மட்டுமின்றி, வேறு பல துறைகள் சார்ந்த தொழில்களையும் பல பன்னாட்டு நிறுவனங்கள் அங்கெல்லாம் ஏற்படுத்தி வருகின்றன. உலகின் பல பகுதிகளிலிருந்து மாணவர்கள் வந்து படிப்பதால், புனே போன்ற நகரங்கள், சர்வதேசக் கல்வி மையங்களாக வளர்ந்து வருகின்றன.

தொழில் மையங்களின் வளர்ச்சியானது சம்பந்தப்பட்ட தொழில்களோடு மட்டும் நின்றுவிடாமல், மையங்களைச் சுற்றியுள்ள சமூகங்கள் முன்னேற்றம் அடைய அடித்தளம் அமைத்துக் கொடுக்கின்றன. தொழில் மையங்கள் வளர, வளர அவற்றைச் சுற்றியுள்ள பகுதிகளில் கல்விக் கூடங்கள், கட்டமைப்பு வசதிகள் ஆகியவை பெருகுகின்றன. அந்தவிதமான வசதிகளை உருவாக்குவதில் அந்தந்தப் பகுதிகளைச் சார்ந்த தொழில் முனைவோர்கள், சமூகத் தலைவர்கள் மற்றும் நல்லெண்ணம் கொண்டவர்கள் முக்கியப் பங்கு வகிக்கின்றனர். நாட்டில் தொழில்கள் வளர்ந்துள்ள இடங்களில் எல்லாம் கல்விக் கூடங்களும் சமூகத்துக்குத் தேவையான பல வசதிகளும் தொழில்முனைவோரால் ஏற்படுத்தப்பட்டுள்ளன. அதனால் அந்த இடங்களில் கல்வி பெருகி சமூகம் வளர்ச்சி அடைகிறது. கோயம்புத்தூர் நகரம் இன்று குறிப்பிடத்தக்க கல்வி மையமாக உருவாவதற்கு அங்கு ஏற்பட்ட தொழில் வளர்ச்சி முக்கியக் காரணமாகும்.

சில இடங்களில் தொழில் மையங்களைச் சேர்ந்த தொழில் முனைவோர்களால் ஏற்படுத்தப்பட்ட அரசு சாரா அமைப்புகள், அரசாங்கங்கள் செய்யவேண்டிய வேலைகளைத் தாமே எடுத்து நல்ல முறையில் செய்துவருகின்றன. கோவையில் செயல்பட்டு வரும் 'சிறுதுளி' என்னும் அமைப்பு கொங்கு நாட்டின் தொன்மையான நதியான நொய்யலை தூர் வாரி, ஓடிவரும் நீரை வீணாகாமல் குளங்களில் தேக்கி, அதன் மூலம் கோவைப் பகுதி மக்களின் நீர்

வளத்தை அதிகரிக்கச் செய்யும் பணியில் ஈடுபட்டுள்ளது. கடந்த ஆண்டுகளில் அவ்வமைப்பு செய்த பணியின் காரணமாக பெருமளவு பயன் கிட்டியுள்ளது. திருப்பூரில் ஆரம்பிக்கப்பட்ட 'வளம்' என்னும் அமைப்பு அப்பகுதியில் உள்ள சாலைகள், பாலம் உள்ளிட்ட கட்டமைப்பு வசதிகளை மேம்படுத்தவும் உருவாக்கவும் முனைந்து அதற்கான பணிகளில் வெற்றிகரமாக ஈடுபட்டு வருகிறது.

அந்த மாதிரி அமைப்புகள் அரசாங்கங்கள் செய்ய வேண்டிய வேலைகளை தாங்களே எடுத்துக் கொண்டு மக்களை ஒன்று சேர்த்து தேவையான நிதிகளைத் திரட்டி சேவைகளைச் செய்கின்றன. அதற்கான அமைப்புகள் மூலம் மட்டுமின்றி, தொழில் மையங்களைச் சேர்ந்த பலர் தனியாகத் தங்கள் பெயரிலும் குடும்பங்கள் மற்றும் சமூக, கலாசார அமைப்புகளின் பெயர்களிலும் பலவிதமான நல்ல காரியங்களைச் செய்து வருகின்றனர்.

எனவே பல்வேறு வகைகளிலும் தொழில் மையங்கள் ஆற்றும் பணி மகத்தானதாகும். அவை படிப்பறிவு அதிகமில்லாத சாதாரண மக்களால், அரசாங்க உதவிகளை நாடாமல் கடும் உழைப்பின் மூலம் உருவாக்கப்பட்டு, பொருளாதாரத்துக்குப் பெரும் பங்கினை ஆற்றுகின்றன. சர்வதேசத் தரத்தில் பொருட்களை உற்பத்தி செய்து, உலகின் பல பகுதிகளிலும் நாட்டுக்கென பெயரை உருவாக்கி, அந்நியச் செலாவணியை ஈட்டித் தருகின்றன. மேலும் தமது பகுதிகளின் சமூக, கட்டமைப்பு வளர்ச்சிக்குத் தேவையான பணிகளைத் தாங்களே முன்னின்று பொறுப்பேற்று நடத்துகின்றன. ஆகையால் இந்தியப் பொருளாதார வளர்ச்சியில் இம்மையங்களின் பங்கு மிக முக்கியமானதாகும்.

பொருளாதார வளர்ச்சியில் குடும்பம் சார்ந்த தொழில்களின் பங்கு

1993-94 முதல் 2001-02 வரையான வருடங்களுக்கிடையில் குடும்பம் சார்ந்த பிரிவுகளைச் சேர்ந்த எட்டு முக்கிய தொழில்கள் மட்டும் சராசரியாக 14 சதவிகிதத்துக்கு மேல் வளர்ந்துள்ளன. அந்தத் தொழில்களில் முக்கியப் பங்கு வகிக்கும் நிறுவனங்கள் எல்லாம் பெரிய கம்பெனிகள் அல்ல. அவை சாதாரண மக்களால் நடத்தப்படும் சிறு மற்றும் நடுத்தரத் தொழில்கள்தாம்.

பொருளாதாரத்தின் மற்ற அங்கங்களோடு ஒப்பிடும்போது குடும்பம் சார்ந்த அமைப்புகளின் பங்கு மிக முக்கியமானதாகும்.

நாட்டு வருமானத்தில் சுமார் 57 சதவிகிதத்தை அவைதான் கொடுக்கின்றன. அதே சமயம் கல்விக் கூடங்களிலும் ஊடகங் களிலும் அதிகம் பேசப்படுகின்ற கம்பெனிகள் வெறும் 14-15 சதவிகிதத்தை மட்டுமே தமது பங்காகக் கொடுக்கின்றன. சேமிப்பு என்று எடுத்துக்கொண்டால் மொத்தப் பொருளாதார உற்பத்தியில் சுமார் 8 சதவிகிதத்தை மட்டுமே கம்பெனிகள் கொடுக்கின்றன. ஆனால் குடும்பங்கள் மற்றும் அவை சார்ந்த தொழில்கள் சுமார் 24 சதவிகிதம் அளவு அளிக்கின்றன. எனவே எந்த வகையில் பார்த்தாலும் கம்பெனிகள் அல்லாத குடும்பம் சார்ந்த தொழில் அமைப்புகள் இந்தியப் பொருளாதார அமைப்பில் மிக முக்கியப் பங்கினை வகிக்கின்றன. ஆனால் அந்தத் துறைக்கான உரிய இடத்தை நாம் கொடுக்கத் தவறியுள்ளோம்.

அமெரிக்கா, இங்கிலாந்து போன்ற நாடுகளில் கம்பெனிகள் முக்கியப் பங்கை வகிப்பதால், நமது நாட்டிலும் நிலைமை அப்படியே உள்ளது என நாம் தவறாக நினைத்துக்கொண்டு, கம்பெனிகளைப் பற்றி மட்டுமே அதிகம் பெருமையாகப் பேசுகிறோம். குடும்பம் சார்ந்த மற்ற அமைப்புகளைக் கண்டு கொள்வதே இல்லை. இது பொருளாதார நிபுணர்கள், அதிகாரிகள் மற்றும் கல்வியாளர்களிடையே உள்ள முக்கியக் குறைபாடாகும்.

6. சமூகச் சார்பும் சமூக மூலதனமும்

இந்தியா, குடும்பங்களாலும் அதையொட்டிய சமூகங்களாலும் பிணைக்கப்பட்டது. இங்கு குடும்பங்கள் நெருங்கிய உறவுகளாக விரிந்து, அந்த உறவுகள் சங்கிலித் தொடர்களாகப் பெருகிய வாழ்க்கை முறையே அமைந்துள்ளது. அதனால் உலகிலேயே அதிக அளவில் சொந்தங்களையும் உறவுகளையும் கொண்டவர் களாக இருப்பது இந்தியர்களாகத்தான் இருக்கும் என்று கருதத் தோன்றுகிறது. சொந்தங்களைத் தவிர நண்பர்கள், கூட இருப்ப வர்கள், கூட இருந்தவர்கள், ஒரே பகுதியைச் சேர்ந்தவர்கள், பல்வேறு வகைகளில் நெருங்கி அறிமுகமானவர்கள் என பழக்கத்தைப் பொருத்து நெருங்கிய தொடர்புகள் அதிகரித்துக் கொண்டே செல்கின்றன.

இந்தியக் கலாசாரம், அறிமுகமே இல்லாதவர்களையும் விருந் தினர்களாக உபசரிக்கும் உயரிய தன்மை உடையது. தங்களுக்கு எவ்வளவு சிரமங்கள் ஏற்பட்டாலும் வந்த விருந்தினரைச் சிறப்பான முறையில் உபசரிப்பதை அத்தியாவசியமான கடமை

யாகக் கொண்டது. பசியுடன் இருப்பவர்கள் யாராக இருந்தாலும் அவர்கள் தானாகவே வீட்டுக்குள் வந்து உரிமையுடன் உணவை எடுத்து உண்ணலாம் என்னும் பழக்கம் நெடுங்காலமாகவே நாட்டின் பல பகுதிகளில் நடைமுறையில் இருந்துள்ளது. வரலாற்றின் பல கால கட்டங்களில் அந்நிய நாடுகளில் இருந்த மக்கள் துன்புறுத்தப்பட்டு அங்கு வாழ வழியில்லாமல் துரத்தி அடிக்கப்பட்டபோது, அவர்களுக்கு அடைக்கலம் கொடுத்து உதவிய பெருமையைக் கொண்டது இந்தியக் கலாசாரம்.

மக்களினம் முழுமையுமே ஒரே குடும்பமாகக் கருதவேண்டும் என ஆண்டாண்டு காலமாக இந்தியக் கலாசாரம் போதித்து வருகிறது. அதைத்தான் கணியன் பூங்குன்றனார் 'யாதும் ஊரே யாவரும் கேளிர்' என்று பல நூற்றாண்டுகளுக்கு முன்னமே கூறியிருந்தார். எனவே அடுத்தவர்களை மதிப்பதையும் அனைவரையும் இணையாகப் பாவிப்பதையும் பழங்காலந்தொட்டே நாம் இயற்கையான குணங்களாகக் கொண்டுள்ளோம்.

குடும்ப அமைப்பானது, தமது உறுப்பினர்களுக்குப் பொறுப் பேற்று, அவர்களைப் பராமரிப்பதை அத்தியாவசியமான கடமையாகக் கொண்டுள்ளது. நவீன வாழ்க்கையில், வீட்டில் வயதான பெரியவர்களுடனும் பெற்றோர்களுடனும் கூடி வாழ்வது பல சமயங்களில் முடியாமல் உள்ளது. பெற்றோர்கள் தனிமைப்படுத்தப்பட்டு வருவதும் ஆங்காங்கே கொஞ்சம் கொஞ்சமாக நிகழ்ந்து வருகிறது. ஆயினும் இன்னமும் குடும்ப வாழ்க்கை முறை பெரிதும் பாதுகாக்கப்பட்டு வருகிறது. நெருங்கிய உறவுமுறைகளாலும் கலாசாரத் தொடர்புகளாலும் சமூகம் சார்ந்த வாழ்க்கை முறையே வாழ்வின் அடிப்படை அம்சமாக இருந்து வருகிறது. எனவே மக்கள் தனித்தனிக் குடும்பங்களாக வாழாமல், சிறியதும் பெரியதுமான சமூகங்க ளாகவே இன்னமும் வாழ்ந்து வருகின்றனர்.

மக்கள் சமூகங்களாக வாழ்வதால் அரசாங்கத்துக்கு மக்களைப் பாதுகாக்க வேண்டிய பொறுப்பு குறைவாகவே உள்ளது. அதனால் அரசின் பொருளாதாரச் சுமையும் பெரிய அளவில் குறைகிறது. மேற்கத்திய நாடுகளில் அரசாங்கங்களின் மிகப் பெரிய பொருளா தாரச் சுமையே சமூகப் பாதுகாப்புதான். இந்தியாவில் அவ்விதச் செலவுகள் மிக மிகக் குறைவு. மேலும் உறவுகளால் பிணைக்கப் பட்ட வாழ்க்கை முறையே பெரும்பாலும் நிலவி வருவதால் சமூகங்களில் குற்றங்கள் குறைவாக உள்ளன. பல சமயங்களில்

மக்களிடம் எழக்கூடிய பிரச்னைகளும் பேசித் தீர்த்துக் கொள்ளப் படுகின்றன. எனவே சமூகத்தில் பெருமளவு அமைதி நிலவுகிறது. அதனால் சமூக ஒழுங்கை நிலைநாட்ட அரசாங்கங்கள் செய்ய வேண்டிய செலவு குறைவாக உள்ளது.

தமிழகத்தின் கிழக்குக் கடற்கரை ஓரமாக சென்னையிலிருந்து தூத்துக்குடி வரை கடலோரப் பகுதிகளில் வசித்து வரும் பெரும் பான்மை மீனவர்கள் 'பட்டினவர்' சமூகத்தைச் சேர்ந்தவர்கள். அவர்கள் அம்மனையும் கடல் தாயையும் வழிபடும் நெருங்கிய உறவுகளைக் கொண்ட மக்கள். ஒவ்வொரு கிராமத்திலும் தங்கள் ஊரைச் சேர்ந்த ஒருவரைத் தலைவராகத் தேர்ந்தெடுத்து அவரை 'நாட்டார்' என அழைக்கின்றனர். குடும்பப் பின்னணி, நாணயம் போன்ற குணங்களின் அடிப்படையில் அவர் தேர்ந்தெடுக்கப் படுகிறார். கிராமம் சம்பந்தமான முக்கிய முடிவுகள் அனைத்தும் அவர் தலைமையில்தான் எடுக்கப்படுகின்றன. அக்கிராமங்களில் இருந்து வழக்குகள் காவல் நிலையங்களுக்குச் செல்வது இல்லை என்றே சொல்லலாம். உடல்நிலை சரியின்றி ஒருவர் கடலுக்குள் செல்ல இயலாத நேரங்களில், அவரது குடும்பத்துக்கு கிராமமே உதவி செய்கிறது. அவ்வாறே ஒருவரது படகு காணாமல் போய் விட்டால் மற்ற மீனவர்கள் அனைவரும் அதை மீட்கவும், முடிய வில்லை என்றால் புதியதாக வாங்கவும் உதவி செய்கின்றனர். இயலாத காலங்களில் ஒருவருக்கு மற்றவர் கொடுத்து உதவும் பழக்கம் அவர்கள் வாழ்க்கை முறையிலேயே அமைந்துள்ளது.

அவ்வாறு நெருக்கமாக வாழும் கிராமங்கள், சமூக மற்றும் பொருளாதார ரீதியாக முழுவதும் சுயேச்சையாக இயங்குவதால் அரசுக்கு எவ்விதச் சுமையையும் கொடுப்பதில்லை. சமூக ஒழுங்கைப் பராமரிப்பதையும் பொருளாதார முன்னேற்றத்தையும் அவர்களே பார்த்துக்கொள்கின்றனர். அதனால் நிர்வாக அமைப்பு களுக்கும் நீதிமன்றங்களுக்கும் அவர்கள் வேலையே கொடுப்ப தில்லை. நாடு முழுவதும் பரவலாக இன்னமும் அமைதி நிலைத் திருப்பதற்கு ஆங்காங்கு வாழும் பல்வேறு சமூகங்களின் கட்டுப் பாடும் ஒழுங்குமே காரணமாக அமைகின்றன. இந்தியக் கலாசாரம் காலங்காலமாகவே சகிப்புத் தன்மை, அடுத்தவர்களை மதிக்கும் பண்பு, கூடி வாழும் நோக்கு ஆகிய பண்புகளை தன்னகத்தே கொண்டுள்ளதால் சமூக ஒழுங்கும் அமைதியும் இயல்பாக அமைந் துள்ளது. அந்தச் சூழ்நிலையே பொருளாதார வளர்ச்சிக்கும் அடித்தளமாக அமைகிறது.

சமூகத்தின் பல்வேறு பிரிவு மக்களும் தங்களுக்குள் பொதுவான நியதிகளை ஏற்படுத்திக்கொண்டு, ஒருவருக்கொருவர் இசைந்து, ஒட்டுமொத்த நலன்களுக்காக ஒன்றுபட்டுச் செயல்படுமாறு வாழ்க்கை முறைகளை அமைத்துக் கொள்ளும் தன்மையே சமூக மூலதனம் என்று சொல்லப்படுகிறது. அதை நிதி மூலதனத்தைப் போலச் சரியாகக் கணக்கிடுவது சிரமம். ஆனால் அதன் பயன் பாடுகள் மற்ற எல்லா மூலதனங்களை விடவும் அதிகம். அதிகமான பொருள் வசதிகளும், படிப்பு முதலான பெரிய தகுதிகளும் இருந்தாலும்கூட, இசைந்து வாழும் தன்மை இல்லை என்றால் தனி வாழ்க்கை பாதிக்கப்படுகிறது. அதனால் சுற்றி இருப்பவர்களுக்கும் நெருங்கி வாழ்பவர்களுக்கும் பாதிப்புகள் ஏற்படுகின்றன. அதுவே அதிகமாகும்போது நாடே பாதிக்கப்படுகிறது. சமூகங்களில் ஒழுங்கின்மை அதிகரித்து அமைதி கெடுகிறது. வாழ்க்கை என்பது பயம் நிறைந்ததாகவும் நிம்மதியற்றதாகவும் ஆகிறது.

சமூக மூலதனம் மற்றும் சமூகத்தில் மக்களிடையே பரஸ்பரம் நிலவும் நம்பிக்கை ஆகியவை குறித்து மேற்கத்திய நாடுகளில் கடந்த சில ஆண்டுகளாக நிறைய ஆய்வுகள் மேற்கொள்ளப்பட்டு வருகின்றன. அவை இரண்டும் சமூக அமைதிக்கு மட்டுமின்றி பொருளாதார வளர்ச்சிக்கும் அடிப்படையாக அமைந்துள்ளன என்பதை அந்த ஆய்வுகள் வெளிப்படுத்துகின்றன. வேறுபாடுகள் குறைந்து இசைந்து வாழும் சமூகங்களில் பொருளாதார அடித்தளம் நன்றாகவும், பொருளாதார வளர்ச்சி அதிகமாகவும் இருக்கும் என அறிஞர்கள் தெரிவிக்கின்றனர். அந்த வகையில் நமது நாட்டில் மக்கள் பழங்காலந்தொட்டே இணைந்து வாழும் வாழ்க்கை முறைகளை அமைத்து வாழ்ந்து வந்திருக்கின்றனர். அதனால்தான் கிராமங்கள்கூட வெளியாரைச் சார்ந்து நிற்க வேண்டிய அவசியமில்லாத சுயச்சார்பு பெற்ற சமூகங்களாக பண்டைய காலந்தொட்டே இருந்து வந்துள்ளன.

நமது நாட்டில் மக்களுக்கிடையே மொழி, உடை மற்றும் உணவு உள்ளிட்ட பல விஷயங்களில் நிறைய வேறுபாடுகள் இருந்தா லும் மக்களிடம் இசைந்து வாழும் தன்மை அதிகமாக உள்ளது. தங்களுக்குள்ளும் மற்றவர்களுடனும் ஒத்துப்போகும் தன்மை யும் இயல்பாக உள்ளது.

அண்மைக் காலங்களில் பல நிபுணர்கள் தொழில் மற்றும் வியா பாரத் துறைகளில் பல்வேறு ஜாதிகள் முக்கியப் பங்காற்றுவதாக

எடுத்துக் கூறியுள்ளனர். உதாரணமாக சர்வதேச அளவில் வைர வியாபாரத்தைக் கொண்டு சென்றதில் குஜராத்தைச் சேர்ந்த பாலன்பூரி ஜெயின்கள் மற்றும் படேல்கள் ஆற்றிய பங்கினை அவர்கள் எடுத்து வைக்கின்றனர். அந்த ஜாதிகளின் வியாபார நுணுக்கம், இணைந்து செயல்படும் தன்மை மற்றும் கடின உழைப்பின் மூலமாகவே அந்தச் சாதனை சாத்தியமாகியுள்ளது என அவர்கள் உறுதிப்படுத்துகின்றனர்.

தொழில் மற்றும் வர்த்தகத்தில் பாரம்பரியமாக ஈடுபட்டு வந்த வணிக ஜாதிகள் அண்மைக்காலத்தில்கூட அதிக அளவில் தொழில்களைத் தம் வசம் வைத்திருந்தன. வடநாட்டில் அதிகமாக அகர்வால் மற்றும் குப்தா, தெற்கில் செட்டியார்கள், மேற்கில் பார்சிகள், குஜராத்தி ஜெயின்கள் மற்றும் பனியாக்கள், முஸ்லிம் கோஜா மற்றும் மேமான்கள், கிழக்கில் மார்வாடிகள் என குறிப்பிட்ட சமூகங்கள் தொழில்களில் முக்கியப் பங்கு வகுத்தன என மேலாண்மை நிபுணர் குருசரண் தாஸ் தெரிவிக்கிறார். 1997-ம் வருடம் இந்தியாவில் இருந்த பெரிய இருபது தொழில் நிறுவனக் குழுமங்களில் பதினைந்து வணிக ஜாதிகளின் கைகளிலும், அதிலும் எட்டு குழுமங்கள், மார்வாடிகளிடமும் இருந்ததாக ஒரு கணக்கெடுப்பு கூறுகிறது. இப்போதும்கூட குறிப்பிட்ட தொழில்களிலும் வியாபாரங்களிலும் சில வணிக ஜாதிகளின் தாக்கம் அதிகமாக உள்ளதைக் காண முடிகிறது.

அதே சமயம் கடந்த 50 ஆண்டுகளில் வணிக ஜாதிகள் அல்லாத பலவேறு ஜாதிகள் வெவ்வேறு தொழில்களில் அதிக அளவில் நுழைந்து அவற்றில் குறிப்பிடத்தக்க வெற்றியும் கண்டு வருகின் றன. மேலும் அந்த ஜாதிகளைச் சேர்ந்த மக்களில் பலர் தத்தம் தொழில்கள் மூலம் தங்களுக்கென ஒரு பெயரையும் பெற்று வருகின்றனர். பிற்பட்ட வகுப்பினர் பட்டியலைச் சேர்ந்த படேல், கவுண்டர், நாடார், நாயுடு, ரெட்டி, ஈழவர் உள்ளிட்ட ஜாதிகளைச் சேர்ந்த தொழில்முனைவோர்கள் குறிப்பிடத்தக்க இடத்தை தொழில் மற்றும் வியாபாரத் துறைகளில் தற்போது வகிக்கிறார்கள். அவற்றில் பெரும்பாலான ஜாதிகள் பரம்பரையாக விவசாயம் மற்றும் விவசாயம் சார்ந்த தொழில்களைச் செய்தவர் கள். வறட்சி, வயிற்றுப் பிழைப்பு, வாழ்க்கையில் முன்னேறும் உத்வேகம் போன்ற பல்வேறு காரணங்களுக்காகத் தொழில்களில் நுழைந்து, இன்று சர்வதேச அளவில் தம் முத்திரையைப் பதித்துக் கொண்டிருக்கிறார்கள். கடந்த சில வருடங்களில் குடும்பம் சார்ந்த

தொழில்களிலும் தொழில் மையங்களிலும் ஏற்பட்ட மகத்தான வளர்ச்சியை நடத்திச் சென்றவர்களில் அவர்கள் முக்கியமான பணிகளை வகிக்கின்றனர்.

வணிக ஜாதி அல்லாத அவர்கள், தங்களுக்கு எல்லாத் தொழில் களுமே கைவந்த கலை என்று சொல்லும் அளவுக்கு பல தொழில் களில் ஈடுபட்டு அவற்றை சிறப்பாகச் செய்து வருகின்றனர். வைர வியாபாரம், இயந்திரத் தயாரிப்பு, ஜவுளி உற்பத்தி, ஜவுளி ஏற்று மதி, போக்குவரத்து, ஆழ்துளைக் கிணறு தோண்டும் தொழில்கள், அச்சகத் தொழில்கள், பட்டாசு, தீப்பெட்டி தயாரிப்பு, கோழிப் பண்ணை, சில்லறை வியாபாரம் என சம்பந்தமில்லாத புதுப்புதுத் தொழில்களில் நுழைந்து தங்களின் திறமையைக் காட்டி வருகின்ற னர். இவற்றில் சில தொழில்களை பிற வணிக ஜாதிகளிடமிருந்து அவர்கள் கற்றுக் கொண்டாலும், நிறைய தொழில்களில் தாங்களே பெரிய அளவில் முனைந்து ஈடுபட்டு வெற்றி கண்டு வருகின்றனர். அவர்களின் கடின உழைப்பு, தொழில் முனைப்பில் வேகம், துணிச்சலான போக்கு, நிர்வாகத் திறன் ஆகிய குனங்களால், பாரம்பரியமான வணிகத் தொழில்களில்கூட சில சமயங்களில் வணிக ஜாதிகளையும் முந்திக்கொண்டு சென்றுவிட்டனர்.

தம் மாநிலத்திலிருந்து வெளியேறி வேறு பகுதிகளில் குடியேறிய விவசாய ஜாதிகளும் அந்தந்தப் பகுதிகளில் பல தொழில்களில் நல்ல முன்னேற்றம் கண்டுள்ளனர். மேலும், அந்தப் பகுதிகளின் கலாசாரத்தோடு ஒன்றி அவற்றின் பொருளாதார முன்னேற்றத் துக்குத் தங்கள் பங்கை சீரிய முறையில் அளித்து வருகின்றனர். தமிழ்நாட்டை எடுத்துக் கொண்டால், கம்மா நாயுடு, ராஜு, ரெட்டியார் ஜாதிகளைச் சேர்ந்த தெலுங்கைத் தாய்மொழியாகக் கொண்ட மக்கள், விவசாயத்திலிருந்து வேறு தொழில்களுக்கு மாறி அவற்றில் நல்ல முன்னேற்றத்தைக் கண்டுள்ளனர்.

உதாரணமாக கோவைப் பகுதியைச் சேர்ந்த நாயுடு ஜாதியினர் ஜவுளி, வார்ப்பு ஆலைகள், பம்பு செட் உற்பத்தி உள்ளிட்ட பல தொழில்களில் தம் முத்திரையைப் பதித்துள்ளனர். அதேபோல் ராஜபாளையம் பகுதியின் ராஜுக்கள் ஜவுளித் துறையிலும், திருச்சி உள்ளிட்ட பகுதிகளின் ரெட்டியார்கள் உணவு விடுதி மற்றும் போக்குவரத்துத் தொழிலிலும் தமக்கென ஒரு தனி இடத்தைப் பிடித்துள்ளனர். ரெட்டியார் ஜாதி மக்கள் மாநிலம் முழுதும் பல இடங்களிலும், மாநிலத்துக்கு வெளியேயும் உணவு விடுதிகளை மிகவும் வெற்றிகரமான முறையில் நடத்தி வருகின்றனர்.

புதிய தொழில்கள் உருவாக்கம்

விவசாயம் மற்றும் அதைச் சார்ந்த தொழில்களைப் பிரதான மாகக் கொண்டிருந்த ஜாதிகளிலிருந்து வந்த மக்கள் பல புதுத் தொழில்களை உருவாக்கி அவற்றில் நல்ல வளர்ச்சி கண்டு தமக்கென ஒரு பெயரையும் உருவாக்கிக் கொண்டுள்ளனர். உதாரணமாக தமிழ்நாட்டில் நாமக்கல் மாவட்டத்தைச் சேர்ந்த திருச்செங்கோடு பகுதியை எடுத்துக்கொள்வோம். இன்று நாடு முழுவதும ஆழ்துளைக் கிணறு தோண்டும் (ரிக்) தொழிலில் திருச்செங்கோடு மிகவும் பிரபலமான பெயர். அந்தத் தொழில் அங்கு எப்படி வந்தது என்பதைப் பார்த்தால் நம்மை ஆச்சரியப் பட வைக்கும் செய்திகள் கிடைக்கின்றன.

1960-களில் திருச்செங்கோடு பகுதிகளில் கடுமையான தண்ணீர்ப் பற்றாக்குறை நிலவியது. அங்கு விவசாயத்தைத் தொழிலாகக் கொண்ட கவுண்டர் ஜாதியினர் அதிகம் வசிக்கின்றனர். தம் நிலத்தில் கிணறு தோண்ட, ஒருசிலர் ஒன்றுசேர்ந்து முதன்முதலாக ஓர் ஆழ்துளைக் கிணறு தோண்டும் இயந்திரத்தை வெளியில் இருந்து விலைக்கு வாங்கினர். அப்போது தம் பகுதியில் உள்ள பிறருக்கும் அந்த இயந்திரத்துக்கான தேவை இருப்பதை அறிந்தனர். எனவே பிறருடைய நிலங்களில் ஆழ்துளைக் கிணறுகளை அமைக்க வாடகைக்கு எடுத்துச் சென்றனர்.

அதைப் பார்த்த அந்தப் பகுதியைச் சேர்ந்த வேறு சிலர், குழுக்க ளாகச் சேர்ந்து மேலும் சில இயந்திரங்களை வாங்கினர். தண்ணீர்ப் பற்றாக்குறை நிலவிய பிற பகுதிகளிலிருந்தும், வேறு மாநிலங் களிலிருந்தும் அவர்களது தொழிலுக்கு வாய்ப்புகள் அதிகரித்தன. அதனால் அவர்கள் கர்நாடகா, ஆந்திரா, மத்தியப் பிரதேசம், மகாராஷ்டிரா, ராஜஸ்தான், ஒரிஸ்ஸா என நாட்டின் பல மாநிலங்களுக்கும் ஆழ்துளைக் கிணறுகள் தோண்டச் சென்றனர். அதன் மூலம் நாடு முழுவதும் தங்களின் தொழில்களைப் பெருக்கினர். சில மாநிலங்களில் தீவிரமான தண்ணீர் பற்றாக்குறை ஏற்பட்டபோது, அங்கிருந்த ஆட்சியாளர்கள் அவர்களை நாடிவந்து கிணறு தோண்ட வருமாறு அவர்களை அழைத்தனர். அவர்கள் அங்கு குழுக்களாகச் சென்று குறுகிய காலத்தில் தண்ணீர் பிரச்னையைச் சமாளித்தனர். இவ்வாறு ஆட்சியாளர்களும் அதிகார வர்க்கமும் சமாளிக்க முடியாத பிரச்னைகளுக்கு கைகொடுத்து உதவியவர்கள் திருச்செங்கோடு ரிக் தொழில்முனைவோர்கள்.

அந்தத் தொழிலை ஆரம்பித்து நடத்தியவர்களுக்கு பெரிய படிப்பு கிடையாது. ஆனால் தங்களது புத்திக் கூர்மையால் தொழில் அமைப்பு முறையைத் தங்களுக்குப் பொருத்தமான வகையில் அமைத்துக்கொண்டனர். ஆரம்பத்தில், பெரும்பாலும் இரண்டு அல்லது அதற்கு மேற்பட்டோர் சேர்ந்து கூட்டுத் தொழிலாகவே தொடங்கினர். அதற்குக் காரணம் ஆரம்ப காலங்களில் ரிக் இயந்திரங்களை வாங்குவதற்கு தேவையான முதலீட்டை ஒருவரால் மட்டுமே போட முடியாத நிலைமை இருந்ததுதான். தொழிலோ புதிது. பின்னர் தொழில் பெருகப் பெருக, வெளி மாநிலங்களுக்குச் சென்று இருக்கவேண்டிய சூழ்நிலை. வருடம் முழுவதும் ஒருவர் மட்டும் ஊருக்கு வெளியே இருந்தால் அவரால் குடும்பத்தைக் கவனிப்பது கஷ்டம். தொழிலில் பங்குதாரர் இருந்தால் மாறி மாறி ஊருக்கு வந்து செல்லமுடியும். அதற்கு, பரஸ்பரம் நம்பிக்கையுடைய பங்குதாரர்கள் இருந்தால்தான் பொருத்தமாக இருக்கும்.

அதனால் பல சமயங்களில் பணத்தைத் தனியாக முதலீடு செய்யும் நிலையில் இருந்தவர்கள்கூட தனக்கு நம்பிக்கை உடையவர்களைப் பங்குதாரர்களாகச் சேர்த்துக்கொண்டனர். அதிலும், பங்குதாரர்களில் அதிகம் பேர் நெருங்கிய நண்பர் களாகவே அமைந்தனர். இன்று அவர்கள், இந்தியாவைத் தாண்டி ஆப்பிரிக்காவிலும் தமது தொழிலைச் செய்து வருகின்றனர்.

ஜாதிகளின் சமூக மூலதனம், தொழில்களின் பலம்

ஜாதி உறவுகள் தொழில் வளர்ச்சிக்குப் பல வகைகளிலும் உதவுவ தாக நிபுணர்கள் கூறுகின்றனர். எந்தத் தொழிலை நடத்துவதற்கும் நம்பிக்கையான ஆட்கள் தேவை. இயற்கையாகவே மனிதன் தன்னையும் தன்னுடைய குடும்பத்தையும், அதற்கடுத்து நன்றாகத் தெரிந்தவர்களையும் அதிகம் நம்புகிறான். அதனால் தனக்கு ஆட்கள் தேவைப்படும்போது, முதலில் தன்னுடைய சுற்றத்தாரை யும் உறவுகளையுமே அணுகுகிறான். அவ்வாறுதான் சுற்றங்கள் தொழில்களுக்குள் வருகின்றன. பின்னர் சில வருடங்களில் அந்தச் சுற்றங்களே தொழில்களை அமைக்கின்றன. தொழில்கள் பெருகப் பெருக அவற்றில் குறிப்பிட்ட சில ஜாதிகளைச் சேர்ந்தவர்களே அதிக எண்ணிக்கையில் இருக்கும் நிலை ஏற்படுகிறது. அவர்கள் அனைவரும் ஒருவருக்கொருவர் நேரடியாகவோ அல்லது மற்றவர் மூலம் நெருங்கிய தொடர்பு கொண்டோ இருப்பதால் ஒருவரை ஒருவர் நம்புகின்றனர். அந்த நம்பிக்கைதான் இன்று

தொழில் வளர்வதற்கு மிகவும் அத்தியாவசியமாக தேவைப் படுகிறது. அதனால் கொடுக்கல் வாங்கல் எளிதாகிறது.

உதாரணமாக ஒருவருக்கு அவசரமாக 20 லட்ச ரூபாய் தேவைப் படுகிறது என்று வைத்துக்கொள்வோம். அவர் உடனே தொழிலில் உள்ள தனது மாமாவுக்குத் விஷயத்தைச் சொல்கிறார். அடுத்த சில மணி நேரங்களில் பணம் வந்து சேர்கிறது. அதற்கு எந்தச் செலவும் ஆவதில்லை. பல சமயங்களில் அவர் தனது மாமாவுக்கு எந்த வட்டியும் கொடுக்கமாட்டார். ஏனெனில் எப்போது வேண்டு மானாலும், தனது மாமாவுக்கு தேவைப்படும் நேரத்தில் அவர் உதவிகளை செய்வார். இந்த வகைச் செயல்பாடுகளால் நிதி திரட்டுவதற்கான பரிவர்த்தனைச் செலவு இல்லாமல் போகிறது. அல்லது மிகவும் குறைவாக இருக்கிறது.

ஒவ்வொரு தொழிலிலும் நிதியைத் திரட்டுவதுதான் கஷ்டமான காரியம். தேவையான நிதியைத் திரட்டும்போது ஏற்படும் செலவுகள் தவிர்க்கமுடியாதவை. அந்த வகைச் செலவுகள் பிறநாடுகளில் சந்தை நிலவரத்தை ஒட்டி அமையும். அதனால் பல சமயங்களில் அங்கெல்லாம் அதிக வட்டி கொடுத்துத்தான் கடன் வாங்கி தொழிலை ஆரம்பிக்கவோ அல்லது நடத்தவோ முடியும். உறவுகள் நெருக்கமாக இருக்கும்போது சுலபமாக நிதி திரட்டப்பட்டு அந்தவிதச் செலவுகள் குறைகின்றன. அதனால் பொருட்களின் உற்பத்திச் செலவு குறைந்து, விற்பனை விலையும் குறைகிறது.

ஜாதி உறவுகள் தொடர்பாக உலக வங்கி வெளியிடும் உலக வளர்ச்சி அறிக்கை 2001-ன் கருத்துக்கள் இங்கு குறிப்பிடத்தக்கது. திருப்பூரின் ஜவுளிப் பொருட்கள் சர்வதேசச் சந்தையில் பிற நாட்டுப் பொருட்களுடன் போட்டியிட்டு எவ்வாறு வெற்றி பெறுகிறது என்பது குறித்து அவ்வறிக்கையில் கூறப்பட்டுள்ளது. திருப்பூர் பொருட்கள் நன்கு விற்பனையாவதற்குக் காரணம் அவற்றின் குறைந்த விலை என்றும், விலை குறைவாக இருப்பதற்குக் காரணம் திருப்பூர் உற்பத்தியாளர்கள் தங்களுக்குத் தேவையான நிதியை நெருங்கிய உறவுகள் மூலம் எளிதாகத் திரட்டுவதுதான் என்றும் அவ்வறிக்கை கூறுகிறது.

மக்கள் உறவுகளால் பிணைக்கப்பட்டு இருப்பதால், நிதி உள்ளவர் கள் சமயத்தில் தேவைப்படுகிறவர்களுக்கு கொடுத்து உதவுகிறார் கள். அதனால் நிதி திரட்டத் தேவையான செலவு குறைகிறது என

திருப்பூர் கவுண்டர்களை மேற்கோள் காட்டி அவ்வறிக்கை கூறுகிறது. தொழில்களில் ஒருவருக்கு ஒருவர் கொடுத்து உதவும் தன்மை நாடு முழுவதும் பல ஜாதி மக்கள் இடையேயும் உள்ளது. சில ஜாதிகள் நிதியைக் குறைந்த வட்டியில் கொடுத்து உதவுவதற்கான முறைகளை தங்களுக்குள் வைத்துள்ளன. குஜராத் தொழில் மையங்களைச் சேர்ந்த படேல் சமூகத்தினர் தங்களுக்குத் தேவையான ஆரம்பகால மூலதனத்தைத் தத்தமது பகுதிகளைச் சேர்ந்த மக்களிடையே திரட்டியதாகச் சொல்கின்றனர். தொழிலில் ஒருவருக்கு பெரிய அளவில் நஷ்டம் வரும்போது அதைப் பகிர்ந்துகொள்ளும் தன்மையும் சில ஜாதிகளில் உள்ளது.

அதனால் குறிப்பிட்ட தொழில்களில் ஒருசில குறிப்பிட்ட ஜாதிகளைச் சேர்ந்தவர்கள் அதிகமாக உள்ளனர். அது இயற்கை யான செயல்பாட்டு முறைகளால் அமைந்துள்ளதாகத் தெரிகிறது. அது மட்டுமின்றி குறிப்பிட்ட ஊர்கள் அல்லது பகுதியைச் சேர்ந்தவர்களே சில தொழில்களில் அதிகமாக இருப்பதையும் காணமுடிகிறது. உதாரணமாக, சில கிராமங்களைச் சேர்ந்த ரெட்டியார்களே தமிழகத்தில் உணவு விடுதித் தொழிலில் அதிக மாக உள்ளனர். போரா முஸ்லீம் சமூகத்தினர் பெரும்பாலும் நாடு முழுவதும் இரும்புச் சாமான் வியாபாரத்தில் ஈடுபட்டுள்ளனர்.

எல்லா ஜாதிகளுக்கும் வாய்ப்புகள்

ஆரம்ப காலங்களில் குறிப்பிட்ட சில ஜாதிகளைச் சேர்ந்தவர்கள் தொழில்களை ஆரம்பித்து இருந்தாலும், தொழில்கள் வளர வளர மற்றவர்களும் அவற்றில் ஈடுபடுகின்றனர். எனவே வாய்ப்பும் ஆர்வமும் உள்ள பல்வேறு சமூகங்களைச் சேர்ந்தவர்களும் வெவ்வேறு தொழில்களிலும் ஈடுபடுகின்றனர். உதாரணமாக திருப்பூரை எடுத்துக்கொண்டால், தமிழகத்தின் பல பகுதிகளைச் சேர்ந்தவர்களும் பிற மாநிலத்தவர்களும் அங்கே உள்ள தொழில் களில் இருப்பதைக் காண முடிகிறது. மற்றவர்கள் யாரும் தொழிலில் நுழைவதற்கான தடைகள் எதுவுமில்லை. சில மாநிலங்களில் குறிப்பிட்ட தொழில்களில் மற்ற மாநிலத்தவரே அதிகமாகக் காணப்படுகின்றனர்.

வரலாற்றுக் காரணங்களால் மிகவும் பிற்படுத்தப்பட்டோர் மற்றும் தாழ்த்தப்பட்டோர் எனப் பட்டியலிடப்பட்ட பல சமூகத்தினர் கடந்த சில ஆண்டுகளில், பரவலாக பல பகுதி களிலும், தொழில்களில் ஈடுபட்டு வெற்றியடைந்து வருவது

குறிப்பிடத்தக்க செய்தியாகும். உதாரணமாக கேரளாவைச் சேர்ந்த ஈழவ சமூகத்தினர் பல தொழில்களில் ஈடுபட்டு இன்று தங்கள் பொருளாதார வளத்தைப் பெருக்கிக் கொண்டுள்ளனர். ஆக்ரா உள்ளிட்ட நகரங்களில் ஜாதவ சமூகத்தினர் தோல் சம்பந்தப்பட்ட தொழில்களில் தயாரிப்பு மற்றும் ஏற்றுமதியில் வெற்றிகரமாக ஈடுபட்டுள்ளனர். தமிழகத்தில் தீப்பெட்டி, ஜவுளி உற்பத்தி உள்ளிட்ட தொழில்களில் மிகவும் பிற்படுத்தப் பட்ட மற்றும் தாழ்த்தப்பட்ட சமூகங்களைச் சேர்ந்த பலர் தொழில்களில் ஈடுபட்டு வருகின்றனர்.

அதே சமயம் நாட்டின் பல பகுதிகளிலும் தொழில் உறவுகள் ஜாதி, மதங்களைக் கடந்து நெருக்கமாக இருந்து வருகிறது. வெவ்வேறு ஜாதிகள் மற்றும் சமூகங்களைச் சேர்ந்தவர்கள் பங்குதாரர்களாக இருப்பதும், தொழிலின் பல்வேறு நிலைகளில் இணைந்து செயல்படுவதும் இயற்கையாக நடைபெறுகிறது. தேவை ஏற்படும்போது வித்தியாசமின்றி ஒருவருக்கொருவர் உதவிக் கொள்வது எல்லாப் பகுதிகளிலும் இருந்து வருகிறது. அந்தந்தப் பகுதிகளில் அதிகமாகத் தொழில் புரிந்துவரும் பெரும்பான்மை ஜாதியினர், சிறுபான்மையாக உள்ள மற்ற ஜாதியினருக்குப் பல வகைகளிலும் உதவி செய்வதையும் பார்க்க முடிகிறது. மேலும் இந்துக்கள், முஸ்லீம்கள், கிறிஸ்துவர்கள், பார்சிகள் என பல மதங்களைச் சேர்ந்தவர்களும் இணைந்து தொழில்புரிவதைப் பல இடங்களிலும் காண முடிகிறது.

குஜராத் மாநிலத்தின் பல இடங்களிலும் பட்டங்கள் தயாரிக்கும் தொழிலில் இந்துக்களும் முஸ்லீம்களும் சகோதரர் களாக இணைந்து தொழில் செய்கின்றனர். திண்டுக்கல் தோல் தொழிலில் இந்து, முஸ்லீம், கிறிஸ்துவர் என அனைவரும் சேர்ந்து தொழில் செய்து வருகின்றனர். தொழில் பிணைப்பு கள் அதிகமாகும்போது பிற வித்தியாசங்கள் அனைத்தும் மறைந்து போவதை தொழில் மையங்களில் அதிகமாக உணர முடிகிறது.

எனவே இந்தியச் சமூகங்கள் தனித்தன்மையுடன் செயல்படும் அதே சமயம், மற்ற பிரிவினர்களுடன் நெருக்கமாக இணைந்தும் பணியாற்றி, சமூக மூலதனத்தைப் பெருமளவு பயன்படுத்தி, நாட்டின் பொருளாதார வளர்ச்சியிலும் சமூக அமைதியிலும் பெரும் பங்கு வகிக்கின்றன.

7. சுயச்சார்பு நிலையும் அரசு சாராத் தன்மையும்

இந்திய வாழ்க்கை முறை பழங்காலந்தொட்டே சுற்றியுள்ள சமூகத்துடன் பின்னிப் பிணைந்து அரசு சார்பில்லாமல் இருந்து வந்துள்ளது. மக்கள் தாம் வாழும் பகுதிகளில் தங்களுக்குத் தேவையான வசதிகளை ஏற்படுத்திக்கொள்வதை அரசின் பொறுப்பாகக் கருதாமல் தாங்களே பொறுப்பேற்று தேவையானவற்றை உருவாக்கி வந்ததை வரலாறு வெளிப்படுத்துகிறது. அதனால் அரசர்களே இல்லாத அரசுகள் கூட நட் நாட்டில் பண்டைய காலங்களில் இருந்துள்ளன. அனைத்து கிராமங்களும் தன்னிறைவு பெற்ற முடியாட்சிகளாக விளங்கி வந்ததை பல வெளிநாட்டுப் பயணிகளும் வரலாற்றாசிரியர்களும் ஆச்சரியத்துடன் குறிப்பிட்டுள்ளனர்.

1835-36-ல் சார்லஸ் மெட்கால்ஃப் (Charles Metcalfe) என்னும் ஆங்கிலேயர் இந்தியாவின் நிர்வாகியாகப் பல பதவிகளை வகித்து, பின்னர் (பொறுப்பு) கவர்னர் ஜெனரலாக இருந்தவர். சுயச்சார்புடன் செயல்பட்டு வந்த இந்திய கிராமங்கள் பற்றி அவர் கூறியுள்ள வார்த்தைகள் இங்கு நினைவுகூரத் தக்கவை. 'தாங்கள் விரும்பும் பெரும்பாலான எல்லாவற்றையும் வெளியாரின் உதவியின்றித் தாங்களே உருவாக்கும் குட்டி குடியரசுகளாக இந்த கிராமங்கள் உள்ளன. நாட்டில் வேறு எதுவும் நிலைத்து இருக்காவிட்டாலும், அவை மட்டும் நிலைத்து வந்திருப்பது தெரிகிறது. சாம்ராஜ்யங்கள் ஒன்றன்பின் ஒன்றாக விழுந்துள்ளன. புரட்சிகள் தொடர்ந்து நிகழ்ந்துள்ளன. இந்து, முகலாயர்கள், மராட்டியர், சீக்கியர், ஆங்கிலேயர் என ஆட்சியாளர்கள் மாறியபோதும் கிராமக் குடியரசுகள் அப்படியே இருந்து வந்துள்ளன... எவ்வளவோ புரட்சிகளாலும் மாற்றங்களாலும் இவை பாதிப்புக்கு உள்ளாகியிருந்தாலும், இந்தியாவைக் கட்டிக் காத்து மக்களை மகிழ்ச்சியாக வைத்திருக்கவும், சுதந்தரத்தைப் பெரிய அளவில் அனுபவிக்கவும், தனியான சிறு அரசுகள் போலவே செயல்படும் இந்த கிராமச் சமூகங்களின் தொகுப்புதான் காரணம் என்று நான் கருதுகிறேன்.'

எனவே 19-ம் நூற்றாண்டின் முதல் பாதியில்கூட இந்தியக் கிராமங்கள் சுய நிர்வாகம் செய்துகொண்டிருந்தது மட்டுமின்றி, பொருளாதார அமைப்பு முறையையும் சுயச்சார்புத் தன்மை கொண்டதாக அமைத்துக்கொண்டு செயல்பட்டு வந்ததை மேற்கூறிய வரிகள் படம்பிடித்துக் காட்டுகின்றன. முந்தைய காலப் பொருளாதார முறையானது சுயச்சார்பு நிலையை மையமாக வைத்து உயரிய நெறிகளின் அடிப்படையில் அமைந்திருந்தால்தான் நமது

பொருளாதாரம் நிலைத்த பொருளாதாரமாக விளங்கி வந்துள்ளது என ஜே.சி. குமரப்பா கூறியுள்ளது இங்கே குறிப்பிடத்தக்கது.

ஆங்கிலேயர் ஆட்சிக் காலத்தில் பாரம்பரியமாக இருந்து வந்த சுயச்சார்பு நிலை பெரிதும் அழிக்கப்பட்டது. எதற்கெடுத்தாலும் மக்கள் அரசாங்கத்தைச் சார்ந்து வாழக்கூடிய அந்நிய வழிமுறைகள் அனைத்து நிலைகளிலும் புகுத்தப்பட்டன. அதன் பலனாக சமூக மற்றும் பொருளாதார அமைப்புகளில் பெரிய சீரழிவும் வீழ்ச்சியும் ஏற்பட்டது.

இந்தியா சுதந்தரம் பெற்றபின் மக்களின் சுயச்சார்பு நிலையை மையப்படுத்தி சூழ்நிலைகளைப் பொருத்தமாக அமைத்துக் கொள்ள தொடர்ந்து வந்த ஆட்சியாளர்கள் எந்த முயற்சியையும் மேற்கொள்ளவில்லை. ஆயினும் மக்கள் தாமாகவே பல்வேறு முயற்சிகளில் இறங்கினர். பலவித சிரமங்களுக்கிடையிலும் தமது சொந்தக் கால்களில் நிற்பதற்கு எல்லா வழிகளிலும் ஈடுபட்டனர். அதன் விளைவாக தொழில்கள் பெருகின. தம்மைச் சுற்றியுள்ள பகுதிகளில் தேவையான வசதிகளைத் தாங்களே உருவாக்கிக் கொள்ள பல்வேறு நடவடிக்கைகளில் இறங்கினர். அதன்மூலம் பலவிதமான கட்டமைப்புகளையும் வசதிகளையும் ஏற்படுத்தி தம் சுற்றுப்புறங்களையும் சமூகங்களையும் மேம்படுத்தினர்.

கடந்த அறுபது ஆண்டுகாலப் பொருளாதார வரலாற்றைக் கூர்மையாகப் பார்த்தோமானால், அதில் சமூகங்களின் தாக்கமே பிரதானமாகத் தெரியும். அரசுகளின் சித்தாந்தங்களையும் ஆட்சியாளர்களின் அணுகுமுறைகளையும் மீறி பொருளாதாரம் வளர்ந்து வந்துள்ளது புரியும். படித்தவர்களும் பெரிய பதவிகளில் இருப்பவர்களும் சாதாரண மக்கள் என்று கருதக்கூடிய பெரும்பான்மை இந்தியச் சமூகம், அரசாங்க அமைப்புகளைச் சார்ந்து நிற்காமல் தம்முடைய சுய முயற்சியையும் அடிப்படை குணங்களையும் வைத்து ஆற்றிக்கொண்டிருக்கும் சாதனைகள் அளவிட முடியாதவை.

பாலமேடு மதுரையிலிருந்து சுமார் 25 கிலோமீட்டர் தொலைவில் உள்ள ஒரு கிராமம். அங்கு 8,000-க்கும் மேற்பட்ட மக்கள் வசிக்கிறார்கள். அவர்களில் அதிகமாக இருப்பவர்கள் நாடார் ஜாதியைச் சேர்ந்தவர்கள். தங்களுடைய வருமானத்தை அதிகரிப்பதற்காக அனைவரும் ஒன்றாகச் சேர்ந்து 1960-களில் ஒரு பால்பண்ணையை ஆரம்பித்தனர். தொழில் நன்கு வளர்ந்து

வருமானம் பெருகியது. எனவே தங்களது கிராமத்தில் சில்லறை வியாபாரக் கடை, திரையரங்கு, முடிவெட்டும் நிலையம், கழிவறைகள் என தங்களுக்குத் தேவையான வசதிகளை, பொதுவில் உருவாக்கினர்.

அதைப் பார்த்து அந்த கிராமத்திலுள்ள மற்ற ஜாதிகளைச் சேர்ந்த வர்கள் ஒன்று கூடி அவர்களும் ஒரு பால் பண்ணையை ஆரம் பித்து, அதை நல்லமுறையில் நடத்திவருகின்றனர். அந்த கிராமத்தில் பெரியவர்கள் கூடி பொது பிரச்னைகளைத் தீர்த்து வைக்கின்றனர். கிராம எல்லைக்குள் மதுபானங்கள் குடிப்பதற்கு அனுமதியில்லை. அனைவரிடமும் சுமுகமான உறவு நிலவு கிறது.

சில வருடங்களுக்கு முன்னால், ஊர் திரையரங்கில் படம் பார்த்துக்கொண்டிருந்த ஒருவர், அந்தப் படத்தில் ஆபாசக் காட்சிகள் வந்ததைக் கண்டு மனம் வருந்தினார். அவர் அந்த ஊரிலுள்ள பெரும்பான்மை ஜாதியைச் சார்ந்தவர் அல்ல. அவர் திரையரங்கை நடத்தும் பெரும்பானமை ஜாதித் தலைவர்களிடம் திரைப்படம் தொடர்பாக புகார் ஒன்றைக் கொடுத்தார். அதைக் கேட்ட பெரியவர்கள் உடனே ஒரு குழுவை அமைத்து அந்தப் படத்தைப் பார்த்தனர். புகாரில் உள்ள உண்மை தெரிந்ததும் அந்தப் படம் திரையிடுவது உடனே நிறுத்தப்பட்டது. மீண்டும் அந்த மாதிரி நிகழாமல் இருக்க முன்னெச்சரிக்கை நடவடிக்கை களை மேற்கொள்ளத் தீர்மானிக்கப்பட்டது.

இங்கு சில முக்கியமான விஷயங்களை நாம் கவனிக்க வேண்டும். முதலாவதாக கிராமங்களைச் சேர்ந்த ஜாதி மக்கள் ஒன்றுகூடி பல தொழில்களை வெற்றிகரமாக நடத்தும் முறை. இரண்டாவதாக பெரும்பான்மை ஜாதி மக்களைப் பார்த்து மற்றவர்களும் அதே தொழிலில் இறங்கி, அதை நல்ல முறையில் நடத்தி வரும் பாங்கு. மூன்றாவதாக கிராம நலனுக்காக தங்களுக்குள் ஒழுக்கக் கட்டுப்பாடுகளை கிராம மக்கள் ஏற்படுத்திக் கொண்டுள்ள விதம். நான்காவதாக குறைபாடுகள் சுட்டிக்காட்டப்படும்போது, வருமானம் குறைவதைப் பற்றிக் கவலைப்படாமல், சமூக நன்மைக்காக குறைகளைத் திருத்திக் கொள்ளும் பக்குவம். இவையெல்லாம் இந்திய சமூகங்களின் உயர்ந்த குணங்கள் அல்லவா? பாலமேடு கிராமத்தின் பொருளாதார வளர்ச்சியும் சமூகக் கட்டுப்பாடுகளும் அந்த ஊர் மக்களின் ஒட்டுமொத்த முயற்சிதானே?

இவ்வாறு, பல்வேறு நிலைகளில் இந்திய நாடு முழுவதும் சமூகங்கள் செய்துவரும் பணி அளப்பரியது. அதனால் அரசாங்கத்தைச் சார்ந்து இல்லாமல் தம் சொந்த முயற்சியிலேயே முன்னேறி, தங்களின் சமூகத்துக்குத் தேவையானவற்றை தாங்களே செய்யக்கூடிய குணம் வாய்க்கப்பெற்ற மக்கள் பெரும்பான்மையாக உள்ள நாடு இந்தியாதான் என்று நம்மால் உறுதியாகச் சொல்ல முடியும். அதனால்தான் தம் தொழில்களுக்குத் தேவையான நிதியைத் திரட்டுவதிலிருந்து தம் பகுதிகளுக்குத் தேவையான வசதிகளைச் செய்துகொள்வது உள்ளிட்ட ஏறத்தாழ அனைத்தையும் சமூகங்களே முன்னின்று நடத்துகின்றன.

உலகின் பிற முன்னணி நாடுகளுடன் ஒப்பிடும்போது, இந்தியாவில் வங்கிகள் கடனாகக் கொடுக்கும் தொகை மிகவும் குறைவு. அமெரிக்காவை எடுத்துக்கொண்டால், 2001-03 காலகட்டத்தில் ஒட்டுமொத்தப் பொருளாதார உற்பத்தியில் 209.8 சதவிகிதம் அங்கு கடனாகக் கொடுக்கப்பட்டுள்ளது. சீனாவில் அது 161.3 சதவிகிதம். உலக நாடுகளின் சராசரி 158.9 சதவிகிதம். ஆனால் இந்தியாவில் அதுவே வெறும் 62.2 சதவிகிதம் மட்டும்தான். நிலைமை இப்படியிருந்தும் சீனாவைத் தவிர மற்ற எல்லா நாடுகளையும்விட, இந்தியா வேகமாக வளருகிறதே, அது எப்படி?

அதற்குக் காரணம் மக்களே தொழில்களுக்குத் தேவையான நிதியைத் திரட்டிக்கொள்ளும் தன்மை படைத்தவர்களாக இருப்பதுதான். அது மட்டுமின்றி, நாடு பெரும்பாலும் அமைதியாகவும் கட்டுப்பாடாகவும் இருப்பதற்கு சமூகங்களின் பரந்த அணுகுமுறையும் உயர்ந்த கண்ணோட்டமுமே காரணம்.

அதனால்தான் அரசியல் ரீதியாக எத்தனையோ பிரிவுகளும் குழப்பங்களும் வந்தபோதும், அந்நியத் தாக்கங்கள் பல நூறு ஆண்டுகளாகப் பெரும் சிதைவுகளை உண்டாக்கி வந்தபோதும், நாடு பெரிதும் நிலைகுலையாமல் சென்று, உலகுக்கே ஒரு முன்னோடியாகச் செயல்பட்டு வருகிறது. அதனால் அரசாங்கங்களுக்கும் சுமை இல்லை. எனவே, மேற்கத்திய நாடுகளைப்போல நமது அரசாங்கங்கள் சமூகங்களைப் பாதுகாக்கச் சிரமப்பட்டு அதிக அளவில் செலவு செய்யவோ, அதற்குத் தேவையான கட்டமைப்பு வசதிகளை அதிகமாக உருவாக்கவோ வேண்டிய அவசியம் இல்லை.

8. உறவுகள், நம்பிக்கைகள் மற்றும் உயர்நெறிகள்

இந்திய சமூகங்கள் உறவுகளால் பின்னிப் பிணைக்கப்பட்டவை யாக இருப்பதால் நாடு முழுவதும் உறவுகள் நிறைந்த வாழ்க்கை முறையே பிரதானமாக உள்ளது. எனவே உறவுகளின் தாக்கம் பொருளாதார மற்றும் தொழில் சம்பந்தப்பட்ட செயல்பாடு களில் அதிகமாகவே உள்ளது. உறவுகளின் அடித்தளமே அன்பும் அதனால் ஏற்படும் நம்பிக்கையும்தான். ஆகையால் பரஸ்பரம் ஒருவரையொருவர் நம்பக்கூடிய தன்மை மற்ற நாடுகளைவிட இங்கு மிகுந்து காணப்படுகிறது.

முந்தைய காலங்களில் பெரும்பாலான இடங்களில் மக்கள் தங்கள் சேமிப்புகளை ஊர்ப் பெரியவர்களிடமும் நம்பிக்கை யானவர்களிடமும் கொடுத்துவைப்பது வழக்கமாக இருந்தது. இன்னமும்கூட பல இடங்களில் அதற்காக வெவ்வெறு வகை யான உறவு சார்ந்த சேமிப்பு முறைகள் வழக்கத்தில் உள்ளன. அதனால் பல பகுதிகளில், கணிசமான எண்ணிக்கையிலான மக்கள் இன்னமும் வங்கிகளில் சேமிக்கும் முறைக்கு வரா மலேயே உள்ளனர்.

முந்தைய காலங்களில் ஒருவர் மற்றவருக்குக் கடன் கொடுக்கும் போது பத்திரங்கள் இல்லாமல் நம்பிக்கையின் அடிப்படை யிலேயே கொடுக்கும் வழக்கம் இருந்தது. தமிழகத்தின் தென் மாவட்டப் பகுதிகளில் மூன்றாவது நபர் என ஒருவர் இல்லாமல் கடவுள் முன் நின்று கடன் தொகையைக் கொடுப்பதுகூட நடை முறையில் இருந்தது. அதேபோல வியாபாரங்கள் எழுத்து மூலமாக இல்லாமல் வாய் வார்த்தை மூலம் நடைபெறுவது சர்வசாதாரணமாக இருந்தது. இன்றும்கூட பெரிய நகரங்களிலும் வாய் வார்த்தைகள் மூலமே எந்தவித பத்திர பரிமாற்றங்களும் இன்றி பல பெரிய வியாபாரங்கள் மற்றும் பரிவர்த்தனைகள் நடந்துகொண்டுதான் உள்ளன.

ஜவுளித் தொழில் ஏற்றுமதி நகரமான கரூரில் நிறைய தனியார் நிதி நிறுவனங்கள் உள்ளன. அவற்றில் கடன்கள் கொடுக்கப் படும்போது பொதுவாக தெரிந்தவர்களின் பரிந்துரையின் பேரிலேயே கொடுக்கப்படுகின்றன. எனவே சொத்துகளை அடமானம் வாங்குவது, பத்திரம் எழுதுவது போன்ற வேலைகள் பெரும்பாலும் இருப்பதில்லை.

நாட்டின் தொழில் வளர்ச்சிக்கு உறவுகள் முக்கியப் பங்காற்றி வருகின்றன. தொழில்களை ஆரம்பிப்பதற்கும், தொழில் பெருக்கத்துக்கும் உறவுகளின் பங்கு அதிகமாக உள்ளது. குஜராத் வைர ஏற்றுமதியாளர்களில் 51 சதவிகிதம் பேர் தாங்கள் தொழிலில் நுழைவதற்கு உறவினர்களே முக்கிய காரணம் என்று கூறியுள்ளனர். நாடு முழுவதும் உள்ள ஏறத்தாழ எல்லாத் தொழில்களிலும் உறவுகள் வெவ்வேறு வகைகளில் பங்காற்று கின்றன. அந்த உறவுகள் ரத்த உறவுகளாக மட்டும் இல்லாமல், தூரத்து உறவினர்கள், நண்பர்கள், வேலையாட்கள் மற்றும் தொடர்புகள் என விரிந்துகொண்டே செல்கின்றன. சில சமயங் களில் அவ்வகை உறவுகளின்முன் நெருங்கிய உறவுகள் இரண் டாம் பட்சம் ஆகிவிடுகின்றன. ஒரே இடத்தில் வேலை பார்த்த ஊழியர்கள் சில வருடங்களுக்குப்பின் சொந்தமாகத் தொழில் தொடங்குவதைப் பல இடங்களில் பார்க்கலாம். மேலும் சில இடங்களில் உண்மையாக உழைத்த ஊழியர்களை, முதலீடு இல்லாமலோ அல்லது குறைவான முதலீட்டுடனோ பங்கு தாரர்களாகச் சேர்த்துக் கொண்ட முதலாளிகளை நாம் காண முடியும்.

தம்மிடம் வேலை பார்த்த ஊழியர்கள் தனியாகத் தொழில் தொடங்கும் போது நிதி உதவி செய்வது, ஒரே தொழிலாக இருந்தால் முதல் வியாபாரத்தை ஆரம்பித்து வைப்பது போன்றவையெல்லாம் நாடு முழுதும் சாதாரணமாக நடை பெறும் நிகழ்வுகள். தன்னிடம் வேலை பார்த்தவர்கள் புதிதாக அதே தொழிலைத் தொடங்கும்போது தொழில் முனைவோர்கள் அதைத் தவறாக எடுத்துக்கொள்வதில்லை. மாறாக பல சமயங் களில் அவர்களுக்கு உதவி புரிகிறார்கள். தொழில் மையங்களில் உள்ள தொழில் முனைவோர்கள் தாங்களே பல புதிய தொழில் முனைவோர்களை உருவாக்கியுள்ளதாகப் பெருமையுடன் கூறுவதைக் கேட்க முடியும். புதியதாகத் தொழில் தொடங்கும் எண்ணமுடைய ஊழியர்கள் தங்களின் சம்பளத்தில் ஒரு பகுதியை முதலாளியிடமே விட்டு வைத்துவிட்டு, தொழில் தொடங்கு வதற்கு முன்னர் மொத்தமாக வாங்கிக் கொள்ளும் பழக்கமும் இருந்து வருகிறது. அதுவே தொழிலுக்கு மூலதனமாக அமைகிறது. பெரிய கம்பெனிகளுக்கிடையே கூட வெளிநாடு களில் இருப்பதுபோல் போட்டியாளரை எதிரியாகப் பார்க்கும் அணுகுமுறை பொதுவாக நமது நாட்டில் குறைவு. ஒரே தொழிலில் இருக்கும் வெவ்வேறு கம்பெனிகளுக்கிடையே

சந்தையில் போட்டி இருந்தாலும் அது வெறுப்பாக வெளிப் படுவதில்லை. அதனால்தான் மேற்கத்திய நாடுகளைப் போல கம்பெனிகளே மற்ற கம்பெனிகளை பங்குச் சந்தையில் அபகரித்துக் கொள்ளும் போக்கு இந்தியாவில் இல்லை.

தொழில் முனைவோர்களுக்கிடையே இருக்கக்கூடிய தொடர்பு கள் தொழில்களைப் பெருக்க உதவுகின்றன. இன்று நாடு முழுவதும் ஜவுளி வியாபாரம் போன்ற தொழில்களில் மார்வாடி சமூகத்தினர் பரவி தொழில் செய்வதற்கு, அவர்களது தொடர்பு கள் ஒரு முக்கிய காரணம். அமெரிக்காவில் மோட்டேல் எனப் படும் சாலை ஓரத் தங்குமிடங்களைப் பெரும்பான்மையாக வைத்திருப்பவர்கள் குஜராத் மாநிலத்தைச் சேர்ந்த படேல் சமூகத்தினர். அவர்கள் அதிக அளவில் அந்தத் தொழிலைப் பெருக்கிக்கொள்வதற்கு சங்கிலித் தொடர் போன்ற அவர்களது பிணைப்புகளே காரணம். தமிழகம் முழுவதும் மட்டுமின்றி அதற்கு வெளியிலும் சில்லறை வணிகத் தொழிலில் நாடார் சமூக மக்கள் பெருமளவில் பரவியிருப்பதற்கும் அவர்களது உறவுமுறைகளால் ஏற்பட்ட தொடர்புகளே காரணமாக அமைந்துள்ளது.

தொழில்களை ஆரம்பிக்கும்போதும் தொழிலில் நஷ்டம் ஏற்படும்போதும், நெருக்கமான உறவுகள் பெரிதும் உதவுகின் றன. ஒருவர் நொடிந்துபோகும்போது, நெருக்கமாக உள்ள மற்றவர்கள் பண உதவிகளையும் தேவையான பிற உதவி களையும் அளிப்பது பல சமூகங்களிடையே பொதுவான ஒரு கடமையாகவே கருதப்படுகிறது. தனி நபர்கள் தோல்வியுறும் போது நெருங்கிய உறவுகளும் சார்ந்த சமூகங்களும் அவர்களுக்கு கை கொடுத்துக் கரையேற்றி விடுவதை நாம் பார்க்கிறோம். வெளிநாடுகளில் வாழ்ந்து தொழில் செய்து வரும் இந்தியர்களிடையேயும் இந்த உறவுகள் அப்படியே உள்ளன. அதனால் பிரிட்டனின் லாய்ட்ஸ் வங்கி, மிட்லண்ட் வங்கி போன்றவைகூட, ஜாதி, சமூகங்கள் கொடுக்கும் உத்தரவாதங் களை வைத்து, விதிகளைத் தளர்த்தி, இந்தியர்களுக்குக் கடன் கொடுப்பதாகத் தெரியவருகிறது.

உறவுகளும், உறவுகளை ஒட்டிய நம்பிக்கையும் ஒரு சுமுக மான சூழ்நிலையை உருவாக்குவதால், தொழில்களில் அடிப் படை நெறிகள் பின்பற்றப்படுவதைப் பல தொழில் மையங் களிலும் காணமுடிகிறது. உதாரணமாக, வாய்மொழிகளாகப்

பேசப்படும் ஒப்பந்தங்கள் பின்னர் சூழ்நிலைகள் மாறும்போது மீறப்படுவதில்லை. ஒப்பந்தங்களே இல்லாமல் கடன் வாங்கியவர்கள், கடனைத் திருப்பிக்கொடுக்க வேண்டியதில்லை என நினைப்பதில்லை. தொழில்களில் ஒருவரை ஒருவர் சார்ந்திருப்பது அவசியமாவதாலும் ஒருவருக்கொருவர் அறிமுகமானவர்களாக இருப்பதாலும், அடிப்படை நெறிகளைக் காத்து வருவது அனைவருக்கும் அவசியம் ஆகிறது. அண்மைக் காலங்களில் சூழ்நிலைகள் மாறுவதால், ஆங்காங்கு சில பிரச்னைகளும் ஏமாற்றங்களும் ஏற்பட்டாலும், பெரும்பான்மை மக்கள் இன்னமும் அடிப்படை நியதிகள் மாறாமல் நடந்து கொள்கின்றனர்.

தமது தொழில் நடவடிக்கைகளில் அனைவரும் குறைந்தபட்ச நெறிமுறைகளையாவது கடைப்பிடிக்கின்றனர். கான்பூரிலுள்ள தோல் தொழில் மையத்தைப் ஆய்வு செய்தபோது, அங்கு தொழில் செய்பவர்கள் உறவினர்களாக இல்லாவிட்டாலும்கூட அவர்களது வியாபாரம் எழுத்து மூலமான ஒப்பந்தங்கள் இன்றியே நடைபெறுவது தெரியவந்தது.

குஜராத்தில் சில இடங்களில் வசதியான படேல்கள் தங்கள் பிள்ளைகளின் திருமணங்களை நடத்தும்போது, தங்கள் சமூகத்தைச் சேர்ந்த வசதியில்லாத பிற மணமக்களையும் அழைத்து அவர்களது திருமணங்களையும் அதே மேடையில் நடத்தி செலவுகளைத் தாங்களே ஏற்றுக் கொள்கின்றனர். அதைப் பார்த்து அங்குள்ள மற்ற சமூகத்தினர் சிலரும் அந்த முறையைக் கடைபிடிக்கின்றனர். எனவே உறவுகளும் நம்பிக்கைகளும் சேர்ந்து, உயர்ந்த நெறிகளை தொழில்களில் மட்டுமின்றி, சொந்த வாழ்க்கையிலும் கடைப்பிடித்து வருவது மிகவும் பெருமைக்குரிய விஷயமாகும்.

மாறிவரும் சூழ்நிலைகளில் இந்திய கலாசாரத்தின் உயர் நெறிகளையும் நற்குணங்களையும் தமது அலுவலர்களிடையே பரப்புவதற்காக பல கம்பெனிகள் பலவிதமான முயற்சிகளை மேற்கொண்டு வருகின்றன. அதன் விளைவாக, யோகாசனம், தியானம், ஆன்மிகப் பயிற்சிகள், கூட்டுப் பிரார்த்தனை மற்றும் சொற்பொழிவுகள் உள்ளிட்ட நிகழ்ச்சிகள் ஏற்பாடு செய்யப்படுகின்றன.

கோவையைத் தலைமையகமாகக் கொண்டு ஆரம்பிக்கப்பட்ட அயகோகா நிறுவனம், இன்று பன்னாட்டு நிறுவனமான ஹபாசித் அயகோகாவின் (Habasit Iakoka) முக்கியமான அங்கமாகும்.

ஜவுளி ஆலைகளுக்குத் தேவையான நாடா உள்ளிட்டவற்றைத் தயாரிப்பதில் இது உலகின் முன்னணி நிறுவனமாக விளங்குகிறது. கோவையில் சுமார் 270 ஊழியர்கள் அந்த நிறுவனத்தில் வேலை செய்கிறார்கள். அவர்களில் சுமார் 40 சதவிகிதம் பேர் பெண்கள். இந்திய கிராமங்களின் கலாசாரப் பண்பாடுகளில் ஊன்றி வளர்ந்த அந்நிறுவனத்தின் மேலாண்மை இயக்குநர் நா. சுப்பிரமணியமும் அவருடைய நிர்வாகிகள் குழுவும் தமது ஊழியர்களிடையே குடும்ப மதிப்பீடுகளை ஊக்குவிப்பதற்காக ஒரு புதிய முயற்சியைத் தொடங்கி சிறப்புடன் நடத்தி வருகின்றனர். அதன்படி வயதான பெற்றோர்களைத் தம்முடன் குடும்பத்தில் வைத்துக்கொள்ளும் ஊழியர்களுக்கு கூடுதலான மாதச் சம்பளம் வழங்கப்படுகிறது. தமது மாமியார், மாமனாருடன் வாழ்ந்து வரும் பெண் ஊழியர் களுக்கு அதைவிட சற்று அதிகமான ஊதியம் கொடுக்கப்படுகிறது. பெற்றோர்களையும் பெரியவர்களையும் மதித்துப் பாதுகாக்கும்படி ஊழியர்கள் அறிவுறுத்தப்படுகின்றனர். வருடா வருடம் குடும்ப விழா ஒன்று ஏற்பாடு செய்யப்பட்டு, நிர்வாகிகள் உள்ளிட்ட ஊழியர்கள் தங்கள் குடும்பங்களுடன் பல்வேறு நிகழ்ச்சிகளில் கலந்து கொள்கின்றனர்.

தனித்தன்மை வாய்ந்த அம்சங்களே இந்திய முறையின் வலிமைகள்

மேற்கண்ட அம்சங்கள்தான் இந்தியப் பொருளாதார முறைக்கு இன்றளவும் அடிப்படையாக அமைந்துள்ளன. நமது தேசத்தைப் பிறநாடுகளுடன் வேறுபடுத்திக் காட்டி, நாடு சுயச்சார்புத் தன்மையுடனும் மனிதநேய குணங்களுடனும் இயங்குவதற்கு மேற்கண்ட அம்சங்களே காரணமாக அமைந்துள்ளன. இவையெல்லாம் இன்று நேற்று உருவானவை அல்ல. காலங்காலமாக உண்டான அனுபவத்தால் உயர்ந்த நோக்கங் களை மையமாக வைத்து, மக்கள் செழிப்புடனும் அமைதியாக வும் வாழ, இந்தியக் கலாசாரம் அமைத்துத் தந்த அஸ்திவாரங் களாகவே தோன்றுகின்றன.

சில இந்தியர்களுக்கு இரண்டு முக்கியமான குறைபாடுகள் உள்ளதாகத் தெரிகிறது. ஒன்று, தங்கள் நாட்டைப் பற்றி எல்லா விதங்களிலும் ஒரு தாழ்வு மனப்பான்மை. இரண்டு, மேற்கத்திய நாடுகளைப் பற்றி எல்லா விதங்களிலும் ஓர் உயர்ந்த அபிப்பிராயம். இவை இரண்டுமே தவறுகளாகும். குறிப்பாகப் பொருளாதாரம் சம்பந்தப்பட்ட விஷயங்களில் இந்தத் தவறு களை நாம் அதிகமாகவே செய்துவருகிறோம்.

முந்தைய நூற்றாண்டுகளைச் சேர்ந்த ஐரோப்பிய பொருளாதார வரலாற்று ஆசிரியர்களே மேற்கண்ட மனநிலைக்குக் காரணம் என்று வரலாற்று ஆசிரியர் பிராங்க் தெரிவித்துள்ளார். தங்களுடைய காலனி ஆதிக்கத்தை நிலைநாட்டிக் கொள்வதற்காக, தங்களின் பொருளாதார முறையே சிறந்தது என்ற பிரசாரத்தையும், உலகின் பொருளாதார வளர்ச்சியே தங்கள் நாடுகளில்தான் தோன்றியது என்ற கருத்தையும் ஐரோப்பியர்கள் உருவாக்கி, உலகப் பொருளாதார வரலாற்றைத் தங்களுக்குத் தேவையானபடி எழுதிக் கொண்டனர் என்று அவர் சுட்டிக்காட்டியுள்ளார்.

வெற்றி பெற்றவர்கள் தோல்வி அடைந்தவர்களுக்காக எழுதுவதே வரலாறு ஆகும் என்று ஓர் அறிஞர் கூறியுள்ளார். அதுபோல் ஐரோப்பியர்கள் எழுதிய வரலாற்றின் தாக்கம் இன்னமும் நமது மனங்களில் ஆழமாக இடம்பெற்றிருப்பதால் உண்மையைப் புரிந்துகொள்வது சற்றே சிரமமாக இருக்கிறது. மேலும் இந்தியாவுக்கென்ற சரியான பொருளாதார வரலாறு இதுவரையும் முழுமையாக எழுதப்படவில்லை என்பதும் வருத்தத்துக்குரிய விஷயமாகும்.

நமது தவறுகளைத் திருத்திக்கொள்வதற்கு முதல்படியாக இந்தியப் பொருளாதார முறையின் அடிப்படை அம்சங்களைத் தெளிவாகப் புரிந்துகொண்டு அவற்றை அனைவரிடமும் கொண்டுசேர்ப்பதை நாம் ஒரு கடமையாகச் செய்யவேண்டும்.

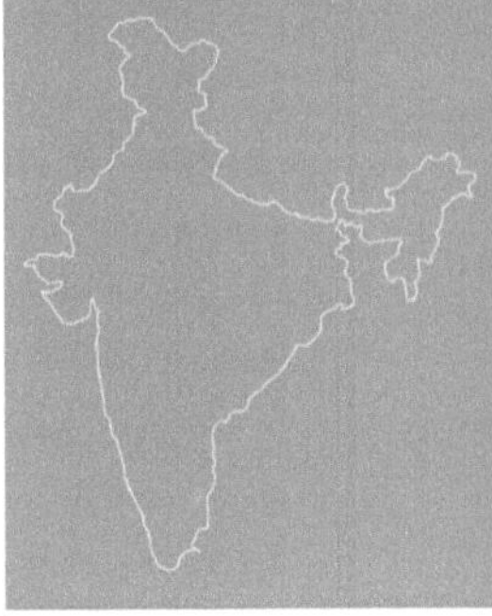

7

மேற்கத்தியப் பொருளாதார முறையின் அடிப்படை அம்சங்கள்

மேற்கத்தியப் பொருளாதார முறை பரவலாக அனைவராலும் உயர்ந்ததாகவே கருதப்படு கிறது. அதனால் அவற்றைக் கடைப்பிடிக்கும் நாடுகள் வளர்ந்த நாடுகள், முன்னேறிய நாடுகள், பணக்கார நாடுகள் எனப் பல்வேறு அடைமொழிகள் கொடுத்து அழைக்கப்படு கின்றன. வளரும் நாடுகளும் ஏழை நாடுகளும் மேற்கத்திய நாடுகளின் அணுகுமுறைகளை கடைப்பிடிக்குமாறு அறிவுறுத்தப்படுகின்றன. எனவே உலகின் பல நாடுகளும் மேற்கத்திய நாடுகளை முன் மாதிரியாகக் கொண்டு செயல் படுவதை அவசியமாகக் கருதுகின்றன.

ஆகையால் இந்தச் சமயத்தில் மேற்கத்திய பொருளாதார முறைகளின் அடிப்படை அம்சங் களை நாம் தெரிந்து கொள்வது அவசியமாகிறது. அவற்றில், கம்யூனிச முறை தோற்றுப்போன தாகப் பொதுவாக ஒப்புக் கொள்ளப் பட்டுவிட்டதால், தற்போது நடைமுறையிலுள்ள சந்தை அமைப்பு முறையை ஒட்டிய அம்சங்கள் மட்டுமே இங்கே எடுத்துக்கொள்ளப்படுகின்றன.

1. தனி நபர் வாழ்க்கை முறை

மேற்கு நாடுகளில் தனிநபர் வாழ்க்கை முறை என்பது வாழ்வின் பொதுவான அடிப்படை

அம்சமாக அமைந்துள்ளது. அங்கு ஒவ்வொருவரும் தனி நபர்களாகவே செயல்பட விரும்புகின்றனர். 'நான்', 'எனது' என்பவை வாழ்க்கையின் எல்லா நிலைகளிலும் முன்னிறுத்தப்படுகின்றன. அதன் விளைவாக ஒரு குடும்பத்திலேயே ஒவ்வொருவருக்கென்றும் தனியான விருப்பு வெறுப்புகள், ஆசாபாசங்கள் ஆகியன அவர்களது செயல்பாடுகளில் பிரதானமாக உள்ளன. எனவே சிறு குழந்தைகள் கூட தனி நபர்களாக அங்கீகாரம் பெற்று அவர்களது விருப்பு வெறுப்புகள் முக்கியத்துவம் பெறுகின்றன. ஆகையால் தனி நபர் தத்துவம் என்பது சிறுவயது முதலே ஒவ்வொருவர் மனதிலும் ஆழப் பதிந்து வாழ்க்கையின் ஒவ்வொரு நிலையிலும் கூடவே செல்கின்றது.

நமது நாட்டில் கணவன்-மனைவி உறவு என்பது ஏழேழு பிறவிக்கும் நிரந்தரமானது என்ற தார்மீக எண்ணம் உள்ளது. ஆனால் மேற்கத்திய கலாசாரத்தில் அதுவும்கூட தனிநபர் விருப்பு வெறுப்புகள் சார்ந்தது. ஆகவே எந்த நேரத்திலும் முறியக் கூடியது. அதன் விளைவாக விவாகரத்துகள் அதிகம் ஏற்படுகின்றன. அமெரிக்காவில் பாதிக்குப் பாதி திருமணங்கள் விவாகரத்தில் முடிவதாகப் புள்ளிவிவரங்கள் கூறுகின்றன. அதிக அளவிலான திருமணங்கள் குறுகிய காலமே நீடிக்கின்றன. அதனால் குடும்பங்களிலும் சமூகங்களிலும் பெரும் சிரமங்கள் ஏற்படுகின்றன. நிறைய குடும்பங்கள், ஒரே ஒரு பெற்றோரைக் கொண்டதாக உள்ளன. குடும்பத்தில் அப்பா அல்லது அம்மா, யாராவது ஒருவர் மட்டுமே இருப்பார்கள். அத்தகு குடும்பங்கள் 'ஒற்றைப் பெற்றோர் குடும்பங்கள்' என அழைக்கப்படுகின்றன.

எனவே அந்தக் குடும்பங்களில் வளரும் குழந்தைகளுக்கு அப்பா-அம்மா இருவரும் சேர்ந்த குடும்பத்தின் அரவணைப்பு இல்லை. அதனால் குழந்தைகள் அன்பும் பாசமும் இல்லாமல் எளிதில் தவறான பாதைகளுக்குச் சென்றுவிடுகின்றனர். ஆகையால் சிறு வயதிலேயே குற்றங்கள் செய்வது அதிகரிக்கிறது. விரக்தி மனப்பான்மையில் பள்ளிக்கூடங்களில் குற்றங்களில் ஈடுபடுவதும் துப்பாக்கியால் சுடுவதும் அதிகமாகிறது. அப்படி வளரும் சிறுவர்கள் பிற்காலத்தில் பெரியவர்களாகும்போது மன அமைதியுடன் வாழ முடிவதில்லை. தவறான உறவுகள் காரணமாக, சிறு வயதிலேயே பெண்கள் தாயாக ஆகின்றனர். பள்ளி செல்லும் பெண்கள்கூட அதிக எண்ணிக்கையில் தாய்மை அடைகிறார்கள். அமெரிக்க நாட்டுக் குழந்தைகளில் நாற்பது

சதவிகிதம், திருமணமாகாத பெண்களுக்குப் பிறந்தவையாக உள்ளதாகப் புள்ளிவிவரங்கள் தெரிவிக்கின்றன. அதில் கணிசமான எண்ணிக்கையிலான குழந்தைகள் பள்ளி செல்லும் சிறுமிகளுக்குப் பிறந்தவையாக உள்ளன என்பதுதான் மேலும் அதிர்ச்சி தரக்கூடிய செய்தியாகும். அவ்வாறு பிறக்கும் குழந்தை களில் நிறையப் பேருக்குத் தமது தந்தை யார் என்றுகூடத் தெரிவதில்லை.

அதுதவிர, விவாகரத்து செய்துகொள்பவர்கள், அதற்குப்பின் வெவ்வேறு திருமணங்களை மாறி மாறிச் செய்துகொள்ளும் நிலையும் அதிகமாக உள்ளது. அந்தச் சமயங்களில் குழந்தைகள், தமக்குச் சம்பந்தமில்லாத புதிய உறவுகளுடன் செயற்கையாக வாழும் சூழ்நிலை ஏற்படுகிறது. எனவே பலவிதமான குழப்பங் களுக்கிடையிலே வாழ்ந்து வரக்கூடிய அந்தச் சமூகங்களில் குற்றங்கள் அதிகரித்து சமூக அமைதி கெடுகிறது. அதனால் சமூகத்தில் கட்டுப்பாட்டைக் கொண்டுவர காவல்துறை, நீதிமன்றம், சிறைச்சாலைகள் ஆகியவற்றை அதிக அளவில் நிறையச் செலவு செய்து பராமரிக்க வேண்டிய கட்டாயம் அந்த அரசுகளுக்கு ஏற்பட்டுள்ளது. அமெரிக்காவில் மட்டும் மொத்த மக்கள் தொகையில் ஒரு சதவிகிதத்துக்கும் அதிகமானோர் சிறையில் தள்ளப்படுவதாக சமூகவியலாளர் புகுயாமா சில வருடங்களுக்குமுன் தெரிவித்திருந்தார்.

கணவன், மனைவி, குழந்தைகள் என்ற உறவுகள் சிதைந்து போவதால் அவர்களை ஒட்டிய நெருங்கிய உறவுகள் முறிந்து போகின்றன. பெற்றோர்கள் பிரியாமல் இணைந்து வாழும் குடும்பங்களில் கூட, நிறையப் பெரியவர்கள் முதியோர் இல்லங் களிலோ அல்லது தனியாகவோ வாழ்கின்றனர். குழந்தைகளும் குறிப்பிட்ட வயதுக்குப் பிறகு கட்டுப்பாடுகள் இன்றி தனியாக விடப்படுகின்றனர். அதனால் பக்கத்து வீடு, ஒரே ஊர், அதே தெரு என்று எந்தவிதமான நெருக்கமும் அவர்களுக்கு அதிகமாக இருப்பதில்லை. அதனால் ஒருவருக்கொருவர், விரும்பியவர் களுடன் விரும்பும் காலம் வரை எந்தவிதப் பிணைப்புகளும் இன்றிச் சேர்ந்து வாழும் நடைமுறையும் புழக்கத்தில் அதிகமாகி வருகிறது. எப்போது வேண்டுமானாலும் பிரிந்து கொள்ளலாம்; உடனே புதியவர்களுடன் சேர்ந்து வாழலாம். அம்மாதிரி வாழ்க்கை முறைகள் சுவீடன் போன்ற நாடுகளில் மக்கள் தொகையில் பாதிக்கும் மேற்பட்டவர்களால் கடைப்பிடிக்கப்

பட்டு வருகின்றன. அம்மாதிரி உறவுகளில் எந்தவிதமான பந்தமும் பாசமும் இருப்பதில்லை.

அந்த உறவுகளை மேற்கொள்பவர்கள் கணவன், மனைவி, பெற்றோர் என்ற வாழ்க்கையின் அடிப்படையான கடமைகள் அனைத்தையும் சுமையாகவே கருதுகின்றனர். எனவே, வயதும் வருமானமும் இருக்கும்வரை எந்தவிதப் பொறுப்புக்கும் கட்டுப்படாமல் மனம்போனபடி வாழும் வாழ்க்கையையே விரும்புகின்றனர். அதனால் அவர்களில் பெரும்பாலானோர் குழந்தை பெற்றுக்கொள்வதை விரும்புவதில்லை. அது தங்கள் சுதந்தரத்துக்கும் எதிர்கால வாழ்க்கைக்கும் பிரச்னையாக இருக்கும் என்று கருதுகின்றனர். எனவே அந்த நாடுகளில் குழந்தைகள் பெற்றுக்கொள்வது வெகுவாகக் குறைந்து வருகிறது. மேலும், ஆண், பெண் என இருவரும் வேலைக்குச் செல்வதாலும், பெற்றோர்கள் ஆதரவு குறைவாக இருப்பதாலும், திருமணம் செய்துகொள்பவர்கள்கூட தாமதமாகவே திருமணம் செய்து கொள்கின்றனர். அதனாலும் குழந்தைகளைப் பெற்றுக்கொள்ளும் வாய்ப்பு குறைகிறது. எனவே பல ஐரோப்பிய நாடுகளில் தற்போது மக்கள் தொகை பற்றாக்குறை ஏற்பட்டு வருகிறது.

அதனால் சில மேலை நாடுகளில் குழந்தைகளை அதிகமாகப் பெற்றுக்கொள்பவர்களுக்கு அரசுகளின் சலுகைகளும் விருது களும் கிடைக்கின்றன. சில ஆண்டுகளுக்குமுன் பிரான்ஸில் அதிகக் குழந்தைகளைப் பெற்றுக்கொண்ட ஒரு பெண்ணுக்கு அந்நாட்டின் உயரிய விருது கொடுக்கப்பட்டது. அங்கெல்லாம் அதிகக் குழந்தைகளைப் பெற்றுக்கொள்ளுமாறு மக்கள் அறிவுறுத்தப்பட்டாலும் மக்கள் தொகை அதிகரித்தபாடில்லை. ஏனெனில் மக்கள் கணவன்-மனைவியாக அன்புடன் இணைந்து வாழும்போதுதானே குடும்பம் சிறந்து, குழந்தைப் பற்று வரும்? அங்கு கணவன்-மனைவி பந்தமே நிலையில்லாமல் உள்ளதே?

தனிநபர் வாழ்க்கைமுறை என்பது ஏதோ குடும்பம் மற்றும் சமூகம் சார்ந்த விஷயம் மட்டுமல்ல. அது பொருளாதாரத் துடனும் நெருங்கிய தொடர்பு உடையது. தனிநபர் வாழ்க்கை முறையால் குடும்பங்களும் சமூகங்களும் பாதிப்புகளுக்கு உள்ளாகி, அதனால் அரசாங்கங்களுக்குச் செலவுகளும் சுமைகளும் அதிகரிக்கின்றன. குடும்பங்கள் சிதைந்துபோய், உறவுகள் அற்ற நிலையில் குடும்பங்களைக் காக்கவேண்டிய பொறுப்பு அரசாங்கத்தின் மீது விழுகிறது. எனவே வயதான

வர்கள், வேலை செய்ய இயலாதவர்கள், வேலை கிடைக்காத வர்கள், கைவிடப்பட்டவர்கள் என்ற வகைகளைச் சேர்ந்த மக்கள் அனைவருக்கும் அரசுகள்தான் பொறுப்பேற்க வேண்டி உள்ளது. அதை 'சமூகப் பாதுகாப்பு' என்ற பெயரால் அவர்கள் அழைக்கின்றனர். அதற்காக மேற்கத்திய அரசுகள் தங்கள் மொத்தப் பொருளாதார உற்பத்தியில் மூன்றில் ஒரு பங்கு முதல் மூன்றில் இரண்டு பங்கு வரை வருடா வருடம் செலவு செய்ய வேண்டிய இக்கட்டில் உள்ளன.

மேலும் அந்தச் செலவுகள் ஒவ்வொரு வருடமும் அதிகரித்துக் கொண்டே செல்கின்றன. பல நாடுகளில் உள்ள அரசாங்கங் களுக்கு அந்தச் செலவுகளைத் தொடர்ந்து செய்ய முடியாத நிலையும் தற்போது ஏற்பட்டு வருகிறது. ஆயினும் இவற்றை நிறுத்தவோ அல்லது குறைக்கவோ முடியாது. அப்படிச் செய்ய முனைந்தால் சமூகங்களில் பிரச்னைகள் வெடிக்கும். எனவே தனி நபர் வாழ்க்கை முறை, மக்களுக்கு மட்டுமின்றி அரசுகளுக்கும் பெரிய தலைவலியைக் கொடுத்துவருகிறது. அதனால் வர்த்தக மற்றும் பொருளாதார வளர்ச்சிகள் தடை படுவதோடு, சமூக அமைதியும் பாதிக்கப்படுகிறது.

2. அரசு சார்ந்த வாழ்க்கை

மேற்கத்திய நாடுகளில் தனிநபர், சந்தை, அரசாங்கம் என்ற மூன்று அமைப்புகள் மட்டுமே பிரதானமாக உள்ளன. குடும்பம், உறவுகள், சமூகம் போன்ற மனித வாழ்க்கையின் முக்கியமான அம்சங்கள் எல்லாம் பெருமளவில் அங்கீகாரத்தை இழந்து அழிந்து வருகின்றன. அதனால் தனிநபர்கள் தங்களின் சாதாரண பிரச்னைகளுக்குக்கூட அரசாங்கங்களையும் அரசு அமைப்பு களையும் சார்ந்து இருக்கவேண்டிய நிலைக்குத் தள்ளப் பட்டுள்ளனர்.

கணவன்-மனைவி, பெற்றோர்-குழந்தைகள், அண்டை அயலார் என யாருக்கு இடையே பிரச்னை ஏற்பட்டாலும், காவல்துறை மற்றும் நீதிமன்றங்கள் உள்ளிட்ட அரசு அமைப்புகளை நாடுவது தவிர்க்கமுடியாததாகிவிட்டது. உதாரணமாக, குழந்தைகளை பெற்றோர்கள் நல்வழிப்படுத்த, கொஞ்சம் கண்டிப்பு காட்டினால் உடனே சம்பந்தப்பட்ட விஷயத்தில் காவலர்கள் தலையிட்டு பெற்றோர்களை விசாரிக்க முடியும். அந்த அளவுக்கு அரசாங்கத் தலையீடு குடும்ப உறவுகளுக்குள்ளும் வந்து

விட்டது. அதனால் உரிமை கொண்டாடும் மனப்பான்மையும் மற்றவர்களுக்கு உதவி செய்யும் மனப்பான்மையும் வெகுவாகக் குறைந்து விட்டன.

சில ஆண்டுகளுக்குமுன் அமெரிக்காவில் காத்ரீனா புயல் தாக்கியபோது மக்கள் உடைமைகளை இழந்து உணவு இன்றிப் பரிதவித்தனர். அந்த நேரத்திலும் அரசு இயந்திரங்கள் வரும் வரை பல மணி நேரம் உணவு மற்றும் உதவிகள் இன்றி அவர்கள் காத்திருக்க வேண்டியிருந்தது. ஏனெனில் ஆபத்துக் காலங்களில் கூட பிறருக்கு உதவி செய்யக்கூடிய மனப்போக்கு அங்கு வெகுவாகக் குறைந்துவிட்டது. ஆகையால் அரசைச் சார்ந்து இருக்கும் மனப்போக்கு எல்லா நிலைகளிலும் பரவலாக மக்களிடையே பரவியுள்ளது.

மேற்கத்திய கலாசாரத்தில் மனிதனுக்கு ஏதுவான இயற்கையான உறவுகள் அனைத்தும் தனிநபர் உரிமைகள் என்ற பெயரில் அழிக்கப்பட்டு விட்டன. அதனால் இணைந்து வாழும் தன்மைகள் சிதைந்து, சமூகங்களே ஒட்டும் உறவுமில்லாத தனி நபர் கூட்டங்களாக மாறிவிட்டன. அதனால் சமூக மூலதனம் வெகுவாகக் குறைந்துவிட்டது. அதை மீண்டும் கொண்டு வருவதன் அவசியத்தை மேலை நாட்டு அரசுகள் இப்போது உணர்கின்றன. அதற்காக, பல முயற்சிகளும் மேற்கொள்ளப் படுகின்றன. ஆயினும் தனிநபர் விருப்பு வெறுப்புகள் பரவலாக எல்லா நிலைகளிலும் தலை தூக்கியிருப்பதால் அந்த முயற்சிகளில் எதிர்பார்த்த வெற்றிகள் இல்லை.

பிரிட்டன் நாட்டின் கன்சர்வேடிவ் கட்சியினர் பிரிட்டனில் குடும்ப உறவுகள் சிதைந்து வருவது பற்றியும், அதனால் அரசுக்கு ஏற்படும் செலவுகள் பற்றியும், குடும்ப மற்றும் சமூக உறவுகளை மேம்படுத்துவதற்கான திட்டங்கள் வகுப்பது பற்றியும் விரிவான ஓர் அறிக்கையைத் தயாரித்துள்ளனர். அந்த அறிக்கையின் தலைப்பு 'உடைந்துபோகும் பிரிட்டன்' (Breakdown Britain) என்பதாகும். குடும்பங்கள் பிரிவதால் நாட்டுக்கு ஏற்படும் செலவு மட்டும் ஆண்டுக்கு 20 பில்லியன் பவுண்டைவிட அதிகம் என்றும், அதில் கணிசமான பகுதி தனியாக வாழும் பெற்றோர்களுக்குக் கொடுக்கப்படுவதாகவும் அந்த அறிக்கை குறிப்பிடுகிறது.

மக்களுக்காகச் செய்யப்படும் அனைத்து செலவுகளையும் அரசு கள் விரும்பி ஏற்றுக்கொள்வதில்லை. ஆனால் குடும்பங்களும் சமூகங்களும் வெகுவாகச் சிதைந்துவிட்ட நிலையில் அதை

விட்டால் அந்நாட்டு மக்களுக்கு வேறு வழியில்லை. சமூகப் பாதுகாப்புக்காக அரசு செய்யும் செலவுதான் அவர்களது மொத்தச் செலவில் பெரும் பகுதியாக உள்ளது. அதை அரசுகள், வருமானம் ஈட்டக்கூடிய மக்களிடமிருந்து வரியாக வசூலிக்கிறது. ஆனால் பல நாடுகளில் இப்போது மக்கள் தொகை வெகுவாகக் குறைந்து வருகிறது. குழந்தை பிறப்பு விகிதம் குறைவதால், இளையவர்கள் எண்ணிக்கை குறைந்து, முதியவர்கள் எண்ணிக்கை அதிகமாகிறது. அதனால் வேலை செய்யும் மக்களின் எண்ணிக்கையும் குறைகிறது. எனவே அவர்கள் சமூகப் பாதுகாப்புக்கு அளிக்கும் தொகையும் குறைந்து வருகிறது. ஆகையால் குறைவான பங்களிப்பைக் கொண்டு அதிக அளவு சமூகப் பாதுகாப்பை அரசுகள் செயல்படுத்த வேண்டிய கட்டாயத்தில் உள்ளன.

அரசுகளால் பணத்தைக்கூடக் கொடுத்துவிடமுடியும். ஆனால் ஒரு குடும்பத்தின் அரவணைப்பையோ உறவுகளின் தியாகத்தையோ கொடுக்க முடியாது. ஒருவரோடு ஒருவர் இணைந்து செயல்படக்கூடிய தன்மையை சமூகங்கள் இழந்துவிட்டால், அரசாங்கங்களால் மக்களிடையே அமைதியை ஏற்படுத்த முடியாது. எனவே எவ்வளவுதான் நல்ல நோக்கங்களைக் கொண்டிருந்தாலும், முகம் தெரியாத அதிகார வர்க்கத்தால் இயக்கப்படும் அரசு இயந்திரங்களால், மக்களுக்குத் தேவையான இயற்கையான உறவுகளைக் கொடுக்க முடியாது. சட்டங்கள் மூலம் உறவுகளையும் சமூகங்களையும் பிரிக்க முடியுமே தவிர, அவற்றை உருவாக்குவது என்பது முடியாத காரியமாகும்.

எனவே மேற்கத்திய வாழ்க்கை முறையில் வாழ்ந்துவரும் மக்கள் தங்களைச் சுதந்தர மனிதர்களாக நினைத்துக்கொண்டு தினசரி வாழ்க்கையை நடத்துவதற்குக்கூட அரசு அமைப்புகளையே எல்லாவற்றுக்கும் சார்ந்து இருக்கவேண்டிய அவல நிலையில் உள்ளனர். எதிர்காலத்தில், மக்களுக்குக் கொடுக்கக் கூடிய சமூகப் பாதுகாப்புச் செலவை அரசாங்கங்கள் தர முடியாத நிலை ஏற்பட்டால், அந்த நாடுகளில் மக்களின் வாழ்க்கை என்னவாகும் என்பதைக் கற்பனை செய்து பார்ப்பதற்கே கஷ்டமாக உள்ளது.

3. நுகர்வு கலாசாரமும் சேமிப்புக் குறைபாடும்

தனிநபர் வாழக்கைமுறை மக்களைச் செலவு செய்ய வைக்கிறது. வேலை செய்பவர்கள் கைகளில் வருமானம் உள்ளது.

பெற்றோர்கள் மற்றும் குடும்பத்துக்கு என்று எதுவும் கொடுக்க வேண்டிய கட்டாயம் இல்லை. குடும்ப வாழ்க்கை பற்றிய சரியான சிந்தனை இல்லாததால், எதிர்காலத்துக்காகச் சேமிக்க வேண்டும் என்ற எண்ணம் இல்லை. சமூகக் கட்டுப்பாடுகள் எதுவும் இல்லாததால், விருப்பம்போல எதற்காகவும் செலவு செய்யக்கூடிய சுதந்தரம் உள்ளது. சந்தைப் பொருளாதாரப் போட்டிமுறையில் கம்பெனிகள் போட்டிபோட்டுக்கொண்டு விளம்பரங்கள் செய்து புதிய பொருட்களையும் ஆடம்பரங்களை யும் விற்பதற்காக எல்லாவித முயற்சிகளையும் செய்கின்றன. எனவே செலவு செய்ய முடிந்தவர்கள் தாரளமாகச் செலவு செய்கிறார்கள். அதனால் நுகர்வுக் கலாசாரம் பெருகுகிறது.

கம்பெனிகள் ஒன்றுக்கொன்று போட்டி போட்டுக்கொண்டு தொடர்ந்து கவர்ச்சிகரமான விளம்பரங்களைச் செய்கின்றன. அதற்காக ஊடகங்கள் முழுமையாகப் பயன்படுத்தப்படுகின்றன. அதன்மூலம் வாழ்க்கைக்கு அவசியமில்லாத புதிய புதிய தேவை கள் உருவாக்கப்படுகின்றன. மேலும் ஆடம்பரமான பொருட்கள் எல்லாம் அத்தியாவசியமான பொருட்களாகச் சித்திரிக்கப்பட்டு விற்பனை செய்யப்படுகின்றன. அதற்காக, பிறந்த குழந்தைகள் முதல் கிழவர்கள்வரை மக்கள் வகைப்படுத்தப்பட்டு ஒவ்வொரு குழுவைச் சேர்ந்தவர்கள் மனத்திலும் ஆசைகள் தூண்டப் படுகின்றன. நிறைய பொருட்கள் ஒருவரிடம் இல்லை என்றால் அது தாழ்வானது என்ற சிந்தனை மக்கள் மனத்தில் பரப்பப் படுகிறது. குறிப்பிட்ட பிராண்ட் பொருட்களை வாங்குவதே பெருமைக்குரிய விஷயம் என்னும் மனப்போக்கு ஏற்படுத்தப் படுகிறது. ஒருவரிடமுள்ள பொருள்களை வைத்தே அவரை மதிப்பிடக்கூடிய சிந்தனை தூண்டப்படுகிறது.

அதன் விளைவாக மக்கள் பொருட்களை வாங்கிக்கொண்டே இருக்கிறார்கள். தங்களின் தேவைக்கு மிக அதிகமாக எல்லாப் பொருட்களையும் வாங்கி வைத்துக்கொள்ள விரும்புகிறார்கள். புதிய புதிய பொருட்களை வாங்குவதை வாடிக்கையாக மேற்கொள்கிறார்கள். சந்தைப் பொருளாதாரக் கோட்பாடுகள் தனிநபர் வாழ்க்கை முறைகளையும் நுகர்வுக் கலாசாரத்தையும் அடிப்படையாகக் கொண்டுள்ளன. எனவே நுகர்வுக் கலாசாரம் பொருளாதார நிபுணர்களாலும் அரசுகளாலும் அங்கீகரிக்கப் படுகிறது. அது மட்டுமின்றி பொருளாதாரம் வளர்ச்சியடைய வேண்டும் என்றால், மக்கள் நுகர்வுச் செலவுகளை அதிகம் செய்யவேண்டும் என நிபுணர்களும் அரசுப் பொறுப்பில்

உள்ளவர்களும் வேண்டுகோள் விடுக்கின்றனர். பொருளாதார வளர்ச்சி மந்தமடையும்போது, மேலும் அதிகமாகச் செலவு செய்யும்படி அறிவுறுத்தப்படுகின்றனர். அதிகமாகச் செலவு செய்வது உயர்ந்த குணம் எனவும், செலவு செய்வது அத்தியா வசியக் கடமை எனவும் போதிக்கப்படுகிறது.

மக்களைச் செலவு செய்ய வைப்பதற்காக பல்வேறு உத்திகளை கம்பெனிகளும் அரசாங்கங்களும் கையாளுகின்றன. அதற்காக என்றே பல திட்டங்கள் வகுக்கப்படுகின்றன. கைகளில் பணமே இல்லாமல் செலவு செய்வதற்கு கடன் அட்டைகள் தாராளமாக விநியோகிக்கப்படுகின்றன. மாணவர்கள் கல்லூரிகளில் நுழையும்போதே, அவர்களுக்கு கம்பெனிகள் போட்டி போட்டுக் கொண்டு கடன் அட்டைகளைக் கொடுக்கின்றன. அதனால் மாணவப் பருவத்திலேயே கைகளில் பணம் இல்லாமல் செலவு செய்யும் பழக்கம் வந்துவிடுகிறது. விளைவாக, படிப்பு முடிந்து கல்லூரிகளை விட்டு வெளியே வரும்போது, பல மாணவர்கள் திவால் ஆகியவர்களாக இருக்கின்றனர். கடன் அட்டைப் பழக்கம் நடைமுறை வாழ்க்கையில் தினசரி நடவடிக்கையாக மாறி, அட்டை இல்லாமல் அவர்களால் நடமாட முடியாமல் போய்விடுகிறது. எனவே ஒவ்வொருவரும் இரண்டு, மூன்று என பல நிறுவனங்களின் அட்டைகளை வாங்கி வைத்துக் கொள்கின்றனர். அதனால் மேற்கத்திய நாடுகள் சிலவற்றில் மொத்த மக்கள் தொகையைவிட கடன் அட்டைகள் அதிகமாகப் புழக்கத்தில் உள்ளன. உதாரணமாக பிரிட்டனின் மக்கள் தொகை சுமார் 6 கோடி. ஆனால் அங்குள்ள கடன் அட்டைகளின் எண்ணிக்கையோ 7.2 கோடி!

பணத்தைக் கையில் வைத்துக்கொண்டு செலவு செய்யும்போது, பணம் குறைவது தெரியும். அதனால் செலவுகளை நிறுத்திக் கொள்ள முடியும். ஆனால் கடனட்டையை உபயோகப்படுத்தும் போது, செலவு அதிகமாவது உடனடியாகத் தெரிவதில்லை. எனவே மக்கள் வரைமுறையின்றி செலவு செய்கின்றனர். மக்கள் அப்படிச் செலவு செய்தால்தான் பொருளாதாரம் வளரும் என அந்த அரசாங்கங்கள் நம்புகின்றன. தங்கள் வியாபாரம் பெருகுவ தால் கம்பெனிகள் மகிழ்ச்சி அடைகின்றன. அதனால் மக்கள் மேலும் மேலும் செலவு செய்யுமாறு தூண்டப்படுகின்றனர்.

செய்கிற செலவுகளில் எது அவசியமானது, எது தேவை இல்லாதது, எதைத் தவிர்க்க முடியும் என்று பார்க்கும் பழக்கம்

நுகர்வுக் கலாசாரத்தில் இல்லை. எனவே ஆடம்பரமான மற்றும் அவசியமில்லாத பொருட்கள் நிறைய வாங்கப்படுகின்றன. ஐக்கிய நாடுகளின் முன்னேற்ற அறிக்கையிலிருந்து கீழே தரப்பட்டுள்ள புள்ளி விவரங்கள் பணக்கார நாடுகளின் செலவு செய்யும் போக்கை வெளிப்படுத்துகின்றன.

அட்டவணை 7.1-ல் குறிப்பிடப்பட்டுள்ள செலவுகள் எவையும் அவசியமானவையல்ல. ஆனால் அவற்றுக்காக பணக்கார நாடுகள் செலவு செய்யும் தொகை நம்மை ஆச்சரியப்பட வைக்கிறது. அந்தச் செலவுகளை வைத்து உலகிலுள்ள பல நாடுகளின் முக்கியமான பிரச்னைகளைச் சுலபமாகத் தீர்க்க முடியும். உதாரணமாக உலகம் முழுவதும் அடிப்படைக் கல்வி கொடுப்பதற்கான தொகை 6 பில்லியன் டாலர் என்றும், நீர் மற்றும் சுகாதார வசதிகளை ஏற்படுத்தித்தரத் தேவையான தொகை 9 பில்லியன் டாலர் என்றும், ஐக்கிய நாடுகளின் அதே அறிக்கை குறிப்பிடுகிறது.

அட்டவணை 7.1

பணக்கார நாடுகளின் முன்னுரிமைச் செலவுகள்

விவரம்	பில்லியன் டாலர்கள்
அமெரிக்காவில் ஒப்பனை பொருட்கள்	8
ஐரோப்பாவில் ஐஸ்கிரீம்	11
அமெரிக்கா மற்றும் ஐரோப்பாவில் வாசனைப் பொருட்கள்	12
அமெரிக்கா மற்றும் ஐரோப்பாவில் செல்லப் பிராணிகளுக்கான உணவு	17
ஜப்பானில் சிகரெட்டுகள்	50
ஐரோப்பாவில் மது	105
உலகில் போதை மருந்துப் பொருட்கள்	400

ஆதாரம்: ஐக்கிய நாடுகள் முன்னேற்ற அறிக்கை, 1998

மேற்குறிப்பிடப்பட்ட அறிக்கை விவரங்கள் தரப்பட்டு பத்து ஆண்டுகளுக்குமேல் ஆகிவிட்டதால் குறிப்பிட்டுள்ள தொகை

களில் தற்போது மாற்றங்கள் ஏற்பட்டிருக்கும். ஆனால் பொது வான நிலைமை ஏறத்தாழ அப்படியே நீடிக்கிறது. உலகிலுள்ள முதல் பத்து சதவிகிதம் பணக்காரர்களின் வருமானத்தில் 1.6 சதவிகிதம் தொகையை மட்டுமே வைத்து, தினசரி ஒரு டாலர் அளவு வருமானத்தை வைத்து வாழ்க்கை நடத்திக் கொண்டிருக் கும் 100 கோடி மக்களின் வாழ்க்கைத் தரத்தை உயர்த்திவிட முடியும் என மனிதவள மேம்பாட்டு அறிக்கை 2005 கூறியுள்ளது.

மற்ற நாடுகளுக்கு அறிவுரைகளை வழங்கிவிட்டு பணக்கார நாடுகள் செய்யும் பலவிதமான செலவுகள் மிக அநியாயமாக உள்ளன. அந்நாடுகளால் மிகையான செலவுகளைக் கட்டுப் படுத்தவும் இயலாது. ஏனெனில் நுகர்வுக் கலாசாரம் மக்களைச் செலவு செய்து பழக்கப்படுத்திவிட்டது. ஆனால், அவ்வளவு செலவுகளைச் செய்தபின்னரும் மக்கள் மகிழ்ச்சியாக வாழ்கிறார் களா என்று பார்த்தால் அதுதான் இல்லை. மாறாக, அதிகரிக்கும் வருமானமும் அதிகமாகச் செலவு செய்யும் வாழ்க்கை முறையும் அவர்களை நிம்மதி இழக்கச் செய்திருப்பதாக ஆய்வுகள் தெரிவிக்கின்றன. வருமானம் அதிகரிக்க அதிகரிக்க புதுப்புது ஆசைகளும் தேவைகளும் அதிகரித்துக்கொண்டே போகின்றன. எனவே நிம்மதி கிடைப்பதில்லை.

மக்கள் மொத்த வருமானத்தையும், அதற்குமேலும், செலவு செய்துகொண்டே இருப்பதால், சேமிக்கும் தொகை குறைந்து கொண்டே வருகிறது. அதன் விளைவாக நிகர சேமிப்பு விகிதம் அமெரிக்காவில் -0.4 சதவிகிதம் என்றும் இங்கிலாந்தில் -0.1 சதவிகிதம் என்றும் இருப்பதாக 2005-ம் ஆண்டுக்கான புள்ளி விவரங்கள் தெரிவிக்கின்றன. அதாவது அந்த நாடுகளில் சேமிப்பு என்பதே சுத்தமாக இல்லாதது மட்டுமின்றி, வரவுக்கு மீறிச் செலவு செய்யும் நிலை உள்ளது!

பிரிட்டனின் எதிர்க்கட்சியான கன்சர்வேடிவ் கட்சி, சமூக நீதிக்கான கொள்கை ஆலோசனைகளை அளிப்பதற்காக ஒரு குழுவை அமைத்திருந்தது. அந்தக் குழு டிசம்பர் 2006-ல் தனது இடைக்கால அறிக்கையை அளித்துள்ளது. மக்களிடையே அதிகரித்துவரும் கடன் விகிதங்கள் பற்றிக் குறிப்பிடுகையில், ஜூலை 2004 நிலவரப்படி ஒவ்வொரு வீட்டுக்கும், சராசரியாக 4,000 பவுண்டு அளவு கடன் இருப்பதாக அவ்வறிக்கை எடுத்துக் காட்டியுள்ளது.

மக்களிடையே சேமிப்பு இல்லை என்றால் அரசாங்கத்திடம் எப்படிச் சேமிப்பு இருக்க முடியும்? மக்களின் சேமிப்புகள் குறையக் குறைய, அரசாங்கங்களும் நிதிப் பற்றாக்குறையால் அவதிப்படுகின்றன. அதனால் அமெரிக்கா உலக நிதிச் சந்தையில் தினசரி 2 பில்லியன் டாலருக்கும் அதிகமான அளவு கடன் வாங்குவதாகச் செய்திகள் தெரிவிக்கின்றன. எனவே அவர்களின் நிதிப் பற்றாக்குறை நாளுக்கு நாள் அதிகரித்துக் கொண்டே வருகிறது. ஆயினும் அவர்கள் செலவு செய்து கொண்டே வருகின்றனர். காரணம், செலவு செய்வதை அவர்கள் ஒரு வாழ்க்கை முறையாகக் கொண்டுள்ளனர். வளமான காலத்தில் மக்கள் செலவு செய்ய விரும்புகின்றனர். மந்தமான காலத்தில் மக்களைச் செலவு செய்யுமாறு அரசுகள் தூண்டு கின்றன. செலவு செய்வது என்பதை அத்தியாவசியமான காரியமாக அவர்கள் கருதுவதால், பொருளாதார நிபுணர்களும் கொள்கை வகுப்போரும் செலவு செய்யும் பழக்கத்தை ஆதரிக்கின்றனர்.

எகானமி (Economy) என்னும் ஆங்கிலச் சொல்லுக்கு சிக்கனம் என்று ஒரு பொருள் உண்டு. அதைக்கூட அவர்கள் சரியாகப் புரிந்து கொள்ளாமல் சேமிக்கும் பழக்கத்தை மறந்து கடன் வாங்கி வாழ்க்கை நடத்தும் போக்கையே பழக்கமாக்கிக்கொண்டு விட்டனர். ஆனால் எவ்வளவு நாட்களுக்குத்தான் கடன் வாங்கியே பிழைக்க முடியும்?

நுகர்வுகளைத் தொடர்ந்து அதிகரித்துக்கொண்டே சென்றால், இயற்கை வளங்கள் என்னவாகும்? உலகில் 5 சதவிகிதம் மக்கள் தொகையைக் கொண்டுள்ள அமெரிக்கா, 25 சதவிகிதம் கரியமில வாயுவை உற்பத்தி செய்கிறது. அதே அளவு தனிநபர் நுகர்வு களை உலகின் பெரிய நாடுகள் சீனாவும் இந்தியாவும் மேற்கொண்டால் வாழ்வதற்கு இன்னொரு உலகமே வேண்டும் என சுற்றுச் சூழல் ஆய்வுகள் தெரிவிக்கின்றன. எனவே அபரிமிதமான நுகர்வுக் கலாசாரத்தால் இயற்கை வளங்கள் அளவுக்கு அதிகமாக வீண் ஆக்கப்பட்டு, உலகின் எதிர்காலமே கேள்விக் குறியாகியுள்ளது.

4. சந்தைகளின் ஆதிக்கம்

நவீன மேற்கத்திய பொருளாதாரம், சந்தை அமைப்பு முறையை மையமாகக் கொண்டுள்ளது. எனவே அவர்களது வாழ்க்கையில்

தனிநபர்கள் மற்றும் அரசாங்கங்களைத் தவிர அடிப்படை அங்கமாக சந்தைகள் இடம் பெற்றுள்ளன. சமீப காலங்களில் மற்ற இரண்டு அங்கங்களையும் நிலை குலைய வைக்கும் அளவுக்கு சந்தைகள் ஆதிக்கம் பெற்று வருகின்றன. பெரிய கம்பெனிகளும், பன்னாட்டு நிறுவனங்களும் கோடிக்கணக்கான டாலர்களில் வருமானம் ஈட்டி வருகின்றன. பெருத்த விளம் பரங்கள் மூலமாகவும் வேறுபல உத்திகளைக் கடைப்பிடித்தும் அந்த நிறுவனங்கள் மனித வாழ்க்கையின் வெவ்வேறு நிலைகளிலும் ஊடுருவி உள்ளன. அதன் விளைவாக சந்தைகள் அசாத்திய சக்தியைப் பெற்று, மக்களின் விருப்பு வெறுப்புகளைத் தீர்மானிக்கும் அளவுக்கு வளர்ந்துள்ளன. ஆகையால் மக்களின் தேவைகளையும் முன்னுரிமைகளையும்கூட சந்தைகளே முடிவு செய்கின்றன.

கம்பெனிகளின் நோக்கமே அதிக அளவில் லாபம் சம்பாதிப்பது தான். அதற்காக அவை அனைத்துவிதமான முயற்சிகளையும் கையாளுகின்றன. அதிக அளவில் பண பலத்தை வைத்துக் கொண்டு அரசாங்கங்களைத் தம்மிடம் அடிபணிய வைக்கின் றன. தங்களது நோக்கங்களுக்கு இடையில், அரசுகளோ அல்லது மக்களோ, யார் வந்தாலும் அவற்றை சக்தியிழக்கச் செய்ய எல்லா நடவடிக்கைகளையும் அவை எடுக்கின்றன. பல பெரிய கம்பெனிகள் உலகின் பிற நாடுகளில் நுழைந்து அவற்றின் கொள்கை முடிவுகளைத் தங்கள் வியாபாரத்துக்குச் சாதகமாக்கிக் கொள்கின்றன. அதனால் உலகச் சந்தையையும் தம் வசம் கொண்டுவருவதற்கு போட்டி போட்டுக்கொண்டு தங்களது செயல்பாடுகளை அமைக்கின்றன. அதன் விளைவாக பல்லா யிரக்கணக்கான சிறு நிறுவனங்கள் அழிக்கப்பட்டு லட்சக் கணக்கானோர் வேலை இழக்கின்றனர். சுற்றுச் சூழலும் உள்ளூர் சமூகங்களும் பெரும் பாதிப்புக்கு உள்ளாகின்றன. அந்தந்தப் பகுதிகளில் வாழ்ந்துவரும் மக்களின் இயற்கையான வாழ்க்கை முறைகளில் அவர்களுக்குப் பொருந்தாத அம்சங்கள் புகுத்தப் பட்டு சிரமங்கள் ஏற்படுத்தப்படுகின்றன.

கடந்த சில வருடங்களில் நிதிச் சந்தைகளின் ஆதிக்கம் மிக வேகமாக அதிகரித்து வருகிறது. அதன் விளைவாக மொத்தப் பொருளாதாரங்களின் செயல்பாடுகளும் நிதிச் சந்தைகளின் செயல்பாடுகளைச் சார்ந்து செல்லும் சூழ்நிலை உருவாகி யுள்ளது. துரதிர்ஷ்டவசமாக நிதிச் சந்தைகளின் செயல்பாடுகளை

ஊக வணிகர்களே தீர்மானிக்கும் நிலை ஏற்பட்டுள்ளது. எனவே சந்தைகளின் தற்போதைய போக்கும், ஆதிக்கம் செலுத்தும் தன்மையும் மேற்கத்திய பொருளாதாரங்களுக்குச் சிக்கல்களைத் தோற்றுவித்து மக்களைச் சீரழித்து வருகின்றன.

உதாரணமாக கடந்த மார்ச் 2008 தொடங்கி அடுத்த ஆறு மாத காலத்தில் அமெரிக்காவின் ஐந்து பெரிய மூலதன வங்கிகள் பெரும் நஷ்டத்தை அடைந்துள்ளன. அவற்றில் ஒன்று திவால் ஆகிவிட்டது. இரண்டை வேறு நிறுவனங்கள் வாங்கியுள்ளன. அந்த ஐந்து கம்பெனிகளின் மொத்தக் கடன்கள் மட்டும் நான்கு டிரில்லியன் டாலர் அளவு இருக்கலாம் என்று செய்திகள் தெரிவிக்கின்றன. மேலும், அமெரிக்க வங்கித்துறையே ஏறத்தாழ திவால் ஆகிவிட்டது என்று பேராசிரியர் ரௌபினி கருத்து தெரிவித்துள்ளார். அதே சமயம், நஷ்டம் அடையும் நிதி நிறுவனங்களுக்கு தங்களின் வரிப்பணத்தைப் பயன்படுத்தி உதவிகள் செய்யக்கூடாது என்றும் மக்கள் பலர் போர்க்கொடி உயர்த்தியுள்ளனர்.

5. ஆட்டம் காணும் அமைப்பு முறைகள்

மேற்கத்தியப் பொருளாதார அமைப்பு முறை அவர்களது நாடுகளைச் சேர்ந்த மக்களின் தேவைகளைக்கூட பூர்த்தி செய்ய முடியாமல் சிரமப்படுகிறது. இரண்டாம் உலகப் போருக்குப் பிறகு வந்த 60 ஆண்டுகாலப் பொருளாதார வளர்ச்சிக்குப் பின்னரும், பணக்கார நாடுகள்கூட, தீர்க்கமுடியாத பல பிரச்னைகளில் மூழ்கியுள்ளன. உழைக்கும் நிலையில் உள்ள மக்கள் அனைவருக்கும் போதுமான வேலைகள் இல்லை. வேலையின்மை பெருகி வருகிறது. தங்களது விவசாயத்தைத் தக்க வைத்துக் கொள்வதற்காக அந்த நாடுகள் விவசாயிகளுக்கு தினசரி ஒரு பில்லியன் டாலருக்கு அதிகமாக மானியம் கொடுத்து வருகின்றன. தங்கள் தொழில்களைப் பாதுகாத்துக்கொள்ள சர்வதேச அரங்கில் பலவிதமான சித்து வேலைகளில் ஈடுபடுகின்றன. ஏழை மற்றும் வளரும் நாடுகளின் வளங்களையும் வருமானத்தையும் கைப்பற்றுவதற்காக அவற்றின் கொள்கை விஷயங்களிலும் அரசியல் மற்றும் சமூக அமைப்புகளிலும் தலையிடுகின்றன.

அத்தனைக்குப்பிறகும் அந்நாடுகளின் வளர்ச்சி மக்கள் அனைவருக்கும் தேவையானவற்றைத் தரக்கூடிய நிலையில் இல்லை.

நாடுகளுக்குள் ஏற்றத்தாழ்வுகள் அதிகரித்து வருகின்றன. சில குறிப்பிட்ட துறைகளைச் சேர்ந்தவர்கள்மட்டும் கோடிக் கணக்கில் வருமானம் ஈட்டும்போது, பெரும்பாலானோருக்கு மருத்துவ வசதி உள்ளிட்ட அடிப்படைத் தேவைகள்கூட எட்டாக் கனியாக உள்ளன. எனவே உயர்ந்த தொழில்நுட்பமும் நவீன மருத்துவ வசதிகளும் இருந்தும்கூட அமெரிக்கா போன்ற நாட்டிலேயே அதிகப்படியான மக்களுக்கு மருத்துவப் பாதுகாப்பு கிடைக்கவில்லை.

மேற்கத்தியப் பொருளாதார அமைப்பு முறை அவர்கள் நாடுகளில் மட்டுமின்றி, உலகம் முழுவதிலும் உள்ள மக்களின் வாழ்க்கை யையும மோசமாகப் பாதித்து வருகிறது. உதாரணமாக அவர்களது சுயநலமான விவசாயக் கொள்கையினால் உலக நாடுகளில் உள்ள விவசாயிகளின் வாழ்க்கை சீரழிக்கப்படுகிறது. அமெரிக்கா தன்னுடைய பருத்தி விவசாயிகளுக்குக் கொடுக்கும் சலுகைகளால் மட்டுமே ஆப்பிரிக்க நாடுகளில் வறுமை அதிகரித்துள்ளதாக மனிதவள முன்னேற்ற அறிக்கை 2005 சுட்டிக்காட்டுகிறது. எனவே ஏழை நாடுகள் மேலும் பரம ஏழைகளாகி வரும் சூழ்நிலையில் உள்ளன. அதன் விளைவாக நாடுகளுக்கு இடையேயான ஏற்றத் தாழ்வுகள் மேலும் அதிகரித்து வருகின்றன.

ஆகவே மேற்கத்திய முறைகள், அவர்களது நாடுகளிலும் உலக அளவிலும் ஏற்றத்தாழ்வுகளை அதிகப்படுத்தி மக்களைச் சிரமத்துக்கு உள்ளாக்கி வருகின்றன. பணக்கார நாடுகளிலும், மக்கள் அனைவரும் அடிப்படைத் தேவைகளைப் பெற்று நிம்மதியாக இருக்க முடிவதில்லை. ஏனெனில் அவர்களது பொருளாதார முறை, வலுவான சித்தாந்தந்தின் அடிப்படையில் அமையவில்லை. சந்தைப் பொருளாதார முறையே ஆட்டம் கண்டுவருகிறது. அதனால், பணக்கார நாடுகளின் எதிர்காலமே கேள்விக்குறியாகி உள்ளது.

வரலாற்று நோக்கில் பார்த்தால் கடந்த 500 வருடங்களாகவே அவர்களது பொருளாதார அமைப்பு முறைகள் எதுவாக இருப் பினும், அதில் நீடித்த தன்மை இல்லாதது தெரியவருகிறது. அதனால்தான் நில உடைமை முறை, வணிகத்துவ முறை, கம்யூனிசம், சந்தைப் பொருளாதாரம் என ஒவ்வொன்றும் குறுகிய காலத்துக்குள்ளாக தொடர்ந்து தோல்வியைச் சந்தித்துக் கொண்டே வருகின்றன. அவை எதிலுமே பெரும்பான்மை மக்கள் நிம்மதியாகவும் அமைதியுடனும் வாழ்வதற்கான

சூழ்நிலை இல்லை. எனவே ஒவ்வொரு காலகட்டத்திலும் மக்கள் பலவிதமான சிரமங்களுக்கு இடையிலேயே வாழ்க்கையை நடத்தி வந்துள்ளனர்.

நிலையில்லாத எதிர்காலம்

மேற்கத்தியப் பொருளாதார வரலாற்றின் ஒவ்வொரு கட்டத்திலும் பிரச்னைகள் நிறைந்த, எதிர்காலம் குறித்து அச்சங்கள் மிகுந்த சூழ்நிலைகளை நோக்கியே மக்கள் வாழ்க்கை நடத்தி வந்துள்ளனர். சமூகங்கள் பலம் இழந்து, தொடர்ந்து அரசாங்கங்கள் மற்றும் சந்தைகளின் பிடியிலேயே மக்கள் செயல்பட்டு வந்துள்ளனர். மகிழ்ச்சியான, அமைதியுடன் வாழக்கூடிய குடும்பங்களையும் சமூகங்களையும் அவர்களது எந்தப் பொருளாதார அமைப்பும் ஊக்குவித்ததில்லை. ஒரு நிலையில்லாத எதிர் காலத்தை நோக்கி மக்களைச் செலுத்தும் வகையிலேயே அவர்களது முறைகள் ஆரம்பம் முதலே அமைந்து வந்துள்ளன.

பல்வேறு வரலாற்றுக் காரணங்களால் மேற்கத்திய முறைகளின் தாக்கம் உலகம் முழுவதுமுள்ள பல நாடுகளிலும் பரவி, இன்று உலகையே சிரமத்தில் ஆழ்த்தியுள்ளது. அதனால் உலக நாடுகள் பலவற்றிலும் அபாயம் மிகுந்த சூழ்நிலை உருவாகி மக்கள் நம்பிக்கை இழந்த நிலைக்குத் தள்ளப்பட்டுள்ளனர்.

தற்போதைய சந்தைப் பொருளாதார முறை, தனிநபர் வாழ்க்கை முறையை ஊக்குவித்தும், நுகர்வுக் கலாசாரத்தைப் பெருக்கியும், இயற்கை வளங்களை அழித்தும், பெரிய அளவில் சமூகங்களுக்குத் தீமை செய்யும் நோக்கில் அமைந்துள்ளது. அதன் விளைவுகள் எதிர் காலங்களில் மிகவும் கடுமையாக இருக்கும் என்று எதிர்பார்க்கப்படுகிறது. மேற்கத்தியப் பொருளாதாரத்தின் அடிப்படை அம்சங்களோடு ஒப்பிட்டும், வேறுபடுத்தியும் பார்த்தால், இந்தியப் பொருளாதாரத்தின் வலுவான அடித்தளங்களும் மேற்கு நாட்டுப் பொருளாதாரத்தில் உள்ள பிரச்னைகளும் புரியவரும்.

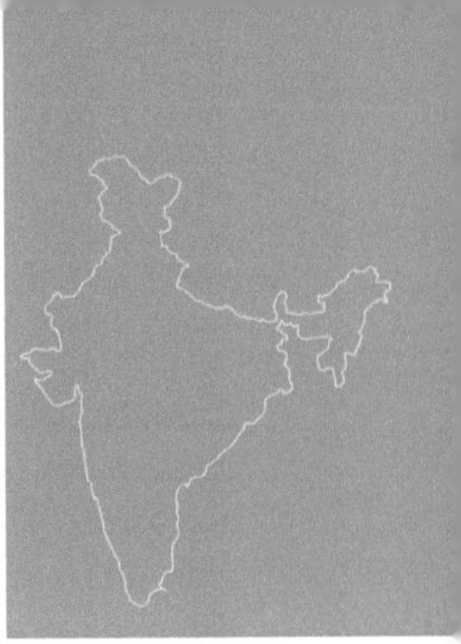

8

மீண்டெழும் இந்தியா

இந்தியா சுதந்தரம் அடைந்தபோது, ஓர் ஏழை நாடாக, முன்னேற்றமில்லாத நாடாக, கல்வியறிவு குறைந்த நாடாக இருந்தது. மேலும், நம்பிக்கையிழந்து, உலக அரங்கில் செல்வாக்கு குறைந்த நாடாகவும் திகழ்ந்தது. ஆனால், 60 ஆண்டுகளுக்குப் பின்னர், இன்று உலகமே எதிர்பார்க்கக்கூடிய ஒரு பெரிய சக்தியாக உருவெடுத்துள்ளது. அது மட்டு மின்றி, உலகில் நான்காவது பெரிய பொருளா தாரமாகவும், இரண்டாவது அதிவேகமான வளர்ச்சியைக் கொண்ட நாடாகவும் விளங்கி வருகிறது. மேலும், 8.5 கோடி தொழில் களுடன், உலகிலேயே அதிகமாகத் தொழில் முனையும் நாடுகளில் முக்கியமானதாக விளங்கி வருகிறது.

வளர்ச்சி பெற்ற பல நாடுகளில் கல்வி, அறிவியல், தொழில்நுட்பம், மருத்துவம் உள்ளிட்ட பல துறைகளிலும் முக்கியப் பொறுப்புகளை அதிக அளவில் இந்தியர்கள் வகிக்கக்கூடிய சூழ்நிலை. உலகின் பல பகுதிகளிலும் பல்வேறு தொழில்களில் முத்திரை பதித்துவரும் இந்திய நிறுவனங்கள். இன்னும் எத்தனை வருடங்களுக்குள் இந்தியா

முதல் நிலையை எட்டிப் பிடிக்கும் எனப் பலவிதமான கணிப்புகள் மற்றும் ஆய்வுகள்.

உலகில் வேறெந்த நாடும் 60 வருட காலத்தில் இவ்வளவு வேகமான முன்னேற்றத்தைக் கண்டதில்லை. அதற்கு என்ன காரணம்? பொருத்தமில்லாத கொள்கைகள், சம்பந்தமில்லாத சட்டதிட்டங்கள், நடைமுறைகளைப் புரிந்து கொள்ளாத அதிகார மையங்கள் என எல்லாவற்றையும் மீறி இந்த நாடு மீண்டெழு வதற்கான அடிப்படைதான் என்ன? நமது நாட்டின் வளர்ச்சிக்கு அடித்தளமாக அடைந்திருப்பது இங்கு வழக்கத்தில் உள்ள செயல்பாட்டு முறைகள் ஆகும். மக்களின் வாழ்க்கையை ஒட்டி அமைந்துள்ள அந்த முறைகள்தாம் இந்தியாவை வழிநடத்திச் செல்லும் முக்கியக் காரணிகளாக அமைந்துள்ளன.

மேலோட்டமாகவும், மேற்கத்திய சிந்தனைகளை மையமாக வைத்தும் பார்ப்பவர்களுக்கு அந்தக் காரணிகள் தெரியாது. அதனால்தான் அவை புத்தகங்களில் இடம் பெறுவதில்லை. ஆனால் அவைதான் நமது நாட்டின் உந்து சக்திகள். எனவே அவற்றைச் சரியான முறையில் புரிந்து கொள்வது அவசியம். அப்போதுதான் நமது செயல்முறைகளை மேலும் செம்மைப் படுத்தி நாட்டின் வளர்ச்சியைப் பெருக்கி முழுப் பயன் பெறும் வகையில் கொள்கைகள் அமைத்துக்கொள்ள ஏதுவாகும்.

பொருளாதாரச் சக்தியாக உருவெடுக்கும் இந்தியா

அண்மைக் காலங்களில் இந்தியா ஒரு பொருளாதாரச் சக்தியாக உருவாகி வருகிறது. உலக அரங்கில் 19-ம் நூற்றாண்டின் தொடக்கம் வரையிலும் மிக முக்கியமான பொருளாதாரமாக இருந்த இந்தியா, மீண்டும் தலையெடுத்து வருவதை உலக நாடுகள் எதிர்பார்த்துக்கொண்டுள்ளன. சீனாவும் இந்தியாவும் இரண்டு முக்கியமான பொருளாதாரங்களாக உருவாகி வருவது பழைய வரலாறு மீண்டும் திரும்புவதையே உணர்த்துவதாக வரலாற்றாசிரியர்கள் சொல்கிறார்கள்.

அமெரிக்காவின் பீட்டர் டிரக்கர் (Peter Drucker) உலகப் புகழ்பெற்ற மேலாண்மை நிபுணர். அவர் 2004-ல் ஃபார்ச்சூன் என்ற பிரபலமான சர்வதேசப் பத்திரிகைக்கு அளித்த பேட்டியில் இந்தியா ஒரு சக்தி வாய்ந்த பொருளாதாரமாக வேகமாக முன்னேறி வருவதாகவும், எதிர்வரும் ஆண்டுகளில் சீனாவை

விட முன்னேறிச் செல்லும் வலிமையைப் பெற்றிருப்பதாகவும் குறிப்பிட்டுச் சொன்னார். ப்ரைஸ்வாட்டர்ஹவுஸ் கூப்பர்ஸ் (PriceWaterhouse Coopers) என்ற உலகின் முன்னணி ஆலோசனை நிறுவனம், 2050-ல் உலகம் எப்படி இருக்கும் என்ற ஆய்வை வெளியிட்டுள்ளது. அதில் 2050-ம் ஆண்டு வரை உலகிலேயே அதிக வேகமாக வளரக்கூடிய பெரிய பொருளா தாரமாக இந்தியா இருக்கும் என்று சுட்டிக்காட்டியுள்ளது.

2005 முதல் 2050 வரையான காலகட்டத்தில், ஒட்டுமொத்தப் பொருளாதார வளர்ச்சி, இந்தியாவுக்கு 7.6 சதவிகிதம் இருக்கும் என்றும், சீனாவுக்கு 6.3 சதவிகிதம் இருக்கும் என்றும், அமெரிக்காவுக்கு 2.4 சதவிகிதம் இருக்கும் என்றும் இந்த அறிக்கை புள்ளிவிவரங்களுடன் எடுத்து வைத்துள்ளது. எனவே இந்தியா வேகமாக வளர்ந்து வருவதையும், எதிர்காலத்தில் தொடர்ந்து வளருவதற்கான வாய்ப்புகளை உலகின் மற்ற நாடுகளைவிட அதிகம் பெற்றுள்ளதையும் பலவிதமான ஆய்வு களும் கணிப்புகளும் எடுத்துரைக்கின்றன. நமது நாட்டின் எதிர் காலம் குறித்த நம்பிக்கைகளுக்கு வலுச்சேர்க்கும் வகையில் அண்மைக் காலங்களில் சில முக்கியமான நிகழ்வுகளும் நடை பெற்றுக்கொண்டு வருகின்றன.

பெருகி வரும் தொழில்களும் வியாபாரமும்

நாட்டின் பல பகுதிகளில் தொழில்களும் வியாபாரமும் பல்வேறு நிலைகளில் பெருகி வருகின்றன. முன்பு சாதாரணமாக இருந்த பல தொழில் மையங்கள் இன்று சர்வதேச அளவில் முக்கியமான இடத்தைப் பிடித்து வருகின்றன. உள்நாட்டில் தொழில் செய்து வந்த பல நிறுவனங்கள் வெளிநாட்டு நிறுவனங்களை வாங்கி வருகின்றன. இந்தியாவில் பிறந்து வெளிநாட்டில் வாழ்ந்து வரும் லட்சுமி மிட்டல் 2006-ம் வருடம் ஐரோப்பிய கம்பெனி யான ஆர்செலார் (Arcelor) என்ற இரும்பு உருக்கு நிறுவனத்தைக் கடும் போராட்டங்களுக்கிடையே வாங்கினார். இன்று இரும்பு உருக்குத் துறையில் முதல் இடத்தை அவரது நிறுவனம் வகிக்கின்றது.

கடந்த சில வருடங்களில் மட்டும் டாடா குழுமம் உலகின் பல பகுதிகளில் மோட்டார் வாகனம், ஹோட்டல், தேயிலை உள்ளிட்ட வெவ்வேறு துறைகளில் பல நிறுவனங்களை வாங்கி அந்தத் தொழில்களில் எல்லாம் தமது வியாபாரத்தை

அறிமுகப்படுத்தியுள்ளது. அதனால், இந்தியாவிலுள்ள பல முன்னணி நிறுவனங்களின் வருமானம் சர்வதேச வியாபாரம் மூலமாக அதிகரித்து வருகின்றது. எனவே உலகின் பல பகுதி களிலும் இந்திய நிறுவனங்கள் தமது பெயரைப் பதிவு செய்து வருகின்றன.

அறிவுசார் துறைகளில் இந்தியர்கள்

தொழில் மற்றும் வியாபாரத் துறைகளில் மட்டுமின்றி அறிவுசார் துறைகளிலும் சர்வதேச அளவில் தமக்கென ஓர் இடத்தை இந்தியர்கள் உருவாக்கி வருகின்றனர். வளர்ந்த நாடுகளான அமெரிக்கா, பிரிட்டன் உள்ளிட்ட பல பகுதிகளிலும் முக்கிய மான துறைகளான கல்வி, கணினி, பொறியியல், மருத்துவம், தொழில்நுட்பம், நிர்வாகம் எனப் பலவற்றில் சிறந்து விளங்கி வருகின்றனர். மைக்ரோசாஃப்ட் உள்ளிட்ட முதன்மை நிறுவனங் களிலும் நாசா போன்ற அதிமுக்கிய அமைப்புகளிலும் முக்கிய மான பொறுப்புகளில் இந்தியர்கள் அதிக எண்ணிக்கையில் உள்ளனர். மேலும் கல்வி மற்றும் தொழில்நுட்ப நிறுவனங் களிலும், மேலாண்மைப் பள்ளிகளிலும் பேராசிரியர்களாகப் பலர் பணியாற்றி வருகின்றனர். அமெரிக்காவில் அதிக அளவு சராசரி வருமானம் ஈட்டக்கூடிய மக்களாக இந்தியர்களே உள்ளனர்.

உலக அளவில் அதிக எண்ணிக்கையில் பட்டதாரிகளையும் பொறியாளர்களையும் உருவாக்கிவரும் நாடாக இந்தியா உரு வெடுத்துள்ளது. மேலும் அமெரிக்காவுக்கு அடுத்தபடி ஆங்கிலம் தெரிந்த மக்களை அதிகமாகக் கொண்ட நாடாகவும் இந்தியா உள்ளது. எனவே, கடந்த ஆண்டுகளில் வாய்ப்புகளைத் தேடி இந்தியர்கள் வெளியில் சென்ற நிலைமை மாறி, இந்தியாவை நோக்கிப் பிற நாட்டு நிறுவனங்கள் வரும் நிலைமை இப்போது உருவாகியுள்ளது. பெரிய நிறுவனங்கள் அதிக அளவில் இங்கு கிளைகளைத் தோற்றுவித்தும், அலுவலகங் களை ஏற்படுத்தியும் வருகின்றன. அதன்மூலம் திறமை வாய்ந்த இந்தியர்களை இங்கேயே வேலைக்கு அமர்த்திக்கொள்ளும் போக்கு அதிகரித்து வருகிறது. அதனால் பெங்களூர், புனே, சென்னை உள்ளிட்ட நகரங்கள் பிற நாட்டு நிறுவனங்களை அதிக அளவில் ஈர்க்கும் மையங்களாக உருவாக்கியுள்ளன. கணினித் துறையைத் தவிர, கல்வி மற்றும் ஆராய்ச்சித் துறைகளுக்குப் பொருத்தமான இடமாக மேல்நாட்டினர் இந்தியாவைத் தேர்ந்

தெடுக்கின்றனர். எனவே இந்தியா உலக அளவில் அறிவுசார் துறைகளில் ஒரு முக்கியமான இடத்தைப் பிடித்து வருகிறது.

அதிக அளவில் இளைஞர்கள்

ஒரு காலத்தில் அதிகமான மக்கள்தொகை இந்தியாவுக்கு முக்கிய மான பிரச்னை என்று நிபுணர்களால் சொல்லப்பட்டது. ஆனால் இன்று அதிக மக்கள்தொகை இருப்பது நமது நாட்டுக்குச் சாதக மான அம்சம் என்று பொருளாதார அறிஞர்கள் ஏற்றுக் கொள்கின் றனர். மேற்கத்திய நாடுகளில் மக்கள் தொகை குறைந்து வருவது கண்டு அந்நாடுகள் அச்சமடைந்து உள்ளன. மேலும் தற்போது குழந்தைகள் மற்றும் வேலை பார்க்கும் நிலையில் உள்ள மக்களின் எண்ணிக்கையும் பல நாடுகளில் குறைந்து வருகிறது. மாறாக வயதானவர்களின் சதவிகிதம் அதிகமாக உள்ளது. அதனால் வேலை பார்க்கும் மக்களைவிட அவர்களைச் சார்ந் திருக்கும் மக்களின் எண்ணிக்கை அங்கு அதிகமாகி வருகிறது.

ஆகவே பின்லாந்து, டென்மார்க் போன்ற நாடுகளில் ஓய்வு பெறும் வயதை அதிகரித்து வயதானவர்களை வேலை செய்ய வைக்கின்றனர். மேலைநாடுகளைச் சேர்ந்த பல கம்பெனிகளில் ஓய்வு பெற்றவர்களை மீண்டும் வேலைக்கு அமர்த்தி நிலைமை யைச் சமாளித்து வருகின்றனர். அதே சமயம் இந்தியா உலகி லேயே அதிக அளவு இளைஞர்களைக் கொண்ட நாடாக விளங்கு கிறது. அதன்மூலம் போதிய அளவு உழைக்கும் நிலையில் உள்ள மக்களின் எண்ணிக்கையை நமது நாடு பெற்றுள்ளது.

உலகில் உள்ள மற்ற எந்தப் பெரிய பொருளாதாரத்துக்கும் இந்த அளவு சாதகமான மக்கள்தொகை இல்லை. 2020 வருடத்தில் இந்தியர்களின் சராசரி வயது 29 ஆக இருக்கும். அதே சமயம் அது சீனா மற்றும் அமெரிக்காவில் 37 ஆகவும், மேற்கு ஐரோப்பா மற்றும் ஜப்பானில் 45 ஆகவும் இருக்கும். மக்கள்தொகை குறித்து இன்று உலக நாடுகள் நம்மைப் பார்த்துப் பொறாமைப் படுவதற்கு நம்முடைய குடும்பக் கலாசாரமே காரணமாகும். சாதகமாக உள்ள மக்கள் தொகையை இன்னமும் சரியான முறையில் நாம் பயன்படுத்திக் கொள்வது அவசியம்.

மறைந்து கிடக்கும் சக்திகளும் உணரப்படாத உண்மைகளும்

நமது நாட்டைப் பொருத்தவரை வெளியில் தெரியாத பல சக்திகள் மறைந்து நிற்கின்றன; உணரப்படாத பல உண்மைகள்

புதைந்து கிடக்கின்றன. உதாரணமாக விவசாய வாய்ப்புகளையும் இயற்கை வளங்களையும் அதிகமாகப் பெற்றுள்ள நாடு நம்முடையது. இங்கு ஐந்தில் மூன்று பங்கு நிலப்பகுதியில் பயிர் செய்ய முடியும்.

ஆனால் உலகின் பெரும்பான்மையான பகுதிகளில் ஐந்தில் ஒரு பங்கு நிலத்துக்கு மேல் பயிர் செய்ய இயலாது. விளைச்சலுக்கான பகுதியை எடுத்துக்கொண்டால், உலகிலேயே வளம் மிக்க பகுதியை இந்தியா பெற்றுள்ளது. பதினாறு கோடி ஹெக்டேர் அளவு விளைச்சலுக்கு உகந்த நிலம் நம்மிடம் உள்ளது. கடுமையாக உழைக்கும் விவசாயிகளை நாம் பெற்றுள்ளோம். பாரம்பரிய அறிவும் நுணுக்கமும் பெற்றுள்ள விவசாயிகள் இன்றும் நம்மிடையே வாழ்ந்து வருகின்றனர். எனவே முறையாகத் திட்டமிட்டுச் செயல்பட்டால் உலகில் விவசாயத் துறையில் முன்னோடி நாடாக இந்தியா வருவதற்கு அதிக வாய்ப்புகள் உள்ளது.

வெவ்வேறு தொழில்களில் அனுபவ ஞானமும் தேர்ச்சியும் பெற்ற மக்கள் இன்றும் நம்மிடையே வாழ்ந்து வருகிறார்கள். படித்தவர்களின் அறிவு பெரும்பாலும் புத்தகம் சார்ந்தது. புத்தகத்தைப் படிப்பவர்கள் அனைவராலும் அந்தவித அறிவைப் பெற முடியும். ஆனால் கலாசாரம் சார்ந்த தொழில்நுட்பமும் தேர்ச்சியும் சம்பந்தப்பட்ட மக்களுக்கு மட்டுமே தெரிந்தவை. அவை புத்தகங்களில் கிடைக்காது.

உதாரணமாக அற்புதமான வேலைகளை அழகான முறையில் செய்யக்கூடிய கலை தெரிந்த மக்கள் நம்மிடையே இருந்து வருகிறார்கள். இயந்திரங்களால் உருவாக்க முடியாத நயம்மிக்க பொருட்களை அவர்களால் உருவாக்க முடியும். சரியான உதவிகள் மட்டும் அவர்களுக்குக் கொடுக்கப்பட்டால் உலக அளவில் அவர்களால் பொருட்களைக் கொண்டுசெல்ல முடியும். அதுபோல் வெவ்வேறு துறைகளில் தேர்ச்சி பெற்றவர்கள் பலர் நம்மிடையே இருக்கிறார்கள். அவர்களின் தொழில் நுட்பங்களை முறையாக அங்கீகரித்து ஊக்குவித்தால், அவை பொருளாதார வளர்ச்சியை வேகப்படுத்துவது மட்டுமின்றி, பரவலான வளர்ச்சிக்கும் அடித்தளமாக அமையும். அது மட்டுமின்றி, வேலைவாய்ப்புகளை அதிகப்படுத்தவும் நமது நாட்டின் பாரம்பரிய அறிவும் அனுபவமும் உலகெங்கும் பயன்படவும் உதவும்.

எனவே நம்மிடம் மறைந்து இருக்கக்கூடிய சக்திகளையும், நாம் உணராமல் இருக்கும் உண்மைகளையும் தெரிந்து கொள்வது அவசியமானதாகும்.

உண்மை நடைமுறைகளைப் புரிந்து கொள்வது அவசியம்

நமது நாட்டின் வளர்ச்சி மக்களின் செயல்பாடுகளில் உள்ளது. அவை புத்தகங்களில் விளக்க உரைகளாகவோ, கோட்பாடுகளா கவோ இல்லை. எனவே நமது நாட்டைத் தெரிந்து கொள்ள வேண்டுமானால், நடைமுறைகளையும் செயல்பாடுகளையும் நேரடியாகப் பார்த்துப் புரிந்துகொள்ளவேண்டும். இல்லை என்றால் உண்மையான நிலவரம் தெரியாமலேயே பேசிக் கொண்டிருப்போம். அது நாட்டுக்குப் பெரும் தீங்கு விளைவிக்கும்.

உதாரணமாக, இந்தியாவில் மக்களிடம் முதலீடு செய்வதற்குப் போதுமான அளவு நிதி இல்லை; ஏனெனில் இந்தியா ஏழை நாடு; எனவே வெளிநாட்டு மூதலீட்டாளர்களுக்கு அவர்கள் கேட்கும் சலுகைகளைக் கொடுத்து எப்படியாவது வரவேற்க வேண்டும்; அப்போதுதான் நமது நாட்டில் தொழில்கள் பெருகும் என்பதெல் லாம் பொதுவாக ஆட்சியாளர்கள் முதல் கல்வியாளர்கள் வரை அனைவரும் பரவலாகக் கொண்டுள்ள கருத்து. ஆனால் உண்மை நிலை என்ன? நமது நாட்டின் 60 ஆண்டு கால வளர்ச்சியில் முதலீட்டுக்குத் தேவையான மிகப் பெரும்பான்மை நிதி தொழில் முனைவோர்களால் உள்ளூர் பகுதிகளிலேயே திரட்டப் பட்டுள்ளது. மீதம் தேவைப்பட்ட தொகை, வங்கிகள் மற்றும் நிதி நிறுவனங்கள் மூலம் பெறப்பட்டிருக்கிறது.

சூரத்தில் 50,000 கோடி ரூபாய்கு மேல் வைர வியாபாரம் நடக்கிறது. திருப்பூர் 10,000 கோடி ரூபாய் அளவுக்கு ஜவுளி ஏற்று மதி செய்கிறது. இதற்கெல்லாம் வெளிநாட்டு மூலதனமா காரணம்? நமது நாட்டின் மிகப் பெரும்பாலான தொழில்கள் வெளிநாட்டு மூலதனங்கள் சிறிதும் இல்லாமல் உருவாக்கப் பட்டவை. போதுமான உதவிகளை மட்டும் நமது அரசுகள் செய்யுமானால், நம்மவர்களால் இன்னமும் சிறந்த முறையில், பெரிய அளவில் தொழில்களைச் செய்ய முடியும். அதை விடுத்து, வெளிநாட்டு நிறுவனங்களுக்கு தேவையில்லாத சலுகைகளை அரசுகள் வழங்கவேண்டிய அவசியமில்லை. மேலும் வெளிநாட்டு முதலீடுகள் மிகச் சுலபமாக அதிக அளவில்

லாபம் ஈட்டக்கூடிய குறிப்பிட்ட துறைகளிலேயே கவனமாக இருக்கும். அமெரிக்கப் பல்கலைக்கழகங்களில் அண்மையில் வெளிவந்துள்ள ஆய்வுகள் உள்நாட்டு முதலீடுகளால் ஏற்படும் வளர்ச்சியே நிரந்தரமானதாக இருக்கும் என எடுத்துக் கூறுகின்றன.

நிதி மற்றும் வங்கி சார்ந்த விஷயங்களில் அமெரிக்கா மற்றும் ஐரோப்பிய நாட்டினர்தான் திறமையானவர்கள் என்ற எண்ணம் நம்மிடையே பரவலாக உள்ளது. அது உண்மையல்ல. ஒரு மாவட்டத் தலைநகராக சில ஆண்டுகளுக்கு முன்னர்தான் உருவான கரூர் நகரில் பல வருடங்களுக்கு முன்னரே கரூர் வைஸ்யா வங்கி, லட்சுமி விலாஸ் வங்கி என இரண்டு வங்கிகள் உள்ளூர் வணிக சமூகத்தினரால் ஏற்படுத்தப்பட்டுள்ளன.

மேலும், வணிகம் சாராத சமூகங்கள்கூட வங்கிகளை ஏற்படுத்தி அவற்றை வெற்றிகரமாகச் செயல்படுத்தி வருகின்றன. உதாரண மாக தமிழகத்தில் நாடார் மகாஜன சங்கத்தாரால் 1921-ம் வருடம் உருவாக்கப்பட்ட தமிழ்நாடு மெர்க்கன்டைல் வங்கி நமது நாட்டில் மிகத் திறமையாக செயல்படும் வங்கிகளில் ஒன்றாக உள்ளது. கடந்த மார்ச் 31, 2004 நிலவரப்படி அதனுடைய மூலதனம் ரூ. 28 லட்சம் மட்டுமே. ஆனால் லாபங்களிலிருந்து ஒதுக்கி வைக்கப்பட்டிருந்த கையிருப்பு ரூ. 476.54 கோடி. 205 கிளைகளுடன் கணினி மயமாக்கப்பட்டு நவீன முறையில் செயல்பட்டு வரும் அவ்வங்கியின் மார்ச் 31, 2008 நிலவரப்படியான டெபாசிட்டுகள் ரூ. 7,670 கோடி. தொடர்ந்து அதிக அளவில் வருடா வருடம் ஈவுத்தொகை அளித்து வரும் வங்கியாகவும், முதலீடு செய்த பங்குக்காக அதிகபட்ச வருமானத்தை கொண்டுள்ள வங்கியாகவும் அது பெயர் பெற்றுள்ளது. ஒவ்வொரு ஊழியரும் சராசரியாக ரூ. 5.42 கோடி அளவு வியாபாரத்தையும் ரூ. 5.31 லட்சம் லாபத்தையும் ஈட்டி திறமையுடன் செயல்பட்டு வருகின்றனர்.

இருபத்தியொன்றாம் நூற்றாண்டில் இந்திய வழிமுறைகள்

பழம்பெருமை வாய்ந்த இந்தியாவின் வழிமுறைகளும் செயல் பாடுகளும் மாறிவரும் நவீன காலத்துக்குப் பொருத்தமான வையா என்னும் எண்ணம் நம்மில் பலருக்கும் எழும். கடந்த கால வரலாற்றைக் கூர்மையாகப் பார்த்தால், இந்தியா ஒவ்வொரு காலகட்டத்திலும் முற்போக்கும் நவீனத்துவமும் நிறைந்த சிந்தனைகளை முன் வைத்துச் செயல்பட்டு வந்திருப்பது புரியும்.

உலகில் வேறெங்கும் உயர் கல்விக்கென எந்தவித அமைப்பு முறையும் இல்லாத காலத்தில், ஆயிரம் வருடங்களுக்கு முன்னரே பல பல்கலைக்கழகங்களை நிறுவி பல்வேறு துறைகளில் பாடம் கற்பித்து வந்தது அந்தக் காலகட்டத்தில் நவீன மற்றும் முற்போக்கு சிந்தனை இல்லையா? தொழில் செய்ய ஏதுவாக கூட்டமைப்பு மற்றும் கம்பெனி அமைப்பு முறை போன்றவற்றை 2000 வருடங்களுக்கு முன்னரே ஏற்படுத்தி தொழில் துறையில் புதுமுறைகளைப் புகுத்தியது அந்தக் காலகட்டத்தில் நவீனச் சிந்தனை இல்லையா? அறுவை சிகிச்சை, துருப்பிடிக்காத இரும்பு என அறிவியல் மற்றும் தொழில்நுட்பத் துறைகளில் பல்வேறு விதமான கண்டுபிடிப்பு களை ஆயிரம் ஆண்டுகளுக்கு முன்னரே வெற்றிகரமாகச் செயல் படுத்தியது அந்தக் காலகட்டத்தில் நவீனச் சிந்தனை இல்லையா? மனித இனத்தைப் பிரித்து பிளவுபடுத்தும் கருத்துக்கள் உலகின் மற்ற பகுதிகளில் போதிக்கப்படும்போது, பல்லாயிரம் ஆண்டுகளுக்கு முன்னரே உலகம் ஒரு குடும்பம் என்ற உயர்ந்த தத்துவத்தைப் போதித்த நமது முன்னோர்கள் முற்போக்கு சிந்தனையாளர்கள் இல்லையா?

எனவே இந்தியா தனது நீண்ட நொடிய வரலாற்றில் பல காலகட்டங்களிலும் முற்போக்குச் சிந்தனையுடன் செயல்பட்டு, காலத்தை மீறிய நவீன வழிமுறைகளைப் புகுத்திக் கொண்டு வந்துள்ளது. எந்தவொரு பெரிய சமூகத்திலும் பிரச்னைகள் உருவாக வாய்ப்புகள் அதிகமாக உள்ளன. அப்படித்தான் இந்தியாவிலும் கடந்த சில நூற்றாண்டுகளாக நிறையப் பிரச்னைகள் எழுந்துள்ளன. அவை சமூகம், கலாசாரம், பொருளாதாரம் எனப் பல மட்டங்களிலும் எழுந்து பல்வேறு விதமான சோதனைகளைக் கொடுத்து வந்துள்ளன. அவற்றில் சில உடனடியாகத் தீர்க்கப்படவேண்டிய அவசரத்திலுள்ளன.

கடந்த முந்நூறு, நானூறு வருடங்கள் நமது நாட்டு வரலாற்றில் ஒரு குறுகிய காலமே ஆகும். அக்காலங்களில்தான் ஐரோப்பிய, அமெரிக்க நாடுகள் வரலாற்றுக் காரணங்களால் பொருளாதார, தொழில் துறைகளில் வேகம் பெற்றன. தற்போது ஐரோப்பாவின் காலம் ஏறத்தாழ முடிந்துவிட்டது. அமெரிக்கா தள்ளாடிக் கொண்டிருக்கிறது. எனவே ஒரு குறுகிய காலத் தோற்றத்தை வைத்து மேற்கத்திய முறைகளை நவீனம் என்பதும், இந்திய முறைகள் வெறும் பழமை என்பதும் நாம் செய்யும் பெரிய தவறாகத் தோன்றுகிறது.

நமது நாட்டை உற்று நோக்கும்போது, நமக்குப் பலவிதமான வலிமைகள் இருப்பது புரியவரும். அவை உலகின் பெரும் பாலான நாடுகளில் இல்லை. உதாரணமாக, நம் மக்களின் தொழில்முனையும் தன்மையுடன் இயற்கையாகப் பெற்றுள்ள பிற திறமைகளும் அசாத்தியமானவை. உலகின் பிற பகுதிகளில் உள்ள பெரிய நிறுவனங்கள் இந்தியாவை நோக்கி வருவதற்கு நம் மக்களிடம் உள்ள திறமைகளே காரணமாகும். அவற்றை முழுமையாக நாம் பயன்படுத்தும்போது இந்தியா உலக அரங் கில் மேலும் உயர் நிலைக்குச் செல்லும் என்பதில் ஐயமில்லை.

இந்தியக் கலாசாரம் தனித்தன்மை வாய்ந்தது. குடும்பம் மற்றும் சமூக அமைப்புகளை வலுவாகக் கொண்டு, சேமிப்பு, சமூக மூலதனம் ஆகியவற்றை அதிக அளவில் உருவாக்கும் திறனைப் பெற்றது. எவ்வளவோ சிரமங்களுக்கிடையிலும் இந்தியா ஒரு பொருளாதாரச் சக்தியாக உருவெடுத்து வருவதற்கும், பெருமள வில் பிரச்னைகள் இல்லாமல் இயங்கி வருவதற்கும் நம்மிடையே அதிக அளவில் உள்ள சமூக மூலதனமே காரணமாகும்.

மக்கள் ஒருவருக்கொருவர் இணைந்து வாழ முடியாத மனநிலை யைப் பெற்றுள்ள பல முன்னேறிய நாடுகளில் சமூக மூலதனம் குறைந்து காணப்படுகிறது. அதை அதிகப்படுத்த அவர்கள் பல வித முயற்சிகளைச் செய்கிறார்கள்; ஆனால் முடியவில்லை. இந்தியக் கலாசாரம் இயற்கையாகவே சமூக மூலதனத்தை ஊட்டி வளர்த்துள்ளது. அதன் விளைவாகவே இணைந்து வாழும் தன்மையும், ஒன்றாகச் செயல்படும் போக்கும் நாடு முழுவதும் பரவலாக உள்ளது. ஒத்துப்போவதும் இசைந்து செல்வதும் நமக்கு இயற்கையான ஒன்று. அதன் முக்கியத்துவத்தைப் பொது வாக நாம் உணர்வதில்லை. ஆனால் உலக அளவில் ஒப்பிட்டுப் பார்க்கும்போது அதன் சிறப்பு இன்று வெளிப்பட்டு வருகின்றது.

அதனால்தான் இந்தியர்கள் எந்த நாட்டுக்குச் சென்றாலும், பிரச்னைகளை ஏற்படுத்தாமலும், அதிக அளவில் உழைத்தும் தாம் இருக்கின்ற நாடுகளுக்குப் பெருமை சேர்த்து வருகின்றனர். தாம் செய்து வரும் பணிகளிலும் தொழில்களிலும் சிறந்து விளங்கி கல்வியிலும் பொருளாதாரத்திலும் உயர்ந்த நிலையில் உள்ளனர். வேறுபட்ட சூழ்நிலைகளைக் கொண்ட இங்கிலாந்து, அமெரிக்கா, தென் கிழக்கு ஆசியா, ஆப்பிரிக்கா, வளைகுடா நாடுகள் என்று உலகின் பல இடங்களிலும் தமக்கென ஒரு முத்திரையைப் பதித்து வருகின்றனர்.

வேற்றுமையில் ஒற்றுமை காணும் குணம் காலம் காலமாக நமது கலாசாரத்தில் காணப்படும் அடிப்படையான அணுகுமுறை ஆகும். அதனால்தான் பல்வேறு விதமான வித்தியாசங்களை உள்ளடக்கி ஒரே நாடாக இந்தியா செயல்பட்டு வருகின்றது. சிறு சிறு வேறுபாடுகளைக் கூட பொறுக்கமுடியாமல் பிற நாடுகள் திணறிக் கொண்டு இருக்கும்போது, வெவ்வெறு விதமான பிரிவுகளையும் அரவணைத்துச் செல்லும் உயர்ந்த தன்மையைக் கொண்டுள்ளது. அதனால் இந்தியாவின் பரந்த கண்ணோட்டம் உலக முழுமைக்கும் ஒரு முன்மாதிரியாக உள்ளது என நிபுணர் களும் அறிஞர்களும் சுட்டிக் காட்டுகின்றனர். எனவே தற்காலத்திய இந்தியாவின் எழுச்சி பரவலாக உலகின் பல பகுதிகளிலுள்ள அறிஞர்களாலும் வரவேற்கப்படுகிறது.

அதனால்தான், பொருளாதார, அரசியல் மற்றும் கலாசார ரீதியாக இந்தியா உலக அளவில் வேகமாக எழுந்து வருவதுதான் 21-ம் நூற்றாண்டின் மிகவும் நம்பிக்கை தரும் முன்னேற்றமாகும் என சுவிட்சர்லாந்து மேலாண்மை நிறுவனப் பேராசிரியர் லெஹ்மான் கூறுகிறார்.

இந்தியா தனது நெடிய வரலாற்றில், எப்போதுமே தனது சொந்த நலனுக்காகப் பிற நாடுகளைத் துன்புறுத்தியதில்லை. இந்தியா வின் வளர்ச்சி எப்போதுமே தனது சொந்த பலங்களால்தான் நிகழ்ந்துள்ளது. மேலும் இந்திய சித்தாந்தங்கள் எங்கெங்கு சென்றனவோ, அங்கெல்லாம் அம்மக்களின் வாழ்க்கை முறைகள் வளம் பெற்றுள்ளன. இந்தியப் பொருளாதார மற்றும் வியாபார முறைகளில் எப்போதுமே, வேற்று நாட்டு முறை களைவிட ஒரு மேலான நோக்கம் இருந்து வந்துள்ளது.

எனவே இந்தியாவின் எழுச்சி, சரியான உலக வரலாறு தெரிந்த வர்களால் வரவேற்கப்படுவதில் வியப்பு ஒன்றும் இல்லை. இந்தியாவின் எழுச்சி, நமது நாட்டுக்கு மட்டுமின்றி, உலக முழுமைக்கும் ஒரு சரியான மாற்றாக அமையும் என எதிர் பார்க்கப்படுகிறது. இந்தியர்களைப் பொருத்தவரையில், நமது நாட்டின் தற்போதைய எழுச்சி, வரலாற்றுக் காரணங்களால் சில நூறு வருடங்களாக அழுத்திவைக்கப்பட்டிருந்த பாரம்பரிய சக்தியின் மீண்டெழும் வெளிப்பாடாகும்.

பின்னுரை

கடின உழைப்பின் மூலம் மக்கள் ஒரு புறம் சாதனைகளை நிகழ்த்திக் கொண்டிருக்கும்போது, இன்னொரு புறம் நாடு கடும் சோதனைகளைச் சந்தித்து வருகிறது. மக்கள் தொகையில் கால் பங்குக்கும் அதிகமானோர் வறுமையில் உழல்கின்றனர். 'உழந்தும் உழவே தலை' என்று வள்ளுவரால் போற்றப்பட்ட வாழ்வுக்கு ஆதாரமான விவசாயத் தொழில் தவறான அணுகுமுறைகளால் தொடர்ந்து நசிந்து வருகிறது. பல்வேறு சிறுதொழில்களும், கிராமத் தொழில் நுட்பங்களும் கவனிப்பார் இன்றி அழிந்து வருகின்றன. அதனால் வேலைவாய்ப்புகள் குறைந்து வேலையில்லாதோர் எண்ணிக்கை அதிகரித்து வருகிறது.

காலங்காலமாகப் போற்றிப் பாதுகாக்கப்பட்டு வந்த இயற்கை வளங்கள் சுயநலச் சக்திகளால் அழிபட்டு வருகின்றன. நுகர்வுக் கலாசாரம் அதிகரித்து, அர்த்தம் நிறைந்த எளிமையான வாழ்க்கையின் பண்புகள் குறைந்து வருகின்றன. வேற்றுமைகள் அதிகமாகி, மக்களிடையே இடைவெளிகள் பெருகி வருகின்றன. அதனால் இருப்பவர், இல்லாதவர் என எல்லோரிடத்திலும் எதிர்காலத்தைப் பற்றிய பலவித பய உணர்வுகள் அதிகரித்து வருகின்றன.

எனவே இந்தச் சமயத்தில் முக்கியமான சில முடிவுகளை நாம் எடுத்தாக வேண்டும். அதற்குமுன் கீழ்க்கண்ட கேள்விகளை நம் முன் நிறுத்திக்கொள்வது அவசியம். வேகமாக வளர்ந்துவரும் இந்தியாவில் வறுமை உள்ளிட்ட அடிப்படைப் பிரச்னைகளை முற்றிலுமாகத் தீர்க்க முடியுமா? ஒரு பக்கம் நாம் நமது சாதனைகளைச் சொல்லிப் பெருமைப்பட்டுக் கொண்டிருந்தாலும், அனைத்துத் தரப்பு மக்களும் தங்களது குறைந்தபட்ச தேவை

களைப் பூர்த்தி செய்து கொள்ளக்கூடிய அளவுகூட வாய்ப்புகளை நம்மால் ஏன் ஏற்படுத்தித் தர முடியவில்லை? அனைவரும் பயன்பெறக்கூடிய வகையில் நடைமுறைப்படுத்தக்கூடிய செயல் திட்டங்கள் மற்றும் அணுகுமுறைகள் ஏதேனும் உள்ளனவா?

இந்தக் கேள்விகளுக்கான பதில்கள் மேற்கத்தியப் பொருளாதார முறைகளில் இல்லை. அவர்களது முறைகள் அண்மைக் காலங் களில் பெருமளவு தோல்வியைச் சந்தித்துக் கொண்டிருக்கின்றன. எனவே, அவர்களே வழி தெரியாமல் திண்டாடிக் கொண்டுள் ளனர். ஆற்றில் மூழ்கிக் கொண்டிருப்பவர்கள் கரையிலிருக்கின்ற மக்களுக்குக் கைகொடுத்து வழிநடத்துவது நடக்காத காரியம். பின் என்னதான் வழி?

சுதந்தர இந்தியாவின் 60 ஆண்டுகால அணுகுமுறைகள் முழுமை யான பலன்களை எதிர்பார்த்த அளவு தர முடியவில்லையே? எனவே நமது அணுகுமுறைகளை நம்ப முடியுமா என்ற கேள்வி யும் நம் மனத்தில் எழுகிறது. இந்தச் சமயத்தில் ஒரு விஷயத்தை நாம் நினைவில் கொள்ள வேண்டும். சுதந்தர இந்தியாவின் பல முக்கியமான அணுகுமுறைகளும் செயல்திட்டங்களும் மேற்கு நாடுகளின் அணுகுமுறைகளை ஒட்டி அமைக்கப்பட்டவை. அவை பெரும்பாலும் நமது சூழ்நிலைகளுக்கும் வாழ்க்கை முறை களுக்கும் பொருத்தமில்லாதவை. எனவே அவற்றைக் கணக்கில் எடுத்துக் கொண்டு நம்முடைய எதிர்காலத் திட்டங்களை அமைக்க முடியாது. பின் என்னதான் வழி?

நமது வாழ்வியல் முறைகளும், சிந்தனைகளும், செயல்பாடு களும் நம் கலாசாரத்தை ஒட்டி அமைந்தவை. வேற்றுநாட்டு வழிமுறைகள் அவற்றுக்குப் பொருந்தா. 5,000 வருடங்களுக்கு மேலாகத் தனித்தன்மையுடன் சிறப்பான வழிமுறைகளை அமைத்துக் கொண்டு நமது முன்னோர்கள் வாழ்ந்து வந்துள்ள னர். கடந்த 2,000 ஆண்டுகளுக்கு மேலான பொருளாதார வரலாறு மட்டுமே, ஏறத்தாழ முக்கால் பங்கு காலம் உலகின் செழிப்பு மிக்க நாடாக இந்தியா விளங்கி வந்ததை உறுதி செய்கிறது. அந்தக் காலங்களில் வெறும் பொருளாதார வல்லர சாக மட்டுமின்றி, கல்வி, அறிவியல் எனப் பல்வேறு துறை களிலும் சிறந்து விளங்கி அமைதியான வாழ்க்கை முறையை உலகுக்குப் போதித்த உயர்ந்த தேசமாகவும் நமது நாடு விளங்கி வந்துள்ளது. எனவே நமது வரலாற்றிலிருந்து நாம் தேவையான பாடங்களைக் கற்றுக் கொள்வது அவசியமாகிறது.

அதனால்தான், மேற்கத்திய முறைகளில் பெரிதும் நம்பிக்கை வைத்திருந்த இந்திாவின் முதல் பிரதமர் ஜவாஹர்லால் நேருகூட நமது நாட்டின் 5,000 வருடத் தொலைநோக்குச் சிந்தனை தனக்கு ஒரு புது வியூகத்தைக் கொடுப்பதாகவும், அதனால் தன்மீதுள்ள பாரம் எளிதாகத் தோன்றுவதாகவும் குறிப்பிட்டார். ஆகவே நமக்கு நம் தேசத்தின் சரியான பொருளாதார வரலாறு மற்றும் சிந்தனைகளைப் பற்றிய விளக்கம் அவசியமாகிறது.

ஆனால் பழம்பெருமைகளை வைத்துக்கொண்டு மட்டுமே நாம் எல்லாவற்றையும் சாதித்துவிட முடியாது. கடந்த சில நூற்றாண்டுகளில் எத்தனையோ மாற்றங்கள் ஏற்பட்டுள்ளன. அதனால் மக்களின் நடைமுறை வாழ்க்கையில் நிறைய மாறுதல்கள் நிகழ்ந்துள்ளன. எனவே தற்காலச் செயல்பாட்டு முறைகளைப் பற்றியும் சரியான முறையில் நாம் அறிந்து கொள்ளவேண்டும். ஆனால் அதற்குத் தேவையான சரியான விவரங்கள் நம்மிடம் இல்லை. நம்மிடையே இன்று உள்ள பெரும்பாலான புத்தகங்களும் விளக்கங்களும் மேற்கு நாட்டுச் சிந்தனைகளை ஒட்டி எழுதப்பட்டவை. எனவே உண்மை நிகழ்வுகளை நேரில் பார்த்துத் தெரிந்து கொள்வது அவசிய மாகிறது.

நாட்டின் பல பகுதிகளில் நடத்தப்பட்ட ஆய்வுகள் நமது தேசத்துக்கென தனித்தன்மை வாய்ந்த முறைகள் நடைமுறையில் இருப்பதைத் தெளிவாக எடுத்துக்காட்டுகின்றன. மேலும், அந்த முறைகள்தான் தற்கால இந்தியாவின் மேம்பட்ட நிலைக்கு அடித்தளமாக அமைந்துள்ளன என்பதும் உறுதியாகின்றது. எனவே அந்த முறைகளைச் சரியாகப் புரிந்து கொண்டு, தேவைக்கேற்றபடி அவற்றை மேம்படுத்துவது அல்லது மாற்றி அமைப்பது அவசியமாகிறது.

அதே சமயம், நமக்குப் பொருத்தமான முறைகளை நாம் அமைத்துக் கொள்ளும்போது, உலகின் பிற பகுதிகளில் நிலவும் உத்திகளையும் நடைமுறைகளையும் ஒதுக்கித் தள்ள வேண்டிய தில்லை. மாறாக அவற்றில் நமக்குப் பயன்படுபவற்றைப் பற்றி அறிந்து, உள்வாங்கி, பொருத்தமான வகையில் நமக்கேற்றபடி மாற்றிக் கொள்ளும் திறனையும் நாம் வளர்த்துக் கொள்ள வேண்டும். இந்தச் சமயத்தில் மகாத்மா காந்தி கூறியுள்ள கீழ்க்கண்ட வரிகளை நாம் நினைவு கொள்ளலாம்.

என்னுடைய சுயராஜ்யம் என்பது நமது கலாசாரத்தின் ஞானத்தை அப்படியே வைத்துக்கொள்வதாகும். நான் நிறைய புதுச் செய்திகளை எழுத விரும்புகிறேன். ஆனால் அவை எனது கற்பலகையில்தான் எழுதப்பட வேண்டும்.

மகரிஷி அரவிந்தர் பல ஆண்டுகளுக்கு முன்பே மேற்கத்திய நாடுகளின் அழிவுகளிலிருந்து இந்தியா மீண்டும் பிறக்கும் எனக் கணித்தார். இப்போது மேற்கத்திய முறைகள் பெரும் தோல்வியைச் சந்தித்துக்கொண்டு வருகின்றன. அதே சமயம் உலக அரங்கில் இந்தியாவின் செல்வாக்கு அதிகரித்து வருகின்றது. அண்மைக்கால பொருளாதார நெருக்கடிக்குப் பின்னர்கூட உலகில் அதிகம் பாதிக்கப்படாத நாடுகளில் முக்கியமான நாடாக இருந்துவருகிறது. ஆகையால், இந்தியாவுக்கென வலுவான அடித்தளம் இருப்பதை இப்போது பலர் உணர ஆரம்பித்துள்ளனர்.

அது மட்டுமின்றி இந்தியாவின் வழிமுறைகள் உலகுக்கே வழிகாட்டியாக அமைய முடியும் என்ற எண்ணமும் அதிகரித்து வருகின்றது. அதேவிதமான கருத்தை இன்னமும் பொருள் பொதிந்த முறையில் கடந்த காலந்தொட்டு உலகின் பல்வேறு சிந்தனையாளர்கள் எடுத்து வைத்துள்ளனர். உதாரணமாக வில் துராந்த் 1950-களில் கூறிய வார்த்தைகளை இங்கு குறிப்பிடலாம். ‘இமய எல்லைக்கு அப்பால் இருந்தும்கூட இலக்கணம், தர்க்க முறை, தத்துவம், நீதிக் கதைகள், அறிவியல், சதுரங்கம் போன்ற வற்றையும், அதற்கு மேலாக எண்கள், பதின்முறை, பின்னம் போன்றவற்றையும் நமக்குப் பரிசுகளாக இந்தியா அளித்திருக் கிறது என்பது உண்மை. ஆனால் அந்நாட்டு மெய்ப்பொருளின் சாராம்சம் இவையல்ல; எதிர்காலத்தில் நாம் அந்நாட்டிலிருந்து அறிந்து கொள்ள வேண்டியவற்றுடன் ஒப்பிடும்போது, இவை யெல்லாம் அற்பமான விஷயங்கள்.’

எனவே வெளி உலகம் பல ஆண்டுகளாகவே இந்தியாவிலிருந்து நிறைய எதிர்பார்த்து வந்திருக்கிறது என்று புரிகிறது. அதனுடைய தொடக்கமாக நம்முடைய பொருளாதார அணுகுமுறைகள் உலகின் பிற நாடுகளுக்கெல்லாம் ஒரு கலங்கரை விளக்கமாக அமையும் வாய்ப்பு உள்ளது. எனவே நமது நாட்டுக்குப் பொருத்த மான சரியான அணுகுமுறைகளை நாம் அமைக்கும்போது, அது நமக்கு மட்டுமின்றி உலக முழுமைக்கும்கூட ஒரு வழிகாட்டியாக அமையக்கூடும். அதனால் இப்போது, நமது பொறுப்பு மேலும் அதிகமாகிறது.

உலகின் பல பகுதிகளிலும் குழப்பங்களும் பிரச்னைகளும் அதிகரித்து வரும் தற்போதைய சூழ்நிலையில், இந்தியா தனக்காக மட்டுமின்றி, உலகின் பிற நாடுகளுக்காகவும், பெரிய பொறுப்புகளை தன் தோள்களில் ஏற்றுக் கொள்ள வேண்டிய கட்டாயத்தை காலம் நம் முன்னால் வைத்துள்ளது.

பின்னிணைப்புகள்

அறிக்கைகள், கட்டுரைகள், பிற வெளியீடுகள்

1. Human Development Report 2005, Oxford University Press, New Delhi, 2005.
2. Project OASIS Report, Ministry of Social Justice and Empowerment, Govt. of India, 1999.
3. Annual Report 2005-06, Reserve Bank of India.
4. Report on Currency and Finance 2005-06, Reserve Bank of India.
5. The State of Human Development, United Nations Development Report, 1998.
6. The State of the Nation Report - Indebtedness, Social Justice Policy Group, London, 2006.
7. Global Entrepreneurship Monitor 2002 Summary Report, Babson College, Ewing Marion Kauffman Foundation and London Business School, 2002.
8. 'The New Global Challengers - How 100 Top Companies from Rapidly Developing Economies are Changing the World', BCG Report, The Boston Consulting Group Inc., May 2006.
9. World Development Report 2001, World Bank, Washington, 2001.
10. World Development Report 2008, World Bank, Washington, 2008.
11. Annual Report 2007-08, Ministry of Corporate Affairs, Govt. of India.

12. Economic Census 1998 and 2005, Ministry of Statistics and Programme Implementation, Govt. of India.

13. Economic Survey 2007-08, Ministry of Finance, Govt. of India.

14. Final Results: Third All India Census of Small Scale Industries 2001-2002, Ministry of Small Scale Industries, Govt. of India, 2004.

15. Jean-Pierre Lehmann, 'The Dangers of Monotheism in the Age of Globalisation', The Globalist, Mar. 30, 2006.

16. Stefan Theil, 'The New old Age', Newsweek, Jan. 30, 2006

17. Akbar Ali and P. Kanagasabapathi, 'A study on leather tanneries in Dindigul', Unpublished Report, 2004.

18. P. Kanagasabapathi and M.N. Arun Kumar, 'A study on Namakkal Transport Industry', Unpublished Report, 2006.

19. P. Kanagasabapathi and M.N. Arun Kumar, 'A Study on Sankagiri Transport Industry and Thiruchengode Rig Industry', Unpublished Report, 2005.

20. P. Kanagasabapathi and R. Gopalasamy, 'A Study on Supply Chain Practices and Performances in the Printing Industry of Sivakasi', Unpublished Report, 2006.

21. P. Kanagasabapathi and I. Menakha, 'A Study on Powerloom Textile Export Industry of Palladam', Unpublished Report, 2006.

22. P. Kanagasabapathi and A.R. Ramanathan, 'A Study on Butter and Ghee Industry in Kangeyam with Special Reference to Sozhiya Chetty Community', Unpublished Report, 2006.

23. P. Kanagasabapathi and P. Rathishree, 'A Study on Karur Textile Export Industry', Unpublished Report, 2005.

24. P. Kanagasabapathi and K. Senthi Reddy, 'A Study on Entrepreneurship among Reddiars', Unpublished Report, 2004.

25. Sharad Patel and P. Kanagasabapathi, 'A study on Gujarat Diamond Export Industry', Unpublished Report, 2005.

26. The Life and Correspondance of Charles, Lord Metcalfe, John William Kaye, Revised Edition, Vol. II, Smith, Elder and Co., London 1858.

27. Y.V. Reddy, 'India in Emerging Asia', Reserve Bank of India Bulletin, June 2006.

28. Mridula Dwivedi, 'Nature of Trust in Small Firm Clusters', Paper presented at the conference on 'Clusters, Industrial Districts and Firms: The Challange of Globalisation', Modana, Italy, 2003.

29. Meena Menon, 'Dharavi Residents Wary of New Project', The Hindu, Aug. 8, 2004.

30. Gurucharan Das, 'The Problem', Seminar 482, Oct. 1999.

31. 'Peter Drucker Sets Us Straight', Interview, Fortune, Jan. 12, 2004.

32. Deepak Nayyar, 'Economic Growth in Independent India - Lumbering Elephant or Running Tiger?', Economic and Political Weekly, Nov. 15, 2006.

33. Handbook of Statistics on Indian Economy, Reserve Bank of India, Oct. 1, 2007.

34. Breakdown Britain - Interim Report on the State of the Nation, Social Justice Policy Group, London, 2006.

நூல்பட்டியல்

1. அருள்ராசு, வே.சா., பழந்தமிழகத்தில் இரும்புத் தொழில், தமிழ் பல்கலைக் கழகம், தஞ்சாவூர், 2000.

2. சண்முகன், ச., பழந்தமிழர் பொறியியல் நுட்பத் திறன், மீனா கோபால் பதிப்பகம், சென்னை, 2006.

3. சர்மா, ஆர்.எஸ். (தமிழில் மாஜினி), பண்டைக்கால இந்தியா, நியூ செஞ்சுரி புக் ஹவுஸ், சென்னை, 2005.

4. சிலப்பதிகாரம், திருமகள் நிலையம், சென்னை, 2007

5. தட்சிணாமூர்த்தி, அ., தமிழர் நாகரிகமும் பண்பாடும், யாழ் வெளியீடு, சென்னை, 2005.

6. நரசய்யா, கடல்வழி வணிகம், பழனியப்பா பிரதர்ஸ், சென்னை, 2005.

7. வரதராசன், மு., திருக்குறள் தெளிவுரை, தென்னிந்திய சைவ சித்தாந்த நூற்பதிப்புக் கழகம், சென்னை, 2002.

8. Agarwala, P.N., A Comprehensive History of Business in India from 3000 BC to 2000 AD, Tata McGraw Hill Ltd, New Delhi, 2001.

9. Angus Maddison, The World Economy - A Millenial Perspective, 1st Indian Edn., Overseas Press (India) Private Ltd., New Delhi by arrangement with OECD, 2003.

10. Jitendra Bajaj (Ed.,) Food for All, Centre of Policy Studies, Chennai, 2001.

11. Jitendra Bajaj and Srinivas, M.D., Timeless India Resugent India, Centre for Policy Studies, Chennai, 2001.

12. Basham, A.L., The Wonder that was India, Rupa & Co., New Delhi, 2001.

13. Daya Krishna, Golden Age to Globalisation - 7000 years of Indian Economy, Swesdeshi Jagaran Prakasham, New Delhi, 2002.

14. Dharampal, The Beautiful Tree, 2nd Ed., Keerthi Publishing House Pvt., Ltd., Coimbatore, 1995.

15. Dharampal, Science and Technology in Eighteenth Century, Other India Press, Goa, 2000.

16. Dadabhai Naoroji, Poverty and Un-British Rule in India, Ministry of Information and Broadcasting, Govt. of India, New Delhi, 1966.

17. Francis Fukuyama, Trust, Free Press Paperbacks, New York, 1996.

18. Andre Gunder Frank, ReOrient: Global Economy in the Asian Age, Vistaar Publications, New Delhi, 1998.

19. George Soros, The Crisis of Global Capitalism, Public Affairs, New York, 1998.

20. Hinterland India: The Real Source of India's Entrepreneuership, India Brand Equity Foundation, Department of Science and Technolgy, Govt. of India, New Delhi.

21. World Economic Outlook Database, International Monetary Fund, October 2007.

22. Jawaharlal Nehru, Discovery of India, Penguin, New Delhi, 2004.

23. Kanagasabapahi, P., Indian Models of Economy, Business and Management, Prentice Hall of India Private Ltd., New Delhi, 2008.

24. Kanakaltha Mukund, The Trading World of the Tamil Merchant Capitalism in the Coromandel, Orient Longman, Hyderabad, 1999.

25. Vikramaditya S. Khanna, , The Economic History of the Corporate Form in Ancient India, 1997, (http://www.ssrn.com/)

26. Kumarappa, J.C., Economy of Permanance, 6th ed., Sarva Seva Sangh Prakasham, Varanasi, 1997.

27. Makhan Lal with Rajendra Dixit, Educating to Confuse and Distrupt, India First Foundation, New Delhi, 2005.

28. Mark Tully, No Full Stops in India, Penguin, New Delhi, 1991.

29. OECD Fact Book 2007: Economic, Environmental and Social Statistics, OECD, Paris, 2007.

30. Prahalad, C.K, Fortune at the bottom of the Pyramid, Wharton School Publishing, Pearson Education, Delhi 2005.

31. Paul S. Kennedy, The Rise and Fall of the Great Powers - Economic Change and Military Conflict from 1500-2000, Fontana Press, London, 1998.

32. Radha Kumud Mookerji, Ancient Indian Education, 4th Edn, Motilal Banarsidas, Delhi, 1969.

33. Rangarajan, L.N., Kautilya - The Arthasashtra, Penguin, New Delhi, 1992.

34. Ranabir Chakravarty, Trade in Early India, Oxford University Press, New Delhi, 2001.

35. Romesh Dutt, The Economic History of India, Vol. I and II, Kegan Paul, Trench, Trubner, Great Britain, 1906.

36. Schumacher, E.F., Small is Beatiful - A study of Economics as if People Mattered, Vintage, London, 1993.

37. Sharad Chari, Fraternal Capital, Permanent Black, New Delhi, 2004.

38. Joseph E. Stiglitz, Globalization and its Discontents, Penguin, New Delhi, 2002.

39. Sudipt Dutta, Family Business in India, Response Books, New Delhi, 1997.

40. Uma Kapila (Ed.), Indian Economy since Independence, 14th Edn., 2002-03, Academic Foundation, New Delhi, 2002.

41. Arvind Virmani, Propelling India from Social Stagnation to Global Power - Vol. I: Growth Process, Academic Foundation, New Delhi, 2006.

42. Will Durant, The Case for India, Simon and Schuster, New York, 1930.

43. Will Durant, Story of Civilization, Vol. I, Simon and Schuster, New York, 1954.

44. World Economic outlook: Globalisation and Inequality, October 2007, International Monetary Fund, Washington, 2007.

45. Pride of India, Samaskrita Bharati, New Delhi, 2006.

www.ingramcontent.com/pod-product-compliance
Ingram Content Group UK Ltd.
Pitfield, Milton Keynes, MK11 3LW, UK
UKHW042103021026
15589UKWH00001B/152

9 788184 932133